தேரி

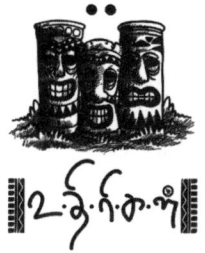

தேரி

(நாவல்)

ராஜேஷ் வைரபாண்டியன்

ISBN - 978-93-5813-079-9

Theari (Novel)
Author: Rajesh Vairapandian
First Edition: March, 2023

Published by: Uthirigal Pathipagam
B-11, Aavishkaar's Naruvi, Thondamuthur Road,
Vadavalli, Coimbatore - 641046
uthirigal@gmail.com, +91 - 850 88 33 000

Printed by: Udhayam Achagam
5, Rangaswamy road, RS Puram, Coimbatore - 641002

Cover & Layout Design: Rajalingam Rathinam

Price: Rs.440/-

All rights reserved. No part of this publication may be reproduced, stored in or introduced into a retrieval system, or tranmitted, in any form or by any means, electronic, mechanical, photocopying, recording, or otherwise, without the prior written permission of the copyright owner. Only media can quote specific passages from this book in book reviews.

Copyright © Rajesh Vairapandian

தேரி (நாவல்)
ஆசிரியர்: ராஜேஷ் வைரபாண்டியன்
முதல் பதிப்பு: மார்ச் 2023

வெளியீடு: உதிரிகள் பதிப்பகம்
B-11, ஆவிஷ்கார் நறுவி, தொண்டமுத்தூர் ரோடு
வடவள்ளி, கோயம்புத்தூர் - 641046

அச்சிட்டோர்: உதயம் அச்சகம்
5, ரங்கசாமி ரோடு, RS புரம், கோயம்புத்தூர் - 641002

அட்டை & உள் வடிவமைப்பு : ராஜலிங்கம் ரத்தினம்

விலை: ரூ.440/-

இந்த நூலில் பிரசுரமாகியுள்ள எந்த ஒரு பகுதியையும் பதிப்பாளரின் எழுத்து பூர்வமான முன் அனுமதி பெறாமல் எடுத்தாள்வதோ, மறுபிரசுரம் செய்வதோ, மொழியாக்கம் செய்வதோ, அச்சு மற்றும் மின்னணு ஊடகங்களில் மறுபதிப்பு செய்வதோ, காப்புரிமைச் சட்டப்படி தடை செய்யப்பட்டுள்ளது. இந்த நூலிலிருந்து குறிப்பிட்ட பகுதிகளை மேற்கோள்காட்டி புத்தக விமர்சனம் செய்ய, ஊடகங்களுக்கு மட்டும் அனுமதி உண்டு.

பெற்ற அன்னை சுதந்திர உதயத்திற்கும்
வளர்த்த அன்னை ராஜேஸ்வரிக்கும்
மனதெங்கும் வியாபித்திருக்கும் வெட்சிக்கும்
மற்றும்,
தென் தமிழகத்தின் தனித்துவமான தேரியின்
செம்மண் நிலப்பரப்பில் வாழும் உயிரினங்களுக்கும்.

தேரி

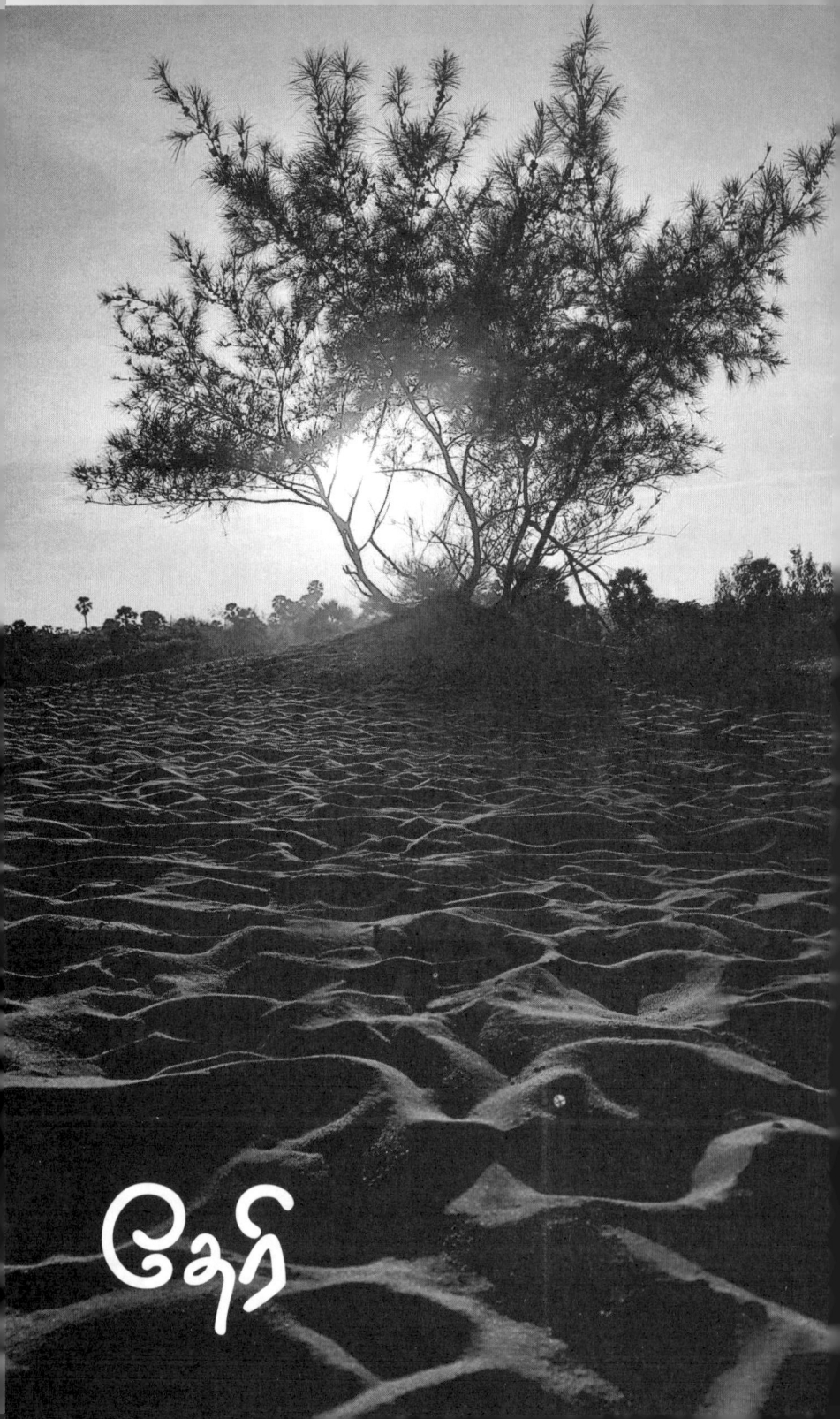

ஆசிரியர் குறிப்பு

ராஜேஷ் வைரபாண்டியன் - தூத்துக்குடி மாவட்டத்திலிருக்கும் சாயர்புரம் எனும் ஊரின் அருகேயிருக்கும் நடுவைக்குறிச்சியை சேர்ந்தவர். நிலாரசிகன் என்கிற புனைப்பெயரில் கவிதை, சிறுகதை, கட்டுரை மற்றும் விமர்சனங்களை 2018 வரை எழுதி வந்தார். அதன் பின்னர் தன் சொந்தப் பெயரில் எழுதி வருகிறார். தகவல் தொழில் நுட்பத்துறையில் பணிபுரிந்து வரும் இவரது படைப்புகள் பல்வேறு இதழ்களில் வெளியாகி இருக்கின்றன. இரண்டுமுறை "சுஜாதா விருது" பெற்றிருக்கிறார். ஈர்ப்பு விதியை (Law of Attraction) மையப்படுத்தி ஐந்து நூல்கள் எழுதி இருக்கிறார். இது இவரது முதல் நாவல்.

கவிதை தொகுப்புகள்:

- வெயில் தின்ற மழை (2010) – உயிர்மை வெளியீடு
- மீன்கள் துள்ளும் நிசி (2012) – புதுஎழுத்து வெளியீடு
- கடலில் வசிக்கும் பறவை (2014) - புதுஎழுத்து வெளியீடு
- வேனிற் காலத்தின் கற்பனைச் சிறுமி(2019) - உயிர்மை வெளியீடு

சிறுகதை தொகுப்புகள்:

- யாரோ ஒருத்தியின் டைரிக்குறிப்புகள் (2009) - திரிசக்தி வெளியீடு
- ஜூலி யட்சி (2015) - பொள்ளாச்சி இலக்கிய வட்டம் வெளியீடு

ஆங்கில நூல்கள்:

- 30 Powerful Visualization Practices (2017) - Amazon KDP
- 10 Powerful Practices for Manifestation (2017) - Amazon KDP
- You+LOA = Financial Freedom (2018) - Amazon KDP
- Infinite Happiness: Ten Happiness Secrets Revealed for a Happy & Successful Life (2020) - Amazon KDP
- The Art of Attracting Abundance: *The Essential Guidebook to Master Visualization and Achieve your Dream Life* - (2022) Notion Press Publication

பொருளடக்கம்

முன்னுரை	011
1: செல்லக்குட்டி	013
2: செவ்வந்தி	025
3: வந்தேறி	035
4: பொட்டம்மை	043
5: தீ	051
6: ஆவி	059
7: உடங்காடு	065
8: கரு	071
9: சூது	079
10: நேசம்	087
11: பள்ளிக்கூடம்	091
12: வேவு	099
13: அணிலாட்டம்	105
14: பேச்சி	113
15: ரகசியம்	119
16: காவு	127
17: கண்ணி	137

18: சித்திரப்பூ	145
19: தொம்மை	153
20: றெக்கை	161
21: ஒத்தப்பனை	169
22: புவியரசு	173
23: வேட்டை	179
24: தொலைதல்	187
25: நிலாக்கதை	195
26: கல்யாணச் சாவு	205
27: உறவுமுறை	211
28: தீயாத்துதல்	221
29: துர் கனா	231
30: தங்கம்	245
31: வெட்சி	253
32: புயல்	263
33: ஆட்டம்	273
34: சூழ்ச்சி	285

முன்னுரை

ஐந்திணை நிலங்களான குறிஞ்சி, முல்லை, மருதம், நெய்தல், பாலையை மையமாகக் கொண்டு எண்ணற்ற புதினங்கள் தமிழில் எழுதப்பட்டுள்ளன. ஆனால் இவற்றிலிருந்து முற்றிலும் மாறுபட்ட நிலப்பரப்பான “தேரி”யை மையப்படுத்தி வெளியான புதினங்கள் தமிழ் இலக்கியத்தில் மிகக் குறைவானவை. என்னுடைய இருபத்தி ஐந்தாம் வயது வரை தேரியும் அதன் செம்மண்ணும் என் வாழ்வோடு அன்றாடம் பயணித்தவை. அதுவே இந்நாவலின் மையம் ஆனது மிகுந்த மனநிறைவைத் தருகிறது. கவிதைகள் அதிகமாய் எழுதிக்கொண்டிருந்தவனுக்கு நாவல் எழுதத் தோன்றியதும் முதலில் மனதில் வந்து விழுந்த சொல் தேரி. என் வட்டார வழக்கிலேயே நாவலை எழுதியிருப்பது மனதுக்கு நெருக்கமாக இருக்கிறது.

சிறு வயது முதலே தேரியைச் சுற்றியிருக்கும் ஊர்களில் நான் சந்தித்த மனிதர்களும் அதன் வழியே கண்டடைந்த அனுபவங்களும் நாவலை எழுதுவதற்கான உந்துசக்தியாக அமைந்தன.

நாவலுக்கு முதன்மை வாசகர்களாக இருக்கச் சம்மதித்து நாவல் வெளிவருவதற்கு முன்பே அதனை வாசித்து தங்களது கருத்துக்களைப் பகிர்ந்து கொண்ட எழுத்தாள/வாசக நண்பர்கள் ஜெகதீசன் நடராஜன், சேதுராமன், மாதவராஜ் அண்ணன்,

வேல்கண்ணன், அ.ராமசாமி, ராஜலிங்கம் ரத்தினம், அம்சப்ரியா, முருகேஷ் சுப்பிரமணியம், ஜோஸ் ஆரோக்கிய ரமோலா, கோபு கலைமணி, ராஜா சுப்பிரமணியம், சுதா செல்லத்துரை,நரேஷ்குமார், வினோத்குமார், சுபையர், கௌசிகா ஸ்ரீனிவாசன் ஆகியோருக்கும், மெய்ப்புத் திருத்தம் செய்து கொடுத்த கணேசகுமாரன் மற்றும் இரா. பூபாலனுக்கும் நாவலின் செம்மையாக்கத்தில் அதிகமாய் உதவி செய்த ராணி கணேஷுக்கும், நாவலுக்கான அட்டைப்படத்தை வடிவமைத்துக் கொடுத்த ராஜலிங்கம் ரத்தினத்திற்கும், தேரியின் ஒளிப்படங்களை தந்துதவிய சசிக்குமார் சாமிக்கண்ணுவிற்கும் புத்தகக்குறிக்காக பனையோலைகளை தேரியிலிருந்து தருவித்துக் கொடுத்த திரு. முரளிதரன் அவர்களுக்கும் நன்றி எனும் ஒரு சொல் போதாது. இவர்களைப் போன்ற நல்லிதயங்களை நண்பர்களாகக் கொண்டிருப்பது நான் செய்த பேறு.

நாவலைப் பரவலான வாசகர்களிடம் எடுத்துச் செல்ல வாசகர்களுக்கான விமர்சனப் போட்டி ஒன்றையும் என் வலைத்தளத்தில் (rajeshvairapandian.com) அறிவித்திருக்கிறேன். விருப்பமிருப்பவர்கள் கலந்து கொள்ளலாம்.

இந்நாவல் பற்றிய உங்களது கருத்துக்களைக் காண ஆவலாய்க் காத்திருக்கிறேன்.

அன்பும் நன்றியும்,
ராஜேஷ் வைரபாண்டியன்.
மின்னஞ்சல் : rvp@rajeshvairapandian.com
வாட்ஸ் அப் : +91 97910 43314

1: செல்லக்குட்டி

தாமிரபரணியின் கிளை ஆறுகளிலொன்று வெயில் முதுகில் விழுந்து நெளியும் சர்ப்பத்தைப் போல அந்தச் சிறு கிராமத்திற்குள் நுழைந்து அமலைக் குலைகளாலும், அல்லித்தண்டுகளாலும் நிறைந்திருக்கும் குளத்தை நிரம்பச்செய்துவிட்டு தன் பயணத்தைத் தொடர்ந்து கொண்டிருந்தது. அந்தக் குளத்திலிருந்து பச்சிலையின் பின்பாகத்திலிருக்கும் நரம்புகளைப் போல நீள்கின்ற வாய்க்கால்கள், அந்தக் கிராமத்தைச் சுற்றியிருக்கும் வயல்களுக்கும், வாழைத்தோட்டங்களுக்கும் நீரைக் கொண்டு சேர்த்து விவசாயம் செய்வதற்கு ஏதுவாய் வழி செய்தபடி இருந்தது.

வாய்க்காலின் சலசலப்பிற்குக் கொஞ்சமும் சளைக்காமலிருந்தது இம்மூவரின் கேலியும் கிண்டல்களும்.

செல்லக்குட்டி, அசரியா, பாதாளமுனி மூவரும் கால்சட்டைப் பருவம் தொட்டே நண்பர்கள். பள்ளிக்கூடத்தில் சத்துணவு முட்டையைப் பகிர்ந்தது தொட்டு ஆரம்பித்த நட்பு வாய்க்கால், வயல், தேரிக்காடு, தியேட்டர், பரோட்டா கடை, தெருச் சண்டை என ஆழமாக வளர்ந்தது.

“வண்ணாத்திக் கெண்டைய கௌரா மீனுன்னு ஆறு மாசம் வளர்த்த பய நீ... ஒனக்கேம்ல லவ்வு ஸ்டவ்வு எல்லாம்?” சொடக்குத்

தக்காளியைப் பறித்து தின்றுகொண்டே கேட்டான் பாதாள முனி.

“மொத அவ பேரக் கண்டுபிடில... பொறவு லவ்வலாம்”

புளியமரத்தை நோக்கிக் கல்லெறிந்து ஏதேனும் புளியங்காய் விழுகிறதா எனத் தேடிக்கொண்டே பேசினான் அசரியா.

“எவம்ல நெனச்சான் அந்தப் பச்சை தாவணி மேல மனசு ஓடும்னு... நேத்து முத்துராசு அண்ணன் கடைல சைக்கிளுக்குப் பஞ்சர் ஒட்ட நிக்கேன், கடந்து போறவ நேரா போவ வேண்டியதான? என்னத்துக்குத் திரும்பிப் பார்த்தா? அங்கதாம்ல ஏதோ ஆகிப்போச்சு, பொறவு இன்னைக்குக் காலைல வேதக்கோயில் பக்கத்துல பார்த்தம்லா அப்பவும் திரும்பித்தாம்ல பார்க்கா. சாரத்தை மடிச்சுக் கட்டிக்கிட்டு நேரா போயி ஏ புள்ள ஏம்ளா இப்படி பாக்குதன்னு கேட்ரலாம்னு நெனச்சேன் அவ அண்ணங்காரன நெனச்சுட்டு ஓடியாந்துட்டேன்” வெயில் மின்னும் வாய்க்காலோரம் நின்றபடி சொன்னான் செல்லக்குட்டி.

“அவ அண்ணன் என்ன பெரிய நொண்ணனா, ஒனக்கு டிகிரி இருக்கு, வேலை மட்டும்தாம்ல இல்ல, இருந்துச்சுன்னா இந்நேரத்துக்கு அவகூட கல்யாணமே பண்ணி வச்சிருப்போம்லா” என்றான் பாதாள முனி.

அதை ஆமோதிப்பதுபோல தலையை மேலும் கீழுமாக ஆட்டிய அசரியா “இதே நம்ம பாதாளமுனியா இருந்தா இன்னேரம் வாய்க்காக்கு அந்தப்பக்கம் அந்த புள்ளய மடில ஒக்கார வச்சில்லா பேசிக்கிட்டு இருப்பான்” என்றான்.

“ஆமா அவங்கன்னக்குழி அழகுல ஒரு பிள்ளையாடே விழுந்திருக்கு. எப்படித்தான் மயக்குதானோ” என்றான் செல்லக்குட்டி.

“எலேய் உன் லவ்வ பத்தி பேசுல. என்ன ஏம்ல இழுக்க” என்றான் பாதாள முனி.

மூவரும் பேசிக்கொண்டே தேரி நோக்கி நடக்க ஆரம்பித்தார்கள். ஊரிலிருந்து பதினைந்து நிமிட நடைதொலைவில் இருந்தது தேரி. செம்மண் மேடுகளாலும் சிறு குன்றுகளாலும் ஆனது தேரியின் நிலப்பரப்பு. முந்திரி மரங்களும், பனை மரங்களும் அதிகமாகத்

தென்படும். விராலிச் செடிப் புதர்களாலும் அடர்ந்திருக்கும்.

இன்னும் சற்று நேரத்தில் நடக்க இருக்கும் ரவுண்ட் ரேஸில் மூவரும் கலந்துகொள்ள வேண்டும். வெயில் கடுமையாக இருந்தது.

"சைக்கிள்ள ஏறுல அப்பதான் நேரத்துக்கு போவ முடியும்" என்றான் அசரியா.

"சரில... எல்லாஞ் சரிதான். அவ பேரு என்னவாயிருக்கும்?" மீசையை லேசாக முறுக்கியவண்ணம் கேட்டான் செல்லக்குட்டி.

"என்ன எலிசபத்து ராணின்னா வச்சிருப்பாவ, நம்ம ஊரு புள்ளைக்கு ஏத்த மாதிரி ஏதாவது அம்மன் பேரதாம்ல வச்சிருப்பாவ" என்றான் பாதாளமுனி.

அசரியா அமைதியாக சைக்கிள் மிதித்தான். பக்கத்தில் சைக்கிள் மிதித்தபடி அவன் தோளில் கைபோட்டு, "யோல என்ன ரொம்ப ரோசனையா இருக்க? ஒன் தங்கச்சி வேல பாக்குற ட்ரெயினிங் சென்டர்ல இந்தப் புள்ள சைக்கிள பார்த்தேன், ஒந்தங்கச்சி கிட்ட கேட்டு சொல்லுதியா?" எனக் கேட்டான் செல்லக்குட்டி.

"எந்தங்கச்சிகிட்ட கேட்கிறதுக்கு பதிலா நம்ம பம்பாய்காரர் காரவீட்டு சொவத்துல முட்டிக்கலாம்ல, ஆனாலும் ஒனக்காக கேட்குதேன்" சலித்துக்கொண்டான் அசரியா.

இப்படியாகப் பேசிக்கொண்டே வேகத்தை அதிகரித்தார்கள் இருவரும். அவர்கள் எதிர்பாராத திருப்பம் ஒன்றில் குறுக்குத் தெருவில் இருந்து மைக்கேல் வேகமாக வந்து மோதியதில் சைக்கிளோடு சரிந்தார்கள் அசரியாவும் முனியும். செல்லக்குட்டி பதறிப்போய் சைக்கிளைப் போட்டு விட்டு ஓடிப் போய் அவர்களைத் தூக்கினான். அசரியா எழுந்து அவிழ்ந்த சாரத்தை சரியாகக் கட்டிக்கொண்டான். கையில் இருந்த சிராய்ப்பில் எச்சில் வைத்து மண் தூவினான்.

பாதாளமுனி மெதுவாய் எழுந்து முட்டி ரத்தம் துடைத்து "எளவுள்ள கண்ணு பொடதிலயா இருக்கு" என்று கத்தினான்.

செல்லக்குட்டி "எலே குறுக்குரோட்ல வாரே பெல் அடிக்க

மாட்டியேோ" என்றான்.

மைக்கேல் ஊர் பெரிய தலையின் மகன். அந்த தோரணையில் விழாமல் சமாளித்த கெக்கரிப்பில் எழுந்தவன் "போவியா அடி ஒன்னும் படலலா பொறவு என்ன?" என்று சொன்ன நொடியில் சொடேர் என விழுந்தது காதோடு ஒரு அறை. எதிர்பாராத அறையில் சரிந்து விழுந்தான் மைக்கேல்.

அசரியா முறைத்துக்கொண்டு நின்றான்.

"நீ பெரிய மயிரால உன் அப்பன் வீட்டு ரோடால" என்றபடி மைக்கேலின் சட்டையைக் கொத்தாகப் பிடித்துத் தூக்கினான்.

செல்லக்குட்டி சற்றுக் கலவரமாகி "அசரியா விடுல வேண்டாம்ல வெவகாரம். ரேஸுக்குப் போவோம்" என்று தடுத்தான்.

மைக்கேல் மேல் அசரியா கை வைப்பான் என்று முனியும் எதிர்ப்பார்க்கவில்லை. இயல்பிலேயே பிற்படுத்தபட்ட மனநிலையில் வளர்ந்த செல்லக்குட்டியால் ஓங்கிப் பேச முடியவில்லை.

மைக்கேல் கர்ஜித்தான் "என்னையால அடிச்ச உன்ன என்ன செய்யுதேன் பாரு"

"ஆமா நீ செஞ்சு கிழிச்சே.. அறை வாங்கிச் செத்துறாதல ஓடிரு" என்றான் அசரியா.

"மைக்கேலு விடுடே நீ வீட்டுக்குப் போ" என்றான் செல்லக்குட்டி..

"நாயே நீ சொல்லி நாங் கேட்கனுமா.. என் சொக்காரன் கூட நீ சேர்ந்து சுத்துனா நீ எனக்கு புத்தி சொல்வியா.. பொத்திக்கிட்டு போலே.." மைக்கேல் சொல்லி முடிப்பதற்குள் பொடதியோடு அடுத்த அடியை இறக்கிய அசரியா, பாய்ந்து பிடிக்க வந்த முனியைத் தள்ளிவிட்டான்.

தடுமாறி எழுந்த பாதாளமுனி "எதுக்குல என்ன தள்ளிவுட்டே... கிளம்பு ரேஸுக்கு நேரமாச்சு" என்று சைக்கிளில் ஏறி பெடலை மிதிக்க ஆரம்பித்தான்.

செல்லக்குட்டி ஏறு என்று சமிக்கை செய்து பெடலை மிதித்தான். மைக்கேல் சைக்கிளை ஒரு எத்து எத்திவிட்டு ஓடிச் சென்று செல்லக்குட்டியின் பின்னால் ஏறினான் அசரியா.

"ஏம்ல சடார்னு கை நீட்றே. உங்க ஐயா ஊர் சண்டைய இழுக்கோமுன்னுட்டு எங்கள ஏசுவாரு மவன் சீரு தெரியாம. இப்படியால கோவப்படுவ" என்றான் முனி.

கோபம் அடங்காமல் கைச்சட்டையை ஏற்றி சுருட்டி விட்டு தாடியை நீவிக்கொண்டான் அசரியா. "எங்கம்ம சண்ட போடக் கூடாதுனு சிலுவய கழுத்துல கட்டி வுட்டுச்சுல. சை! கை நீட்ட கூடாதுனுதான் இருந்தேன்" என்றான் அசரியா.

"சரி விடுல. அவன் எகத்தாளமாப் பேசாட்டா நீ அடிச்சிருக்க மாட்டே. அவனுக்கு இன்னைக்கு உன் கையால பூசையாவனும்னு இருந்திருக்கு போல.. அவனும் ரேசுக்குத் தான் வருவான்..நீ கொஞ்சம் அடக்கி வாசில. வம்பு வேண்டாம்" என்றான் செல்லக்குட்டி. மாநிறத்திலிருக்கும் அசரியா முகம் இன்னமும் கோபத்தில் சிவந்தே கிடந்தது.

தேரியைச் சென்றடைந்த போது புழுதி பறக்க ரவுண்ட்ரேஸ் போட்டிகள் நடந்துகொண்டிருந்தன. மூவரும் அந்தப் புழுதிக்குள் ஐக்கியமானார்கள். மைக்கேல் அவர்களைத் தன் சேக்காளிகளிடம் காண்பித்ததை அறியாமல்.

"என்னபள சொல்லுத செல்லக்குட்டியையா?" ஆச்சர்யத்துடன் கேட்டாள் கனகாம்பரம். ஆம் என்பதுபோல தலையசைத்தாள் தங்கராணி.

தங்கராணிக்கு களையான முகம். சிறு நெற்றி. காந்தக் கண்கள். பெண் கேட்டு வந்தவர்களை எல்லாம் பிடிக்கல என்று ஒற்றைச் சொல்லில் ஒதுக்கினாள். கனகாம்பரத்திற்கு செல்லக்குட்டி மீது கொண்ட காதலால் தான் வேண்டாம் என்றாளோ என்று தோன்றியது இப்போது.

"மொதல்ல எனக்கொண்ணும் தோணல புள்ள. அன்னிக்கு நம்ம முத்தண்ணன் வீட்டுக்குப் படம் பார்க்க போயிருந்தேன்... அவனும் வந்திருந்தான். ராவுக்கு வீட்டுக்கு வந்து படுத்தா அவன் நெனப்புதான் ஓடுது. ஒருத்தன பிடிக்க ஏதாவது காரணம் வேணுமா புள்ள..." என்று நடுவில் கிளிப் போட்டு விரித்துப் போட்ட கூந்தலை அலைந்தவாறே மையிட்ட கண்கள் படபடக்கக் கேட்டுவிட்டு மௌனித்தாள் தங்கராணி.

"புடிக்கக் காரணம்லாம் வேணாம்.ஆனா அவன் காலேஜ் போய் படிச்சவன், ஹீரோ கணக்கா அம்சமா இருக்கான்.அதானே பிடிச்சு போச்சு உனக்கு? ஒங்கண்ணனுக்குத் தெரிஞ்சா மொத அடி ஒம் பொடனிலதான் விழும். ஒங்கூட சேக்காளியா இருக்கற எனக்கு ரெண்டாவது அடி விழும்லா... அதான் பயமாயிருக்கு" என்றாள் கனகாம்பரம்.

"எங்க அண்ணனுக்கு ஏந்தான் எல்லோரும் பயப்படுதியளோ... ஓந்தான உடும்புன்னு நெனச்சுக்கிட்டு வளவுதாண்டிக் குதிச்ச வீரனவன். எனக்கொண்ணும் அவனப்பார்த்தா பயமெல்லாம் இல்ல..." தீர்க்கப்பார்வையுடன் தங்கராணி சொல்வதைச் சற்று பயம் கலந்த கவலையுடன் கேட்டுக்கொண்டிருந்தாள் கனகாம்பரம்.

"அவன் அழகன் தான் இல்லனு இல்ல. என்னமோ அவனப் பார்த்தா எனக்குப் பார்த்துக்கிட்டே இருக்கலாம் போல இருக்குபள. என்ன அழகா தெத்துப்பல் தெரிய சிரிக்கான். அவன் வளத்திக்கு நம்மூர்ல மேட்சா எவளும் இல்ல. சாரத்த மடிச்சுக் கட்டிட்டு அவன் நடக்கும் போது நீ பார்க்கனுமே."

"யாத்தே இம்புட்டு வெவரமா நான் பார்க்கலளா.. உன் மனசுல ரொம்ப நாளா குடியிருக்கான் போல. நீ மட்டும் வளத்தியோ அவனுக்கு ஜோடியா போக? உனக்கு ரொம்ப தெகிரியம்ளா" என்றாள் கனகு.

தங்கராணிக்கு தைரியம் அதிகம் தான். ஒருமுறை வீட்டிற்குள் சாரைப்பாம்பு புகுந்துவிட்டது. தங்கவேலு தெறித்து ஓடி சப்தமிட்டு ஊரையே கூட்டியபோதும், நார்கட்டிலில் உட்கார்ந்து தலை சீவிக்கொண்டிருந்த தங்கராணி மெதுவாய்த்தான் வெளியே வந்தாள்.

“ஏ அறிவுகெட்ட மூதி... பாம்பு உள்ள புகுந்துடுச்சின்னு நாங்க துடிச்சிகிட்டு கெடக்கம். ஒனக்கு இப்பதான் சீவி சிங்காரிக்கத் தோணுதோ?” சத்தம் போட்டுக்கொண்டு இவளை நோக்கி வந்த அண்ணன் தங்கவேலுவைப் பார்வையால் அடக்கினாள்.

தங்கராணி முடிவு செய்துவிட்டால் அவளது முடிவை மாற்றிவிட அவளால் மட்டுமே முடியும். ஆனால் இந்தக் காதல் விவகாரம் வேறு பிரச்சினையைக் கிளறிவிடும் என்பதுதான் அவளது யோசனையாக இருந்தது.

முதலில் செல்லக்குட்டிக்கும் தன்னைப் பிடித்திருக்கிறதா என்பது தெரியவேண்டும். மற்ற பிரச்சினைகளைப் பின்னால் பார்த்துக்கொள்ளலாம் என நினைத்துக்கொண்டு நாளை செல்லக்குட்டியிடம் பேசிவிடுவது என முடிவெடுத்தாள்.

‘டியூப் லைட்’ சத்தமாக ஒரு பெண்குரல் இப்படிச் சொன்னதைக் கேட்டதும் வேகமாய் மெயின் ரோட்டிற்கு நடந்துகொண்டிருந்த செல்லக்குட்டி நின்று, குரல் வந்த திசை நோக்கிப் பார்த்தான். அது தங்கராணியின் வீட்டு வாசல். கையில் சாணி வாளியுடன் வாசல் தெளித்துக்கொண்டிருந்தாள் தங்கராணி.

இவள் யாரை டியூப் லைட் என்கிறாள் என்று யோசித்தபடி அந்தத் தெருவில் அங்குமிங்கும் பார்த்தான். அவனைத் தவிர வேறு யாருமில்லை. விடுவிடுவென்று அவளருகே சென்றவன், “ஏ புள்ள என்ன நெனைச்சுகிட்டு கிடக்க... நீ யார்ளா என்னை டியூப் லைட்டுங்க...” அவளுக்கு சிரிப்பு வந்துவிட்டது. “பாக்கேன்னு தெரியுதுல்லா... வந்து பேசமாட்டியராக்கும்” சொல்லிவிட்டு வீட்டிற்குள் ஓடிப்போனவளை சிலையாக நின்று பார்த்தவன், பின் சுதாரித்து மெயின் ரோட்டிற்குச் சென்றான்.

அவனுக்காகக் காத்திருந்த அசரியாவின் சைக்கிள் கேரியரில் ஏறியபடி, “வெரசா போல, ஒங்கிட்ட ஒண்ணு சொல்லணும்” என்றான்.

"நானும் ஒங்கிட்ட ஒண்ணு சொல்லணும்ல... எந்தங்கச்சிகிட்ட அவ பேர ஒருவழியா கேட்டு வாங்கிப்புட்டன். பேரு எலிசபத்து ராணி இல்லல... தங்கராணியாம்லா" சொல்லிவிட்டு சிரித்தவனின் முதுகில் ஒரு போடு போட்டான் செல்லக்குட்டி.

"ராணின்னு பேரு சரியாத்தாம்ல வச்சிருக்காவ... ஏம்ல வந்து பேசலன்னு எங்கிட்டயே தகிரியமா கேட்கால்லா... ஆமா என்னையப் புடிக்க என்ன காரணமா இருக்கும்னு நீ நெனைக்க?" ஆர்வத்துடன் செல்லக்குட்டி கேட்க, மீண்டும் சிரித்தபடி, "அது வேற ஒண்ணும் இல்லல... போன வாரம் தூத்துக்குடி சார்லஸ் தியேட்டர்ல பாதாள முனியும் நானும் ஒரு புதுப்படம் பார்த்தோம் பார்த்துக்க, விஜயகாந்த் நடிச்சது, அதுல மன்சூர் அலிகான்னு ஒரு புது வில்லன் வாராம்ல... பன மரத்துக்கு பாதி மரம்லா வளர்ந்து நிக்கான். ஆனா மண்டய பார்த்தின்னா ஒன் மண்ட மாதிரி பரட்டைத்தலையா இருந்துச்சு. இப்ப உள்ள புள்ளைக்கெலாம் பரட்டை மண்டைதான் பிடிக்கும்போல... அதான் மவராணிக்கு ஒன்னப் பிடிச்சிருக்கல" சைக்கிளை வேகமாய் மிதித்தபடி நக்கலடித்தான் அசரியா.

"எம் மண்டைக்கு என்னல கொறச்ச? என்ன யளவோ தெரியல... எனக்கும் அவளப் பிடிச்சுபோச்சு. ஆமா இவ எங்கல இத்தன நாளா இருந்தா நம்ம கண்ணுல தட்டுப்படவே இல்லல்லா..."

"நீ தென்ன மட்டையும் ரப்பர் பந்தும் ரவுண்ட் ரேஸுன்னும் அலைஞ்சா எவம்லே தட்டுப்படுவா? நம்ம பாதாள முனியப் பாரு, பத்தாப்பு படிக்கும் போதே மத்தாப்பு மாதிரில்லா ஒரு புள்ளய பிடிச்சுபுட்டான். ஆனா அவன் நேரம் அந்தக் கிறுக்கி மருந்தக் குடிச்சிட்டு மண்டையப் போட்டுட்டா. ஏஞ்செத்தான்னு யாருக்கும் தெரியல. அப்பன்காரன்குடிச்சிபுட்டு ஆத்தாக்காரிய அடிக்கிறது புடிக்காம செத்துட்டானு ஊருக்குள்ள பேச்சு. ஆனா நம்புத மாரியா இருக்கி? சரி... அந்தப் புள்ளயோட பாதாள முனி நிறுத்துனானா? காலேஜ் ஃபர்ஸ்ட் இயர்ல ஒரு மலையாளத்திய புடுச்சாம்லா... நீதானல குரங்குவேல பார்த்து லெட்டர்லாம் கொண்டு போன... அந்தப் பய நம்ம நடிகர் பிரபு மாதிரி களையா தான்ல இருக்கான்.. அதான் எல்லாரும் விழுந்திருதாளுவோ.. ஆனா நீ இப்பதாம்ல வயசுக்கே வந்துருக்க... மவராணியக் கட்டிக்கிட்டு மகராசனா வாழுலே" மூச்சுவிடாமல் பேசிய அசரியாவை சைக்கிளை நிறுத்தச்

சொல்லிவிட்டு கீழே குதித்தான் செல்லக்குட்டி.

"பெரிய ஆளுவ மாரி பேசுவியளே... பாதாள முனி மாரியெல்லாம் எனக்கு வராதுலே. ஆனா அதுக்காக இப்பதான் வயசுக்கு வந்தியான்னு கேட்டன்னு வையி... செவுள்ளயா ஒண்ணு வச்சுப்புடுவேன். சரி வண்டிய விட்டுட்டு வா. சாந்தா ஹோட்டல்ல பரோட்டா தின்னுக்கிட்டே பேசுவம். வயிறு பசிக்கில்லா" சாரத்தை மடித்துக் கட்டிக்கொண்டு ஹோட்டலுக்குள் நுழைந்தார்கள் இருவரும்.

டைப்ரைட்டிங் வகுப்பிலிருந்து சைக்கிளை உருட்டிக் கொண்டு வந்தார்கள் தங்கராணியும் கனகாம்பரமும்.

சட்டென எதிரிலிருந்த வேப்ப மரத்தடியில் செல்லக்குட்டியைக் கண்டு விதிர்விதிர்த்துப் போனாள். "ஏளா அங்க பாரு. சட்டுனு திரும்பிப்புடாத மெதுவாப் பாரு அவன் அங்க நிக்கான் சேக்காளிகளோட"

"ஆங் பாத்துட்டேன் பாத்துட்டேன். பாரேன் அல்லிராணிய கைப்பிடிக்க வேப்ப மரத்தடில தவங்கிடக்கறத" செல்லக்குட்டி தன்னை நோக்கி வருவதைக் கண்டு கனகாம்பரத்திடம் கிசுகிசுத்தாள்.

"கூடவே நில்லு ப்ள"

"ஓ காலைல வம்பிழுத்தியே அந்த தெகிரியம் இப்போ இல்லையோ?" என்றாள் கனகாம்பரம்.

பார்க்காததைப் போலக் கடக்க எத்தனித்த தங்கராணி சைக்கிளைப் பிடித்தான் செல்லக்குட்டி. "பேச வாரேன்னு தெரிஞ்சும் நீ பாட்டுக்குப் போற? இந்தா புள்ள நீ போய்ட்டு இரு உன் சேக்காளி வருவா" என்றான் கனகை நோக்கி.

அவள் திருதிருவென விழித்தபடி

"நான் மெதுவா நடக்கேன் நீ சட்டுனு வா. தெருமுனை

திரும்பிட்டா ஆளா நிப்பாவ பாத்துக்க" என்று சொல்லிவிட்டு நடக்க ஆரம்பித்தாள்.

"என்ன? சைக்கிள விடுங்க" என்றாள் தங்கராணி.

"விட்டா அப்படியே போய்டுவியே" என்று மெல்லிய புன்னகையோடு அவள் கண்களை ஊடுருவினான்.

அந்த ஒரு நொடியில் ஜிவ்வென்று என்னமோ நெஞ்சமெல்லாம் குளிர்ந்து வயிற்றுக்குள் அமிலம் சுரப்பதாய் உணர்ந்தாள்.

"நான் போறேன் யாராது பார்த்துருவாங்க"

"அப்போ யாரும் பார்க்கலன்னா பேசுவியோ?"

"சரி நாளைக்கு தேரி ஒத்தப்பனைக்கிட்டக்க காத்துக்கிட்டு இருப்பேன். நீ வரே" என்றான்.

விடுவிடுவென்று சைக்கிளை உருட்டியவாறு "நான் மாட்டேன்" என்று விரசாக நடக்கத் தொடங்கினாள்.

அவளைப் பார்த்துக்கொண்டே பின்நோக்கி நகர்ந்தவன். "வர்ரே வர்ரே நான் நிப்பேன் அங்கயே நீ வார வரைக்கும்" என்றுபடி நண்பர்களை நோக்கி நடந்தான்.

இரவு முழுவதும் செல்லக்குட்டி பேசியதையே அசைப்போட்டு உறங்காமல் புரண்டு கொண்டிருந்தாள் தங்கராணி. நாளை போக வேண்டாம் இல்லை போகலாம் எனக்கும் தானே பிடிச்சிருக்கு. நாந்தானே தூண்டிவிட்டேன். இப்போ ஏன் பயமா இருக்கு.

சே பயமில்ல. இது தான் வெட்கம் போல என்று தனக்குத்தானே சிரித்துக்கொண்டாள். வராண்டவை அடுத்த உள் அறையில் இவள் கட்டிலிலும் அம்மை தரையில் பாயிலும் படுத்திருந்தார்கள். சத்தமாய் சிரித்தாளோ என்னமோ அம்மை விழித்துக்கொண்டாள். உறங்குவதாய் பாவனை செய்தாள். அம்மை போர்வையை சரியாய்ப் போர்த்தி விட்டு பின்கட்டுக்குச் சென்றாள். அம்மைக்கு எம்புட்டுப் பிரியம் எம்மேல. சம்மதிப்பாவளா. இல்ல நான் ஓடிப்போயிக் கட்டணுமா என்று யோசித்தாள்.

இன்னும் முழுசா ஒரு வார்த்தை பேசல அதுக்குள்ள பைத்தியக்காரத்தனமா யோசிக்கோமே என்று சிரித்துக்கொண்டாள்.

மறுநாள் கனகின் வீட்டு வாசலில் நின்று கூப்பிட்டாள் தங்கராணி. 'உள்ள வா பள" என்றாள் கனகு. "நீ வெளிய வாளா" என்றாள் தங்கராணி.

கனகுக்குப் புரிந்தது துணைக்குக் கூப்பிடுகிறாள் என்று. பேசிக்கொண்டே தேரி வரை வந்தவள் "வாபுள்ள திரும்பிருவோம்" என்றாள். "கோட்டியா உனக்கு இம்புட்டுக் காடு வந்துட்டு போவோம்ங்க. வா போயி அவன் நிசமாவே நிக்கானான்னு பாத்துட்டு வருவோம்" என்றாள் கனகு.

"வேண்டாம்னு சொல்லுதேன்ல. நான் போறேன் போ. நீ வேனா போய்ப் பாரு" என்று திரும்பியவள் சிரித்துக்கொண்டே பின்னால் நின்ற செல்லக்குட்டியைப் பார்த்து அதிர்ந்து நின்றாள்.

"ஆமா எனக்கு அவசியம் பாரு உன் ஆளு நிக்கானானு வேவு பாக்க" என்று திரும்பிய கனகும் செல்லக்குட்டியைப் பார்த்த போது நாக்கைக் கடித்துக் கொண்டாள்.

"அங்க காத்திருப்பேன்னு சொல்லிப்புட்டு எங்க பின்னாடி வாரியளே" என்றாள் கனகு.

"பின்ன என் ஆளு பத்திரமா வரனும்லா அதான் பாதுகாப்புக்கு வரனுமுன்னுட்டு ஆலமரத்தடில காத்துக்கிடந்தேன்" என்றான்.

அய்யோ முடி ஒதுக்கி, முன்முடி இழுத்து விட்டு, உதட்டை ஈரப்படுத்தி தாவணி சரி செய்தது எல்லாம் பார்த்திருப்பானே என்று நினைக்கையில் வெட்கம் பிடுங்கித் தின்றது தங்கராணியை.

போங்க நீங்க ரொம்ப மோசம் என்று வெட்கி சிரித்து ஓட ஆரம்பித்தாள்.

நில்லுபுள்ள.. உனக்கு மோசம் பண்ண மாட்டேன் என்று அந்தத் தேரிக்குள் அவளைப் பிடிக்க ஓடினான் செல்லக்குட்டி.

பயவுள்ள இங்கிட்டு ஓடாம அங்கால ஓடுது பாரு. வரட்டும் என்று

அருகிலிருக்கும் சிறு குன்றில் அமர்ந்தாள் கனகு.

அன்றிலிருந்து முளைவிட்டது அந்த இளம் ஜோடிகள் ஒன்றாய் விதைத்த நேசவிதை. அடிக்கடி சந்தித்துக்கொண்டார்கள். இவர்களது சந்திப்பு தெரியவந்தபோது தேரியிலிருந்து வீட்டிற்கு சைக்கிளில் போய்க்கொண்டிருந்த செல்லக்குட்டியை மறித்து சட்டையைப் பிடித்தான் தங்கவேலு. இருவரும் கட்டிப்புரண்டார்கள். மைக்கேலுக்காக அடிப்பதாய் நினைத்து செல்லக்குட்டியும் ரெண்டு இழுத்தான். “செறுக்கியுள்ளா வந்தேறி நாயிக்கு எங்கூட்டு பொண்ணு கேக்கா” என்று அவன் அலறிய போது அடங்கிப்போனான் செல்லக்குட்டி.

2: செவ்வந்தி

ஊரிலிருந்து தேரி செல்லும் வழியில் பெரியதாய் ஓர் ஆலமரம். அதனை ஒட்டிய குடிசையில்தான் பிறந்து வளர்ந்தாள் செவ்வந்தி. அவளது அப்பா வீட்டருகே சிறிய டீக்கடை வைத்திருந்தார். கண்ணாடிக்காரரர் கடை என்றால் பக்கத்து ஊரிலும் பிரபலம்.

கண்ணாடிக்காரருக்கு மூன்று பிள்ளைகள். முதலாவது பிறந்தது அதிவீரன். இரண்டாவது தங்கபுஷ்பம். கடைக்குட்டிதான் செவ்வந்தி. அதிவீரனுக்கும் செவ்வந்திக்கும் பத்து வயது வித்தியாசம். தங்கபுஷ்பம் செவ்வந்தியைவிட மூன்று வயது பெரியவள். கண்ணாடிக்காரரின் மனைவி கனியம்மாள்தான் பிள்ளைகளை வளர்த்து ஆளாக்கினாள். கண்ணாடிக்காரருக்கு டீக்கடையை நடத்துவதிலும் சாதிப் பெருமை பேசித் திரிவதிலுமே நேரம் சரியாக இருந்தது. அதிவீரனுக்கு ஏழாம் வகுப்புக்கு மேல் படிப்பு ஏறவில்லை என்பதால் திருநெல்வேலியில் தன் சொந்தக்காரரரின் மளிகைக்கடையில் கடைப்பையனாக வேலைக்குச் சேர்த்துவிட்டார் கண்ணாடிக்காரரர். எட்டு வருடங்கள் அந்தக் கடையில் வேலை பார்த்தவன் தொழிலைக் கற்றதும் சொந்தமாக ஒரு மளிகைக்கடையை பாளையங்கோட்டையில் ஆரம்பித்தான்.

தங்கபுஷ்பத்திற்கு திருச்செந்தூரில் மாப்பிள்ளை பார்த்து மணம்

முடித்துக்கொடுத்தார்கள். அதிவீரனுக்கு அடுத்த வருடமே திருமணமாகியது. அவன் தன் மனைவி செல்வியுடன் பாளையில் கடையருகே வாடகைக்கு வீடு பிடித்து வசித்து வந்தான். திருமணமாகி இரண்டு வருடம் ஆனபின்னும் குழந்தை இல்லாததால் செல்வி வாடத்துவங்கியிருந்தாள். ஒவ்வொரு முறை ஊருக்கு வரும்பொழுதும் எப்போது குழந்தை என்கிற கேள்வியால் அவளை மனம் குலையச் செய்திருந்தனர் அதிவீரனின் பெற்றோர். இனிமேல் குழந்தை பிறக்கும் வரை உங்கள் வீட்டிற்கு வர மாட்டேன் என்று பிடிவாதமாக பாளையங்கோட்டையிலேயே இருந்து கொண்டாள் செல்வி.

செவ்வந்தி பள்ளிக்கூடம் விட்டு வந்தவுடன் பக்கத்து வீட்டுத் தோழி பேச்சியுடன் தேரிக்குச் சென்றுவிடுவது வழக்கம். வெற்றுக்காலுடன் தேரிக்குள் இறங்கிவிடுவார்கள் இருவரும்.

சுட்டெரிக்கும் வெயிலின் வெம்மை தாளாத சமயங்களில் அங்கிருக்கும் முந்திரி மர நிழலில் ஒதுங்கி ஓய்வெடுப்பார்கள். பின், மீண்டும் தேரியின் மையப்பகுதி நோக்கி நடப்பார்கள். அங்கே பக்கத்து ஊர்களிலிருந்து ஏராளமான பதின்ம வயதினர் ஒன்றுகூடி விளையாடுவார்கள். பொழுது சாயும் வரை வேர்வையும் வெக்கையுமாய் விளையாடி முடித்த பின் அங்கிருந்து அவரவர் ஊருக்குத் திரும்புவார்கள்.

வீட்டிற்கு வரும் வழியெங்கும் அன்றைய விளையாட்டைப் பற்றிய பேச்சாகவே இருக்கும்.

“ஏளா... நீ என்ன இந்த ஓட்டம் ஓடுத... இப்படி ஓடாத புள்ள அப்புறம் சீக்கிரம் பூத்துருவ. ஒங்கப்பனாத்தாவுக்கு சடங்கு வெய்க்க ஒங்க கடையத்தான் விக்கணும்...” பேச்சி கிண்டலடித்தாள்.

“ஆமா அவிய அப்பபடியே சடங்கு வெச்சிட்டாலும்... எங்க அக்கா வயசுக்கு வந்து ரெண்டு வருசம் கழிச்சில்லா வச்சாவ. அதுக்கு வெக்காமலே இருந்திருக்கிலாம்லா...” சலித்துக்கொண்டாள் செவ்வந்தி.

“ஒனக்கு கோடித்துணி கிடைக்க தாமசமானதால சலிச்சுக்கிற...” சொல்லிவிட்டு சிரித்தபடி நடந்தாள் பேச்சி.

செவ்வந்தி தன் பதினைந்தாவது வயதில் மலர்ந்தாள். கண்ணாடிக்காரர் சடங்கிற்கு வந்தவர்கள் வியக்கும்படி சிறப்பாக சடங்கை நடத்தினார். சடங்கிற்கு வாழை மரம் கட்டுவதற்கும் பந்தல் போடுவதற்கும் வந்திருந்த பந்தல்காரரிடம் எடுபிடியாக உடன் வந்தவனை எல்லோரும் மெச்சிக்கொண்டிருந்தார்கள்.

"பய யாரு சுறுசுறுன்னு தேனீயால்ல சோலி பாக்கான்" என்று கண்ணாடிக்காரரே பாராட்டிக்கொண்டிருந்தார். இது செவ்வந்தியின் செவிகளிலும் விழுந்தது. அவனைப் பார்க்க விரும்பினாள். ஆனால் வீட்டின் பின்புறம் அவளுக்கென ஒதுக்கப்பட்டிருந்த இடத்தைவிட்டு வெளியே வர இயலவில்லை. அவளுடன் பல்லாங்குழி ஆடிக்கொண்டிருந்த பேச்சியும் அவனைப் பற்றித்தான் பேசிக்கொண்டிருந்தாள்.

"போனவாரம் ஒரு புதுப்படம் வந்துச்சே காதலிக்க நேரமில்லைன்னு... அதுல வர்ற ஹீரோ ரவிச்சந்திரன் மாதிரில்லா இருக்கான்... ஆளு பார்க்க ஈரப்பன கணக்கா கறுப்பாத்தான் இருக்கான். ஆனா களையா இருக்காம்லா... சிரிச்சான்னா முத்தா ஜொலிக்கும் பாத்துக்க அவன் பல்லு. ஏ ஒத்த ஆளா சூறாவளியால்லா வேல செய்யுதான்" அவள் சொல்லச் சொல்ல செவ்வந்திக்கு அவனை எப்படியாவது பார்த்துவிட வேண்டுமெனத் தோன்றியது.

"இவ்வளவு சொல்லுத நான் இன்னும் பாக்கல" என்று வருத்தமாய்க் கூறினாள்.

"பூத்து முழுசா ஒரு நாள் ஆவல... அதுக்குள்ள ஆள பாக்கனுமோ, அடி செருப்பால" செல்லமாய்க் கோபித்தாள் பேச்சி.

"நீ குத்தவைக்கறத்துக்கு முன்னயே" என இழுத்து சிரித்த செவ்வந்தியை இடைமறித்து, "சரி சரி எதுக்கு பழசக்கிளறுத? ஒனக்கென்ன அவனப் பாக்கணும். இரி இப்ப வாரேன்" எனச் சொல்லிவிட்டு இவர்கள் இருந்த அறையின் கதவை நோக்கிச் சென்றாள்.

கதவை முழுவதுமாகத் திறந்துவிடாமல் அதேசமயம் உள்ளிருந்து பார்த்தால் வெளியே நடமாடுபவர்களின் முகம் தெரியும் அளவிற்குத் திறந்து வைத்துவிட்டு செவ்வந்தியிடம், "யோளா... அவன

இங்க அனுப்புதேன் ஏதாவது வேல சொல்லி... ஒரு நிமிசந்தான் சட்டுன்னு பார்த்துரு. அப்புறம் அவிய பாக்கறதுக்குள்ள போ-யிட்டாவ நான் கதவத்தான பாத்தேன்னு சொன்னேன்னு வைய்யி... வெளக்கமாத்தாலேயே நாலு சாத்து சாத்திப்புடுவேன் ஆமா" எனத் தீர்க்கமாக சொன்னவளைப் பார்த்து சரியென்று தலையை வேகமாக ஆட்டினாள் செவ்வந்தி. அந்தச் சிறிய கதவிடுக்கின் வழியே நுழைகின்ற வெளிச்சத்தைக் கூர்ந்து பார்த்துக் கொண்டே காத்திருந்தாள் செவ்வந்தி. வெளிச்சத்தைப் பெரியதாக்கி உள்ளே ஒரு அசுரனைப்போல திடுமென நுழைந்தான் அவன். கையில் தட்டும் உணவுமாய் வந்தவன் செவ்வந்தியைப் பார்த்து விக்கித்து நின்றான். அவளோ கண் இமைக்காது அவனைப் பார்த்துக் கொண்டே நின்றாள். தனக்காகவே வந்த ராஜகுமாரன் என்பதைப்போல இருந்தது அவள் பார்வை.

"அய்யோ தெரியாம வந்துட்டேங்க. இங்க ஒருத்தவங்களுக்கு சாப்பாடு கொண்டி கொடுக்க சொன்னாவ. நான் உள்ள இருப்பாவளோனுட்டு வந்துட்டேன். மன்னிச்சிக்கிடுங்க" தலையைக் குனிந்துகொண்டே சொன்னான்.

"இல்ல இல்ல சரியாத்தான் வந்திருக்கீங்க" என்று கை நீட்டி தட்டை வாங்கிக் கொண்டாள் செவ்வந்தி. அவனுடன் தன் வாழ்வு சந்தோஷமாய் அமைய எல்லா அம்மனையும் வேண்டினாள்.

தட்டைக் கொடுத்து விட்டுக் கதவருகே நின்று திரும்பி ஒரு பார்வை பார்த்து விட்டுப் போனான் சந்தோசம்.

பெயரைப் போலவே எப்போதும் சந்தோசமாகத் திரிபவன் சந்தோசராஜ். சந்தோசத்தின் மார்பில் தலைசாய்த்து உட்கார்ந்திருந்தாள் செவ்வந்தி. பகுதி நேரமாய் எல்லா வேலைகளையும் தட்டாமல் செய்பவன் ஆனால் முழுதுமாய் வேலை பார்ப்பது நிலக்கடலைத் தோட்டத்தில் தான். மோட்டார் அறையின் பின்புறம்தான் இருவரும் சந்திக்குமிடம். தென்னை மரங்களும் பாக்கு மரங்களும் அதிகம். தோட்டத்தின்

உரிமையாளர் வீடும் உள்ளேதான் இருந்தது. உரிமையாளர் வெளியூர் செல்லும்போதெல்லாம் செவ்வந்தியும் சந்தோசமும் சந்தித்துக்கொள்வார்கள்.

“ஏ புள்ள... நானும் ரொம்ப நாளா கேட்கணும்னு நெனக்கறது ஆனா மறந்துபுடுவேன்... இன்னிக்குக் கேட்கறேன். நான் வேற சாதின்னு ஒனக்கு எப்போ தெரியும்?” அவள் தலையை வருடிக்கொண்டே கேட்டான் சந்தோசம்.

“ஒங்கூட பழக ஆரம்பிச்சி ரெண்டு மாசங்கழிச்சுத்தான் பேச்சி சொன்னா... நீ வேற சாதி இது வேண்டாம்புள்ளன்னா. எங்கப்பாகிட்ட சொல்லிடுவேன்னுகூட மிரட்டினா... அவ மெரட்டுவா ஆனா சொல்லமாட்டானு தெரியும். கட்டுனா சந்தோசத்ததான் கட்டுவேன்னு அவகிட்ட சொல்லிப்புட்டேன்லா” சொல்லிவிட்டு அவனது விரல் கோர்த்துக்கொண்டு தொடர்ந்தாள்.

“நெசமா நீ என்ன கட்டிக்குவியா.. உங்க ஐயா கொடுப்பாரா எனக்கு?”

“அவர் என்ன கொடுக்கறது.. நான் உனக்கு தான்னு உனக்கு தெரியலயா.. “ என்றாள் விழி விரித்து.

“ம்ம்ம் அது தெரிஞ்சுதான எப்போ பாப்போம் எம் மகராணியன்னு ஏங்கிட்டுக் கெடந்தேன்” என்றபடி அவள் நெற்றியில் தன் நெற்றியால் முட்டினான். “சேரி வேற என்ன சொன்னா உன் பேச்சி?”

“ஒன்னையப் பார்த்துட்டு நீ பெரிய ஹீரோ கணக்கா இருக்கன்னு சொன்னா. எனக்குத்தான தெரியும் நீ ஹீரோவா இல்ல நடிகர் அசோகன் மாதிரி வில்லத்தனம் பண்றவனான்னு...” அவனைச் சீண்டிவிட்டு தோட்டத்திற்குள் ஓடினாள். அவனும் துரத்திக்கொண்டு ஓடினான்.

“வேல இல்லாத மாமியா கழுதைக்கு செரச்சாளாம்ங்கற மாரில்ல இருக்கு எங்கய்யா கத...” சலித்துக்கொண்டாள் பேச்சி.

பக்கத்து வீடு என்பதாலும் இருவரும் வெளிய இருக்கப் போகனும் என்றாலும் வாய்க்காலுக்கு ஒன்றாகவே போவார்கள் என்பதாலும் அத்தனை நெருக்கம். பேச்சி முக்காவாசி நேரம் இங்கேயே கிடந்தாள்.

"ஏம்ளா அப்படி என்னத்த செரச்சாவ" பாதரசம் தூர்ந்த முகம் பார்க்கும் கண்ணாடி முன் நின்று தன் முகத்தில் வெடித்திருக்கும் பருக்களைத் தடவியபடி கேட்டாள் செவ்வந்தி.

"நிதம் சுடுசுடுன்னு அம்மாவத் திட்டிக்கிட்டே கிடக்காரு எங்க ஐயா. அவிய போடுத சத்தம் பிடிக்காமதான் நானு ஒழுங்காப் படிக்காம ஃபெயிலானேன். ஒனக்குத் தெரியுமுல்லா படிக்க எவ்வளவு ஆசன்னு... சரி ஃபெயிலாயிட்டேனுட்டு வேலைக்கு அனுப்புனாவ... என்னைக்கு நாஞ்சம்பாதிக்க ஆரம்பிச்சேனோ அன்னைல இருந்து எங்க ஐயா ஒரு வேலைக்கும் போறதில்ல. பட்டைய அடிச்சுப்புட்டு வீட்டுத் திண்ணைல ஒட்காரந்துகிட்டு ஊர் வம்பு பேசுராவ, அதோட நிறுத்துனா பரவாயில்லையே... நேத்து எதுத்த வீட்டு முனியாண்டி அண்ணன் இருக்காவல்லா அவிய கூட ஒரே சண்ட... அவிய மம்முட்டி பிடிக்கிற ஆளு எங்கய்யா சூப்பிப்போட்ட மாங்கொட்ட கணக்கா இருந்துகிட்டு அவியட்ட போயி வம்பிழுக்கலாமா? ஒரு எத்து எத்துனா என்ன ஆவாரு... கொஞ்சங்கூட மண்டல மசாலா இல்ல புள்ள. வீட்டுக்கு போனாலே சைன்னு ஆயிடுதுல்லா..." படபடவென்று தன் சலிப்பைக் கொட்டினாள் பேச்சி.

"ச்சும்மா ஒக்காந்தா அப்படித்தான். பேசாம பழையகாயல்ல உப்பளத்துக்கோ இல்ல பேய்க்குளத்துல வாழக்கா தோட்டத்துக்கோ கூலிக்கு போவச்சொல்லு. அப்பத்தான் எதயும் செரைக்காம அவிய உண்டு அவிய சோலியுண்டுன்னு கெடப்பாவ..." தாவணியை சரிசெய்து கொண்டே பேசினாள் செவ்வந்தி.

"பட்டுகோட்டைக்கு வழிய கேட்டா நீ கொட்டடப்பாக்குக்குல்லா வழிய சொல்லுத கிறுக்கி... அவரு சோலிக்குப் போறதெல்லாம் கனவுல கூட இனி நடக்காதுளா... அதுச்செரி கடலத்தோட்டம் பக்கம் ஒங்காத்து ரெம்ப வீசுதுன்னு கேள்வி, பாத்துளா எவனாவது ஒங்கப்பன் காதுல ஓதிப்புட போறான். அவ்வளவுதான் நா சொல்லுவேன்..." பேச்சி, கடலைத்தோட்டம் என்றவுடன் முகம்

வாடிப்போனது செவ்வந்திக்கு. ஏதோ சொல்ல நினைத்தவள் எதுவும் சொல்லாமல் வளவுக்குள் பூத்திருக்கும் நந்தியாவட்டைப் பூக்களைப் பறிக்கச் சென்றாள்.

"ஏ கள்ளன்... கள்ளன் ஓடியாங்க ஓடியாங்க" எனப் பெரும் கூச்சல் அந்தச் சிறு கிராமத்தின் இரவெங்கும் ஒலித்தது. அடங்கி-யிருந்த கிராமம் சடாரென்று உயிர்பெற்றது. சத்தம் வந்த திசை நோக்கி ஓடத்துவங்கினர் கிராமத்தினர். தெருவில் படுத்துறங்கிய தெருநாய்கள் அரவம் கேட்டெழுந்து குரைத்தன.

"நம்ம புஷ்பகனியக்கா வீட்டிலிருந்துல்லா சத்தம் வருது... வாங்கல கள்ளப்பயல பிடிப்பம்" சத்தமிட்டுக்கொண்டே ஓடினர் இளவட்டங்கள்.

உறங்கிக்கொண்டிருந்த செவ்வந்தியை ஓடி வந்து தட்டி எழுப்பினாள் பேச்சி.

"யோளா செவிடங் காதுல ஊதுன சங்குமாரில்லா அப்படியே கெடக்க. வெரசா எழுந்திரிளா கள்ளன் புகுந்துட்டானாம்..." தூக்கக் கலக்கத்தில் எழுந்தவள் கள்ளன் என்றதும் சுதாரித்து எழுந்து பேச்சியுடன் ஓட்டமும் நடையுமாய் புஷ்பகனியின் வீட்டை நோக்கிச் சென்றாள்.

புஷ்பகனியின் வீட்டின் முன் பெரும் கூட்டம் கூடியிருந்தது. ஆளுக்கொரு பொருளுடன் கூடியிருந்தனர். புஷ்பகனியின் கணவன் வீட்டுத்திண்ணையில் அமர்ந்திருந்தான்.

புஷ்பகனிதான் சத்தமாகக் கத்தினாள். "திருட்டுக்களவாணிப்பய வளவுப்பக்கம் ஏதோ உருட்டுர சத்தம் கேக்குன்னு போனா நிக்கி ஒரு உருவம் யாத்தாடி பயந்துபோயி நான் போட்ட சத்தத்துல கிழக்காம ஓடிட்டான்..." அவள் காண்பித்த திசை நோக்கி விரைந்திருந்தனர் இளம் வயதினர்.

பேச்சியும் செவ்வந்தியும் இன்னும் சிலரும் புஷ்பகனியின் வீட்டு

வாசலில் நின்று திருடன் ஓடிய திசையைப் பார்த்துக்கொண்டிருந்தனர்.

“அவன் அம்புட்டுகிட்டா என்ன பண்ணுவாவ...” அப்பாவியாய் கேட்கும் செவ்வந்தியின் தோளில் ஒரு தட்டு தட்டியபடி பேசினாள் பேச்சி.

“என்ன செய்யிவாவளா... ஊரு சந்தையில ஆளு உயரத்துல ஒரு சுதந்திரக் கல்லு இருக்குல்லா... அதுல கட்டி வச்சி தோல உரிச்சிப்புட மாட்டாவ...”

“அப்படி போடு அருவாள, இந்தக் கள்ளப்பயலுவல தோல உரிச்சி உப்புக்கண்டம் போட்டாத்தாம்ளா சரிப்பட்டு வரும். போன வருசம் ஒரு பய அம்புட்டுகிட்டான்னு போலீஸ் டேசனுக்குக் கொண்டுபோயி விட்டாவ... அவன் நாலு நாள்ல வெளிய வந்து நாப்பது கோழிய கொண்டுபோயிட்டான்னு எம்புருசன் சொன்னாவ...” புஷ்பகனி கையில் ஒரு தடியுடன் வந்து பேச்சியின் பேச்சில் கலந்துகொண்டாள்.

பெண்கள் ஆளுக்கொரு கதை சொல்லிக்கொண்டிருந்த நேரத்தில் திருடனை விரட்டிச் சென்ற கும்பல் ஒருவனைக் கட்டி இழுத்துக்கொண்டு வந்தது.

சாரம் மட்டும் அணிந்திருந்தான். சட்டையைக் கிழித்து அடித்துப் பின்புறமாய் கைகளைக் கட்டியிருந்தனர். உடலெங்கும் சிராய்ப்புகளும், சதை பிய்ந்தும் ரத்தம் வழிந்துகொண்டிருந்தது. வழியும் குருதி உடலெங்கும் ஒட்டியிருக்கும் மண்ணை நனைத்திருந்தது. புரட்டி எடுத்திருக்கிறார்கள். கூட்டத்திலிருந்த ஒரு இளைஞன், “யக்கோவ் இந்தப் பயதான, இவந்தான் கிழக்காம தலதெறிக்க ஓடிக்கிட்டு இருந்தான். பிடிச்சு அடிக்கோம் ஒத்துக்கிட மாட்டைக்கான். மூஞ்சி கிழிஞ்ச பொறவுல்லா ஒத்துகிட்டான் களவாணி கழுத” வீராப்புடன் பேசிய இளைஞன் திருடனின் புட்டத்தில் ஓங்கி மிதித்தான்.

கீழே விழுந்தவனைப் புரட்டிப்போட்டார்கள்.

மங்கிய இரவில் புஷ்பகனி வீட்டின் முன்னிருக்கும் தெருவிளக்கின் வெளிச்சத்தில் அவனது முகத்தை உற்றுப் பார்த்த செவ்வந்தி

விக்கித்து பேச்சியின் கைகளை இறுகப் பற்றிக்கொண்டாள்.

3: வந்தேரி

தங்கவேலு வேகமாக சைக்கிளை மிதித்தான். உள்ளுக்குள் கோபம் கொந்தளித்துக்கொண்டிருந்தது. எதிர்க்காற்று பலமாக இருந்ததால் வேகமாக பெடலை மிதித்தும் சைக்கிள் தள்ளாடியபடியே முன் சென்றது. குளக்கரையோரமிருக்கும் வீட்டின் அருகே சைக்கிளை நிறுத்திவிட்டு வாசற்கதவைத் திறந்துகொண்டு உள்ளே நுழைய யத்தனிக்கும்போது சப்தமிட்டுக் குரைத்தபடி வந்தது பழுப்பு நிற நாயொன்று.

“யோல மிக்கேலு, இந்தச் சனியனுக்கு என்னைய எப்போதாம்ல அடையாளம் தெரியும். நாய வளக்கச்சொன்னா பேயல்லா வளக்குத...” நாயின் பின்னால் ஓடிவந்து மைக்கேல் நாயை இழுத்துக்கொண்டு அருகிலிருந்த வேப்ப மரத்தில் கட்டிவிட்டு வந்தான்.

“என்ன தங்கவேலு ரொம்பக் கோவமா வாரே.. ஏ ஒந்தங்கச்சி கத தெரிஞ்சதும் அந்தப் பயல சாய்ச்சிபுட்டு வருவன்னுதான் காத்திருக்கேன். அடிச்சி சாய்ச்சிட்டே இல்ல!”

“ஏம்ல எரியற தீயில எண்ணைய ஊத்துத? எங்க அம்மைகிட்ட அவ சங்க அறுக்கணுமேன்னு சொல்லுதேன்... போயி தூங்குல தொடநடுங்கின்னு சொல்லுதாவ... மிக்கேலு நான் என்ன

தொடநடுங்கிப் பயலால?''

"ஒங்கம்மைக்கு ஒன்னிய பத்தி என்னம்ல தெரியும்? வந்தேறி வீட்டுப் புள்ள ஒன்னிய காதலிச்சதுதான் தெரியுமா... இல்ல அவள காதலிக்கற மாதிரி நடிச்சுபுட்டு தேரிகாட்டுல வச்சி நீ பண்ண வேலையத்தான் தெரியுமா..." சொல்லிவிட்டு சத்தமாக சிரித்தான் மைக்கேல்.

"யோல நாம யாரு, அவிய யாருல? வந்தேறி நாய குளிப்பாட்டி நடுவூட்ல வெச்சாலும் அது நக்கி நக்கிதாம்ல திங்கும். அவள ஏம்ல இப்ப ஞாபகப்படுத்துத... நல்ல நொங்கா நாலு சீவி கொடு. தின்னுக்கிட்டே பேசுவம்'' சொல்லிவிட்டு வீட்டின் பின்புறமுள்ள கிணற்றின் அருகேயிருக்கும் துணி துவைக்கும் கல்லில் உட்கார்ந்தான் தங்கவேலு. மைக்கேல் ஒரு பெரிய சாக்குப்பையைத் தூக்கிவந்து கொட்டினான். அதனுள்ளிருந்த பனங்காய்களை எடுத்து அருவாளால் சீவி தங்கவேலுவிடம் கொடுத்தான்.

வலது கை பெருவிரலால் ஒவ்வொரு நுங்குக் கண்களாகக் குத்தி எடுத்து நான்கைந்து நுங்கைத் தின்று முடித்தான் தங்கவேலு.

"வக்காலி... நொங்குதாம்ல இந்த வெக்கைக்கு சொகமா தொண்டைக்குள்ள இறங்குது" என்றான் தங்கவேலு.

"நாளைக்குக் காலைலயே கள்ளு எறக்க தேரிக்குப் போறேன் நீயும் வா. அப்ப சொல்லு எது எப்படி இருக்குன்னு." சொல்லிவிட்டு வந்து தோளில் கைபோட்டு அமர்ந்த மைக்கேலுடன் சேர்ந்து செல்லக்குட்டிக்கு நாள் குறித்தான் தங்கவேலு.

செல்லக்குட்டியும் அசரியாவும் பக்கத்து ஊரின் குளக்கரைப் படிக்கட்டில் உட்கார்ந்திருந்தார்கள். பாதாள முனி சற்றுத் தள்ளி ஒரு கையில் தூண்டிலும் மறு கையில் பீடியையும் பிடித்துக்கொண்டிருந்தான். செல்லக்குட்டிக்கு தங்கராணியின் ஞாபகமாகவே இருந்தது.

அசரியாவுக்கு செல்லக்குட்டியின் மௌனம் புரிந்துவிட்டது.

"ஏம்ல... ரெம்ப ரோசனையா கெடக்க? தங்கவேலு பயலுக்குப் பயப்படுதியோ... அவன் ஒரு ஆக்கங்கெட்ட கூவப்பய. நாங்கதான் இருக்கோம்லா பொறவு என்னத்துக்குல பயப்படுத, அன்னைக்குனு நான் இல்லாம போய்ட்டேன். மவனே வவுந்திருப்பேன் அவன" சொல்லிவிட்டு ஒரு கல்லை எடுத்து முத்தமிட்டு குளத்திற்குள் எறிந்தான். அது தவளைக்கல் போல தாவித்தாவிச் சென்றது.

அந்தக் கல் எழுப்பிய சிற்றலையைக் கண்டு கோபத்துடன் கத்தினான் பாதாள முனி. "யோல அசரியா ஒனக்கு அறிவு மயிரு இருக்கால... நானே நாப்பது நிமிசமா ஒத்த கெண்டையையும் காணோம்னு காலு கடுக்க நிக்கேன். நீ கல்லா எறியுத... செத்த நேரம் பொத்தி கிட்டு இரி."

"நீ நிக்கற எடத்துல எப்படில கெண்ட சிக்கும்? அந்தா அமலக்கொல கெடக்குல்லா... அதுல போயி இறக்குல தூண்டில, விராலே கெடைக்குமுல்லா" என்றான் அசரியா.

"ஏம்ல நானே கடுப்புல கெடக்கேன். ஒங்களுக்கு கெண்டயும் விராலும் பத்திதான் பேச்சா இருக்கா. செவுட்டுல நாலு வச்சாத்தாம்ல சரிப்பட்டு வருவிய" குளக்கரை படிக்கட்டிலிருந்து வேகமாக எழுந்த செல்லக்குட்டி சத்தம் போட்டுவிட்டு அசரியாவிடம் திரும்பினான்.

"இந்த ரோசமயிர அவன்ட ஏம்ல காட்டல? நாலு அப்பு வுடாம இங்க வந்து மோரய தொங்க போட்டுட்டு ஒக்காந்திருக்கே. அப்படி என்னல பயம் அவனுக்கு" தக்கையைப் பார்த்தபடியே கேட்டான் பாதாளமுனி.

"யாருல அந்த தங்கவேலு பயலுக்கு பயப்படுதா? அன்னிக்கி ஊர்காரவ மட்டும் சண்டய வெலக்கிவிடலன்னு வெய்யி, அவன பொரட்டி எடுத்துருப்பம்லா... எந்தங்கத்த எதுவும் பண்ணிடக்கூடாதுல அந்த சாதிவெறி புடிச்ச அரைக்கிறுக்கன். அதாம்ல மனசு போட்டு அடிச்சிக்கி..."

"மாட்டிக்கிச்சி மாட்டிக்கிச்சி" என்றபடி துள்ளினான் பாதாள முனி. என்ன மீன் எனப் பார்க்கும் ஆர்வத்தில் அசரியாவும்

செல்லக்குட்டியும் பாதாள முனியை நோக்கி ஓடி வந்தார்கள். மீனைக் கண்டவுடன் அசரியாவுக்கு சிரிப்பை அடக்க முடியவில்லை.

"ஏ விராலு கிடைக்கும்னு நெனச்சா தேளீல்லா சிக்கியிருக்கு, பார்த்துல கைய பக்கத்துல கொண்டு போயிராத சடக்குன்னு கொத்திப்புடும்" எச்சரித்தான் அசரியா.

பாதாள முனிக்கு முகம் வாடிவிட்டது.

அந்த மீனைத் தூண்டிலிலிருந்து மெதுவாக உருவி மீண்டும் குளத்திற்குள் எறிந்துவிட்டு மூவரும் வீட்டிற்குக் கிளம்பினார்கள்.

"பேசாம தங்கராணியும் நீயும் திருச்செந்தூர்ல போயி கட்டிக்கிடுதியளா..." புதிய பீடியொன்றைப் பற்றவைத்தபடியே கேட்டான் பாதாள முனி.

"நாங்க எதுக்குல ஓடிப்போயி தாலி கெட்டணும்? தங்கவேலு அம்மகிட்ட போயி மொறயா பொண்ணு கேப்பம். என்ன சொல்லுதாவன்னு பாப்பம்... என்னல சொல்லுத அசரியா" முன்னால் நடந்துகொண்டிருந்த அசரியாவிடம் கேட்டான் செல்லக்குட்டி.

யோசனையாய் நடந்தவன் "அம்புட்டு சரியான ரோசனையா இல்ல பாத்துக்க. விசயம் கேள்விப்பட்டதுக்கே ஒன்ன அடிக்க வந்தான் தங்கவேலு. பொண்ணு கேட்டுப் போனோம்னு வெய்யி... உனக்கு சங்கூதிருவான். ஆனா அதயெல்லாம் பார்த்தா கலியாணம் முடிக்க முடியாது. பாத்துக்கிடலாம்... நாளைக்கே நம்ம மிராசுப்பழம் சோசியர நல்ல நாளு பாக்கச் சொல்லுவோம்" சொல்லிவிட்டு செல்லக்குட்டியின் தோளில் கைபோட்டு உற்சாகமாய் நடந்தான் அசரியா.

வீட்டிற்குத் திரும்புகையில் பாதாளமுனியிடம் தனிமையில் சொன்னான் "ஏல செல்லக்குட்டி கூட நாம யாராது இருக்கனும்ல. மிக்கேலும் கொஞ்சம் ஆங்காரமாத்தான் அலையுதான்" என்றான் அசரியா. அதை ஆமோதிப்பவனாய் தலையசைத்தான் பாதாளமுனி.

தங்கராணியின் முன் மௌனித்து நின்றிருந்தான் செல்லக்குட்டி. அவனை அவள் எப்போதும் அப்படிப் பார்த்ததில்லை. செல்லக்குட்டியைக் கைப்பிடிப்பது அவ்வளவு எளிதல்ல என்பது தங்கராணிக்கும் தெரியும். ஆனால் இந்த மனசு என்று ஒன்று இருக்கிறதே...

அவனது தோளில் சாய்ந்துக்கொண்டாள். காற்று மிதமாக வீசியது. அவர்கள் நின்றிருந்த முந்திரி மரத்தின் அடியில் ஒன்றிரண்டு கட்டெறும்புகள் ஊர்ந்தபடி இருந்தன. ஓர் எறும்பு பழுத்த இலையொன்றை இழுக்க முடியாமல் இழுத்துச் சென்றுகொண்டிருந்தது. தங்கராணி அந்த எறும்பைப் பார்வையால் பின் தொடர்ந்தபடி இருந்தாள்.

செல்லக்குட்டி மௌனம் உடைத்தான்.

“தங்கம் ஒன்னிய பொண்ணு கேட்டு வரலாம்னு இருக்கேன்... நீ என்ன நெனைக்க?”

தங்கராணி இதைச் சற்றும் எதிர்பார்க்கவில்லை. அவளுக்கு சத்தமாய் சிரித்துக்கொண்டே அவனைக் கட்டிக்கொண்டு அழ வேண்டும் போலிருந்தது.

“வா வந்து எங்க அம்மைகிட்ட கேளு... அவ மொகத்தை அப்ப நான் பார்க்கணும் செல்லம்...”

“ஏன் ஒங்கண்ணன் மாதிரி ஒங்க அம்மையும் சத்தம் போடுவாவன்னு நெனைக்கியா” குழப்பத்துடன் கேட்டான் செல்லக்குட்டி.

“எங்கண்ணன் ஒரு கிறுக்குப்பய. புலி மாதிரி உறுமத்தான் செய்யிவான். ஆனா மொறச்சம்னு வெய்யி... எலி மாதிரி சுருட்டிக்கிட்டு ஓடிருவான். அவன நெனச்சி எனக்கு பயமில்ல செல்லம். ஆனா எங்கம்மையப் பத்தி எனக்கு மட்டுந்தான் தெரியும். எங்க ஐயா எங்கள வுட்டுட்டு போனப்பொறவு ஒருநாள் குடிபோதைல எங்க அம்மை கையப் பிடிச்சு இழுத்துப்புட்டான் பக்கத்துத் தெரு கண்ணாயிரம். அப்ப எனக்குப் பத்து வயசிருக்கும், பள்ளிக்கூடம் விட்டு வீட்டுக்கு வாரேன்... மொகமெல்லாம் ரெத்தமும் கண்ணுக்குள்ள வெறியும் தாங்கி நின்னாவ எங்க அம்ம. எங்கம்மைக்குதான் ஏதும்

அடிபட்டிருச்சோன்னு பயந்து கிட்டப் போனா ஓன்னுட்டு சிரிச்சா பாரு ஒரு சிரிப்பு. எனக்கு நாடி அடங்கிப்போச்சி. மறுநாளு கண்ணாயிரத்தக் காங்கலைன்னு ஊருக்குள்ள பேசிக்கிட்டாவ. எனக்கு எங்கம்மா மேலதான் இன்னிக்கு வரைக்கும் சந்தேகமா இருக்கு. கொன்னு கின்னு பொதைச்சிட்டாவளோன்னு..."

சொல்லி முடித்தபோது அவளுடல் லேசாக அதிர்வதை உணர்ந்தான் செல்லக்குட்டி.

"என்ன புள்ள சொல்லுத... உங்கம்மைய பார்த்தா அமைதியால்லா தெரியுது. அவிய குழாயடில சண்ட போட்டுகூட நா பார்த்ததில்லல்லா...ரோட்ல நடந்தாக் கூட ஏறெடுத்துக் கூட பாக்க மாட்டாவ...சத்தம்போட்டுக் கூட பேசமாட்டாவ"

"ஆனா அழுத்தம் அதிகம் செல்லம். அவிய பேச்சுக்கு தங்கவேலு மறு வார்த்த பேசி நா பார்த்ததில்ல. ஆட்டுக்கு அண்டி அறுக்கற அருவாவ எடுத்து ஒரே போடா அவன போட்டுத்தள்ளிடுவா எங்கம்மைன்னு அவனுக்கு பயமா இருக்குல்லா..." என்றாள் தங்கராணி.

"நீ சொல்லுறத கேட்டா எனக்கே பயமாத்தான் இருக்கு தங்கம். எந்தப் புத்துக்குள்ள எந்தப் பாம்பு இருக்கும்னு எவனுக்குளா தெரியும். நம்ம ரெண்டு பேருக்கும் பிடிச்சிப்போச்சி. நீன்னா எனக்கு உசிரு, நான்னா உனக்கு உசிருன்னு கெடக்கோம்... பேசாம ஓடிப்போயி கட்டிக்கிடுவோமா" சற்று யோசனையாய் கேட்ட செல்லக்குட்டியின் தலையில் செல்லமாய்க் கொட்டினாள் தங்கராணி.

"ஆத்தா எட்டடி பாஞ்சா நா பதினாறடி பாயமாட்டேனா செல்லம்... அவியளுக்கு பயந்துகிட்டு ஊரவிட்டு ஓடணுமா... செரி நீ பொண்ணு கேட்டு வா. அவிய என்ன சொல்லுதாவன்னுதான் பாப்பம். எனக்கு நேரமாச்சி நாங்கிளம்புதேன்..." சொல்லிவிட்டு எழுந்தாள்.

"உனக்கு ரொம்ப தைரியம் தங்கம்" என்றான் செல்லக்குட்டி.

"என் செல்லத்துக்காக நான் என்ன வேணும்னாலும் செய்வேன்"

என்றவளைக் கண்ணீர் மல்கக் கட்டிக்கொண்டான் செல்லக்குட்டி.

“ஏல குட்டி, செத்த நேரம் அந்த ரேடியோ பொட்டிய அமத்துல,நெதம் காதுக்குள்ள இரச்சலால்லா இரிக்கி...” ரேடியோ கேட்டுக்கொண்டிருந்த செல்லக்குட்டியிடம் சொல்லிவிட்டு கும்பாவில் பழைய சோறும் கடித்துக்கொள்ள சிறிய வெங்காயத்தையும் உரித்து வைத்தாள் செல்லக்குட்டியின் ஆச்சி. செல்லக்குட்டி எதுவும் பேசாமல் ரேடியோவை நிறுத்திவிட்டு சாப்பிட ஆரம்பித்தான்.

“என்னல ஒலக அதிசயமால்லா இருக்கி... சொன்ன ஒடனே அமத்திபுட்ட. எப்பாரு ரோசனைலயே கெடக்க... அந்தப்புள்ள தங்கம் நெனப்பா கிடக்குதியோ” தங்கம் பெயரைக் கேட்டவுடன் தலை நிமிர்ந்தான் செல்லக்குட்டி.

“என்னத்த சொல்ல யாச்சி. நாம வந்தேறிவ... அவிய இந்தூர் சனம். அவிய புள்ளய அவ்வளவு லேசுல தந்துபுடுவாவளா... அவங்கண்ணன் என் சங்க அறுக்கத் துடிக்கான். அவங்கம்மையப் பத்தி தங்கம் இன்னிக்கி ஒண்ணு சொன்னா அதக்கேட்டதும் உள்ளுக்குள்ள ஒதறுதுல்லா. ஆமா உனக்கு அவங்க அம்மையத் தெரியுமா” சோற்றைப் பிசைந்தபடியே கேட்டவனிடம் தங்கத்தின் அம்மாவின் பெயரைக் கேட்டாள் ஆச்சி.

அவன் பெயரைச் சொன்னதும் அவள் முகம் அதிர்ந்து அடங்கியது.

“யய்யா அவ மவளா தங்கம் நீ சொல்லலியேப்பு. தெரிஞ்சிருந்தா அன்னைக்கே வேண்டாம்னு சொல்லிருப்பேனே ராசா.” அவள் கண்களில் இருந்து கண்ணீர் பெருகியது.

பேரைக்கேட்டதும் ஆச்சி இப்படி அஞ்சுவாள் அழுவாள் என்று சற்றும் எதிர்ப்பார்க்காத செல்லக்குட்டி,

“யாச்சி நீ இப்படிக் கண்ணு கலங்கி நான் பாத்ததில்லயே.அவிய அம்மை அம்புட்டு பொல்லாதவியளா?”

"யாத்தீ பொல்லாதவளா.. அவ ஒரு அரக்கில்லா.அவ பாக்கதாம்ல பசு மாரி இருப்பா. அவ கோவத்தப் பத்தி எனக்கும் உங்கப்பனுக்கும்தாம்ல தெரியும். கெரகம் நம்மள ஏந்தான் அந்த திருச்செந்தூரு முருகன் இப்படி சோதிக்கானோ தெரியலையே... நான் என்னத்த செய்யிவேன் என்னனு சொல்லுவேன், வேண்டாம் குட்டி உனக்கு நல்ல பிள்ளையா நம்மாட்கள்ள கட்டி வைக்கேன்." ஆச்சி புலம்பிவிட்டு அடுப்பாங்கரைக்குள் சென்று அமர்ந்தாள். சிறிது நேரம் தனக்குத்தானே பேசிக்கொண்டிருந்துவிட்டு அங்கே கிடந்த பாயில் முடங்கிக்கொண்டாள்.

செல்லக்குட்டிக்கு தங்கத்தின் அம்மாவைப் பற்றித் தெரிந்துகொள்ள வேண்டும் என்கிற ஆர்வம் அதிகமானது. சாப்பாடு உள்ளிறங்கவில்லை. மிச்ச சோற்றை பூனைக்கு வைத்துவிட்டு விட்டத்தைப் பார்த்தபடி ஏதேதோ யோசித்தபடி இருந்தான். அவிய அம்மைக்கு ஏன் ஆச்சி பயப்படுதா. அவிய கொலை கிலை பண்ணீருப்பாவளோ. ஆச்சிக்குத் தெரிஞ்சிருக்குமோ. ஐயாக்குத் தெரியும்னு வேற சொன்னாவளே. ஒரு வேளை நம்ம ஐயா எதுவும் வம்பு பண்ணி அவ அடிச்சி புட்டாளோ. அதான் ஊர விட்டு போயிட்டமோ? சை என்ன அல்பையா யோசிக்கேன்.அம்மைய நினைச்சி பாதி உயிரா திரிஞ்சவிய ஐயா. அப்படி இருக்காது.

யாச்சி யாச்சி என்று இரண்டு முறை அழைத்துப் பார்த்தான். பதில் வராமல் போகவே உருண்டு படுத்தான்.வேறு என்னவா இருக்கும் என்று கற்பனை செய்தவாறே உறங்கிப்போனான் செல்லக்குட்டி.

4: பொட்டம்மை

ஊருக்குள் யாருக்காவது தேள் கொட்டினாலோ, பாம்பு கடித்தாலோ பொட்டம்மையின் வீட்டிற்குத்தான் தூக்கிக்கொண்டு வருவார்கள். மஞ்சள் பூசி பூசி மஞ்சள் நிறத்திற்கே மாறிவிட்டிருக்கும் முகத்தில் ஒரு ரூபாய் நாணயம் அளவிற்குக் குங்குமமும், மை இட்ட கண்களும், வெற்றிலையில் சிவந்த உதடும், சடை முடியும் தீர்க்கமான பார்வையும் கொண்ட பொட்டம்மை பார்ப்பதற்கு சாமியாரா மந்திரவாதியா என்று அனுமானிக்க முடியாதபடி இருப்பாள். அவள் மனிதர்கள் யாரிடமும் பேசி யாரும் பார்த்ததில்லை.

காகம், குருவி, மைனா, கோழி என்று பறவைகளிடமும், ஆட்டுக்குட்டி, கன்னுக்குட்டி, தெருநாய், பூனை என வளர்ப்பு மிருகங்களிடமும் மெதுவான குரலில் பேசுவாள். மனிதர்களிடம் பார்வையாலும், சைகையாலும் மட்டுமே பேசுவாள். ஊரிலிருக்கும் வீடுகளிலிருந்து அவள் வீடு சற்றுத் தள்ளி இருந்தது. அவளுக்கு ஒரு சிஷ்யனும் இருந்தான். பெயர் பட்டாணி. அந்தத் திண்ணை தாண்டி உள்ளே அறியாதவன். அவள் கொடுக்கும் மருந்து சாமான், மளிகைப் பொருட்களை வாங்கிக் கொடுப்பதும், தோட்டத்துக்குத் தண்ணீர் பாய்ச்சுவதும், ஆட்டிற்குப் புல் கொண்டு வந்து போடுவதும், திண்ணையை சுத்தப் படுத்துவதுமாய் இருப்பான். அவனும் பொட்டம்மையின் குரலைக் கேட்டதே இல்லை. யாரேனும்

பொட்டம்மையைப் பற்றி விசாரித்தால் தெரியாது என்பான். அவள் மாந்திரீகம் செய்து அவனை அடிமையாக்கி வைத்துள்ளதாய் நம்பினார்கள் அனைவரும். அவளுக்கு சேவை செய்வதையே தலையாய கடமையாய் செய்தான். அவனாக கதவைக் கூடத் தட்ட மாட்டான். பொட்டம்மையாய் வெளியே வந்து பையைப் பெற்றுக்கொண்டால் தான் உண்டு. ஒரு முறை மறுநாள் வரை வீட்டுக்கும் யாரும் வர வில்லை. பொட்டம்மையும் கதவைத் திறக்க வில்லை. வாங்கி வந்த சாமானை வெளியே வைத்து விட்டு நாள் முழுவதும் காத்துக்கிடந்தான் பட்டாணி. இரவில் வீட்டிற்குப் போய்விட்டு மறுநாளும் வந்து காத்துக் கிடந்தான் அவளாய்க் கதவை திறக்கும் வரை. ஐம்பது வயதிற்கு மேல் இருக்கும் பொட்டம்மை எங்கிருந்து வந்தாள், எப்படி வந்தாள் யாருக்கும் தெளிவில்லை. ஏன் யாரிடமும் பேசுவதில்லை என்றும் தெரியாது. கிணத்தில் தண்ணி இறைத்து வீட்டிற்குள் சென்று தான் குளிப்பாள். சிறு குழந்தைகளுக்கு சீக்கு என்று கூட்டிப்போனால் அவளைக் கண்டு குழந்தைகள் பயந்தனர். அவள் கைவைத்தியம் பலன் தருவது மட்டுமே எல்லோர் வாயையும் மூடி வைத்தது.

திருடன் முகம் கண்டு மூர்ச்சையான செவ்வந்தியைத் தூக்கிக் கொண்டு அவள் வீட்டிற்குத்தான் ஓடினார்கள்.

“யக்கா பொட்டம்மக்கா... வீட்லதான் இருக்கியளா... நாங்கூப்புடறது கேட்குதா...” அவள் வீட்டின் முன் நின்று கத்தினாள் பேச்சி. திண்ணையில் அமர்ந்திருந்த பட்டாணி இவர்களைக் கண்டுகொள்ளவில்லை.

அவள் வீட்டுத் திண்ணையில் செவ்வந்தியைக் கிடத்திவிட்டு அகன்றார்கள் தூக்கி வந்தவர்கள். கதவைத் திறந்துகொண்டு வெளியில் வந்த பொட்டம்மை செவ்வந்தியின் கையைப் பிடித்து நாடி பார்த்தாள். அருகில் பதைபதைப்புடன் நின்றிருந்தாள் பேச்சி.

மீண்டும் வீட்டிற்குள் சென்ற பொட்டம்மை ஒரு கிண்ணத்தில் கருமை நிற திரவமொன்றை எடுத்துவந்து செவ்வந்தியின் முகத்தில் மூன்று முறை தெளித்தாள். செவ்வந்தி மெல்லக் கண்ணைத் திறந்து பார்த்ததும்தான் பேச்சியின் படபடப்பு அடங்கியது.

“ஏளா... நான் என்னமோ ஏதோன்னுல்லா பயந்துபுட்டன்.

பெரியசாமி அண்ணன் கடயில சோடா வாங்கி மூஞ்சில அடிச்சும் நீ எழுந்திரிக்கல. அதான் பொட்டம்மாக்கா வீட்டுக்குத் தூக்கிட்டு வந்தோம்" செவ்வந்தியின் முகத்தில் வழியும் நீரைத் தன் முந்தானையால் துடைத்துக்கொண்டே சொன்னாள் பேச்சி.

பொட்டம்மை வீட்டிற்குப் பின்புறமிருக்கும் வைக்கோல் படப்பிலிருந்து கொஞ்சம் வைக்கோல் எடுத்துவந்து சிறியதொரு பொம்மை செய்து செவ்வந்தியின் கைகளில் திணித்துவிட்டு வீட்டிற்குள் சென்றுவிட்டாள். பேச்சிக்குப் புரிந்துவிட்டது. செவ்வந்தியின் கன்னத்தில் ஓங்கி அறைந்தாள். அறைந்துவிட்டு ஓவென்று அழ ஆரம்பித்தாள். ஒன்றும் புரியாதவளாய் கையிலிருக்கும் பொம்மையையும் பேச்சியையும் பார்த்தபடி அசைவற்று அமர்ந்திருந்தாள் செவ்வந்தி. பட்டாணி என்ன நடக்கிறது என்று புரியாதவனாய் செவ்வந்தியைப் பார்த்துக்கொண்டிருந்தான்.

அடித்து இழுத்து வந்தவனைச் சுற்றி நின்றிருந்தவர்கள் புஷ்பகனியை முன் வரச்சொன்னார்கள். அவள் வந்து கீழே கிடந்தவனின் முகத்தை உற்றுப்பார்த்துவிட்டு, "சாரப்பாம்ப பிடிச்சிட்டியன்னு ஓடியாந்து பாத்தா மண்ணுள்ளியல்லா பிடிச்சிருக்கிய, இவன் இல்லம்ல என் வீட்டு ஓட்டைப் பிரிச்சது... அவன் பேத்த மாதிரி தொப்பைல்லா வச்சிருந்தான். போயி சரியான ஆள தேடுங்கலே" என்றபடி இளவட்டங்களை விரட்டினாள். அவர்களில் ஒருவன், "ஆமா ஒனக்கு பகல்லயே பசுமாடு தெரியாது... ராத்திரி எப்படி எருமைமாடு தெரியும் யெக்கோவ்..." என எகத்தாளமாய் சொல்லிவிட்டு திருடனின் பின்னங்கைக் கட்டை அவுத்துவிட்டான்.

கீழே கிடந்தவன் தடுமாறி எழுந்து உட்கார்ந்தான். உடலெங்கும் அப்பியிருந்த ரத்தம் கலந்த மண்ணைத் தட்டிவிட்டுக்கொண்டான். பின், மெதுவாய் எழுந்து நொண்டியபடியே வீட்டை நோக்கிச் சென்றான். அவனை அடித்தவர்களோ அல்லது வேடிக்கை பார்த்த சனமோ தவறாக எதுவுமே நடந்துவிடாத பாவனையுடன் அவரவர் வீட்டிற்குச் சென்றனர்.

ஒன்றிரண்டு தெருநாய்கள் அவன் பின்னால் குரைத்தபடியே கொஞ்ச தூரம் ஓடி வந்தன. அவன் வீங்கிய முகத்துடன் வீட்டிற்கு சென்று படலையை நீக்கிவிட்டு உள்ளே சென்று கதவைத் தட்டினான்.

“யம்மே, கதவ தொறக்கியளா” வார்த்தை குழறியபடி வெளிவந்தது. கதவைத் திறந்த தாய்க்கு விஷயம் உடனே புரிந்துவிட்டது.

“யய்யா ராசா... என்னய்யா மூஞ்சி மொகரல்லாம் வீங்கிக்கெடக்கு. ஐயோ எந்தப் பேய்மவன் எம்புள்ளையப் போட்டு இப்படி அடிச்சானோ தெரியலையே” கதறியவள் அவனைத் தாங்கலாய் பிடித்து அருகில் கிடந்த ஓலைப்பாயில் உட்காரவைத்தாள். அவன் வலியில் முனகிக்கொண்டிருந்தான்.

வாளியில் தண்ணீர் பிடித்து வந்து தன் புடவை முந்தானையை அதனுள் முக்கி எடுத்து ரத்தம் கண்ட முகத்தைத் துடைத்துவிட்டாள். மஞ்சள் அரைத்துப் பூசி விட்டாள். அவன் வலியால் துடித்தான். சற்று நேரம் கழித்து நடந்தவற்றைத் தன் தாயிடம் விவரித்தான்.

“ஆள் மாத்தி அடிக்கலல... ஆள்றதால அடிச்சிருக்காவ. இந்த ஊர்ல நமக்கெங்கல வாய் இருக்கு? நமக்குன்னு பேச எங்க நாதி இருக்கு? அவிய துணிய நாம வெளுப்பா வெளுக்கணும். ஆனா அவிய புத்திய நம்மால வெளுக்க முடியுமால? என் ராசா இப்படிப் போட்டு அடிச்சிருக்காவளே... நாசமா போய்யிருவானுவ. என்பிள்ளையக் கேட்க நாதி இல்லனு இந்த அடி அடிச்சிருக்கானுவளே.இதுக்கா தவங்கிடந்து பெத்தேன்... எம் பெத்த வயிறு பத்தி எரியுதே” அவனை மடிக்கிடத்தி ஓவென்று அழுதாள் அந்தத் தாய்.

அவள் கண்ணீர் அவன் கன்னத்தில் விழுந்து எரிந்தது. அவன் முனகியபடியே இருந்தான்.

“யய்யா ரொம்ப வலிக்குதா ராசா...கொஞ்சம் சுக்குதண்ணி தாரேன் குடி” என்று கொண்டு வந்து கொடுத்தாள். மிகவும் இதமாய் தொண்டைக்குள் இறங்கியது சுக்குத்தண்ணி. தூங்குய்யா சரியாப்போயிடும்.” என்று சொல்லிவிட்டு பனைஓலை விசிறியால் விசிறிக்கொண்டே பாடத்துவங்கினாள்,

சாமங் கழியாதோ
கெழக்கு வெளுக்காதோ
என் சனம்
சாபங் கழியாதோ
மக்க மனசு மாறாதோ?

பட்டகாயம் தீரலியே
பாவிமனம் ஆறலியே
பெத்தவயிறு எரியுதேய்யா
பேசவும் வழியில்லையே..

என்ன பாவம் செஞ்சேனோ
பொறப்பால அழிஞ்சேனே
என் தப்பு என்னனு
எனக்கே தெரியலயே..

எம் புள்ள பலசாலி
எதிர்த்தடிக்க ஆளு இல்ல
கீழ்சாதில பொறந்ததால
கேட்கவும் நாதியில்ல..

தெக்கு தெரு எசக்கியம்மா
பொங்கவைச்சேன் உன்கோயில்ல
கண்ண தெறந்து பாராத்தா
காவலா நில்லாத்தா..

அவள் பாடி முடித்தபோது சந்தோசராஜ் உறங்கியிருந்தான். அந்தக் குடிசையின் வெளியே இரண்டு கழுதைகள் காதசைத்தபடி தலை கவிழ்ந்து நின்றிருந்தன.

செவ்வந்தியின் வீட்டின் பின்புறமிருக்கும் சிறிய பாலத்தில் செவ்வந்தி அமர்ந்திருந்தாள். பேச்சி கோபமும் அழுகையும் ஒருசேர செவ்வந்தி முன் நின்றிருந்தாள்.

“ஏளா... எனக்கு எவ்ளோ ஆத்திரம் வருது தெரியுமாளா? அப்படி என்னளா அவசரம்? சென்னியிலயா அடிச்சு ஏரல் ஆத்துக்குள்ள முக்கில்லா ஒன்ன சாவடிக்கணும் அவசரச்சிறுக்கி” படபடவென்று பொரிந்தவளை எவ்விதச் சலனமுமின்றி ஏறிட்டுப் பார்த்தபடி கேட்டாள் செவ்வந்தி,

“குத்த வக்கிறத்துக்கு முன்ன கூத்தடிச்சது மறந்துபோச்சோ பேச்சி? உனக்கு ஒரு நியாயம் எனக்கொரு நியாயமா?”

“எங்க இன்னும் சொல்லலியேன்னு நெனச்சேன்... நான் வம்பு பேச்சு பேசி சுத்துனதும், நீ வாங்கிட்டு வந்ததும் ஒண்ணா? முட்டாய் வேணுமின்னா வாங்கி தின்ருப்பேன்..உன்ன மாதிரி வயித்துல ஒண்ணு வாங்கிட்டுவந்தா நா நின்னேன்? கூமுட்டை மாரில்லா இரிக்கி நீ பேசுற வாப்பேச்சு... புள்ளய பெத்து நீ என்னத்தளா செய்வ? நீ சின்னப்புள்ள அந்த வளர்ந்து கெட்டவனுக்கு அறிவு எங்கப்போச்சு? இதுக்கு தான் ஓயாம தோட்டத்துக்கு கூப்புட்டானோ? என் கைல கிடைச்சான் அம்புட்டுதேன். அன்னைக்கு ஊர்ல வாங்குன அடியவிட பலமா கொடுக்கணும். நான் என்ன சொல்லுதேன்னு புரியுதாளா? இப்படி மண்ணு மாதிரி ஒட்காந்திருக்கே. எக்கேடும் கெட்டு ஒழிங்கன்னு போனாத்தாம்ளா ஒனக்கு புத்தி வரும்” பேச்சி கோபத்துடன் கூறினாலும் தனக்காகத்தான் அவள் பேசுகிறாள் என்று உணர்ந்தவளாய் அவளை அணைத்துக்கொண்டு செய்வதறியாது கதறிக் கதறி அழுதாள் செவ்வந்தி.

அழுகின்ற செவ்வந்தியை முன்னகர்த்தி கண்ணீரைத் துடைத்துவிட்டு, “சரிளா ஆனது ஆயிப்போச்சி... ஊரு கண்ணுக்கும், காதுக்கும் சேதி போறதுக்குள்ள இத கலைக்கிற வழிய பாப்பம். நம்ம பொட்டம்மாக்கா யாரிட்டயும் பேச மாட்டாவல்லா... அவியட்ட போவோம். கலைச்சாலும் யார்டயும் சொல்ல மாட்டாவல்லா. அதுக்கப்புறம் சந்தோசத்துக்கு வச்சிக்கிறேன் கச்சேரிய. மம்பட்டிய எடுத்து மண்டைலயே போடணும் வெவரங்கெட்ட பய. அன்னிக்கி அத்தன பேரு சேந்து அடிச்சாவளே வாயில என்ன கொழுக்கட்டையா வச்சிக்கிட்டு இருந்தான்? ஏம்ல அடிக்கிய மூதியளான்னுட்டு நாந்திருடலன்னு சொல்ல வேண்டியதுதான? பொத்திக்கிட்டுல்லா நின்னு பொதடி வாங்குனான். நானா இருந்தா கருக்குமட்டைய உருவி நாலுபேரு கொடல உருயிருப்பேன்லா..

.அவனுக்கு வேண்டியதான். உன்ன இப்படி ஆக்கினதுக்கு இன்னும் படுவான் பாரு”

பேச்சியின் கோபம் இன்னும் அடங்கவில்லை என்பதை உணர்ந்துகொண்ட செவ்வந்திக்கு பேச்சியின் தைரியம் ரொம்பப் பிடித்திருந்தது. பேச்சி வெறும் பேச்சு மட்டும் பேசுபவள் இல்லை என்பதும் அவளுக்குத் தெரியும்.

“அவுகள வையாதேளா. என் மேலயும் தானே தப்பு. எனக்கு சந்தோசத்த ரொம்ப புடிச்சிருக்கு. அன்னைக்கு ஊர்ல அடிவாங்கினப்பக் கூட எனக்குத் தெரியும் என் சந்தோசம் திருடலனு ஒன்னுட்டு கத்தி அடிக்காதியனு கதறனும் போல தோணுச்சு... அடக்கிக்கிட்டேன்”

“என்னமா அவன தூக்கி புடிக்களா” என்றாள் பேச்சி சற்று சலிப்புடன்.

“இல்ல பேச்சி பேசாம அவன் கூட எங்கயாது போய்டட்டா.. இல்லன்னா செத்துருவேன்” என்று கண் கலங்கினாள் செவ்வந்தி.

“சீ ஆக்கங்கெட்ட கூவை. பேச்ச பாரு. செத்துருவாளாம்லா.. அதுக்கா புள உன்ன பெத்து வளத்தாவ? பிரச்சனைனா தைரியமா அத சமாளிக்கணும். நீ ஒன்னும் கவலைப்படாதே நான் இருக்கேன் உனக்கு” என்று ஆறுதல் கூறி அழைத்துச் சென்றாள் பொட்டம்மையின் வீட்டை நோக்கி.

வாசலில் இருந்த பட்டாணியைக் கண்டு பதறினாள் செவ்வந்தி.

“அட இது ஒண்ணுக்கும் ஆவாது பயப்படாதே” எனறு விட்டு பட்டாணியிடம் பொட்டம்மையை பார்க்கணும் என்றாள். அவனோ யாரோ யாரிடமோ பேசுவதைப்போல எந்த பிரக்ஞையுமின்றி படியிறங்கி வெளியே சென்றான். கதவை தட்டி விட்டு பொட்டம்மையின் வரவிற்காய் காத்திருந்தார்கள் செவ்வந்தியும், பேச்சியும்.

5: தீ

அசரியாவும் பாதாள முனியும் ராதாகிருஷ்ணன் அண்ணாச்சி வீட்டை நோக்கி வேகமாக சைக்கிளை மிதித்துக்கொண்டிருந்தார்கள். மொத்த ஊரிலும் இரண்டு வீட்டில் மட்டும்தான் கலர் டிவி இருந்தது. ஒன்று பம்பாய்க்காரரர் வீடு. அந்த வீட்டிற்குள் அவர்களது குடும்பத்தைத் தவிர வேறு எவரும் சென்றதில்லை. அதற்கு ஒரே ஒரு காரணம், அந்த வீட்டிலிருக்கும் ராஜபாளைய நாய். அதனைத் தாண்டி அந்நியர் யாரும் வீட்டிற்குள் நுழைந்ததே இல்லை. அடிக்கடி திருடு போகும் ஊர்தான் எனினும் பம்பாய்க்காரரர் வீட்டின் வேப்பஞ்சருகு கூடக் காணாமல் போனதாக சரித்திரமில்லை.

இரண்டாவதாக கலர் டிவி இருக்கும் வீடு, ராதாகிருஷ்ணன் அண்ணாச்சி வீடு. அவர் ஒரு தீவிர கிரிக்கெட் ரசிகர். அவரது வீட்டின் வரவேற்பறையில் எட்டுப் பேர்தான் உட்கார முடியும். ஆனால் மொத்த ஊரும் அங்குதானிருக்கும். வரவேற்பறையை ஒட்டிய நான்கு ஜன்னல்களிலும் வானரம் போல் தொங்கிக்கொண்டு கிரிக்கெட் பார்ப்பவர்கள் ஏராளம். அவருக்கும் ஊர்சனத்துடன் கிரிக்கெட் பார்ப்பதுதான் பிடிக்கும்.

சைக்கிளை அவரது வீட்டிற்கு வெளியே நிறுத்திவிட்டு ஆளுக்கொரு கேட்டைத் திறந்து குரோட்டன்ஸ் செடிகளை

கடந்து வரவேற்பறையின் ஜன்னலில் இடம்பிடித்தார்கள். ஜன்னல் கம்பிகளின் வழியே டிவியைப் பார்த்தபடி கத்தினான் பாதாள முனி.

"யண்ணே ஸ்கோர் எவ்ளோண்ணே... ஐயரு அவுட்டா இருக்கானா?"

வரவேற்பறையில் குழுமியிருந்தவர்களில் ஒருவன், "ஸ்கோர் அறுவத்தி மூணுக்கு ஒண்ணுல. இப்பதான் ஐயரு அவுட்டானாம்லா நீ பாக்கிலியா..."

"நான் பாக்கிலியேண்ணே... இப்பத்தான் வந்தன். இப்ப யாரு பாயா இறங்கியிருக்கான்... அவன் சோலியதான் உடனே முடிச்சுப்புடுவானுவளே" சலித்துக்கொண்டான் பாதாள முனி.

"யோல பாதாள முனி. ஒன் ஊத்த வாய வெச்சிக்கிட்டு சும்மா-யிருல. பாயி இன்னிக்கி அடிப்பான் பாரு..." என்றான் கூட்டத்-திலிருந்த பொடியன் சின்னக்குட்டி. அவன் அந்தக்கூட்டத்திலேயே இளையவன். ஆனால் கிரிக்கெட் பற்றிய சகலமும் அவனுக்கு அத்துப்படி. ராதாகிருஷ்ணன் அண்ணாச்சியின் செல்லப்பிள்ளை.

டிவி புள்ளியடித்தது. வீட்டின் மொட்டை மாடிக்கு ஓடினார்கள் இருவர். அங்கிருக்கும் நீர்த்தொட்டியின் மேல் ஏறி டிவி ஆண்டனாவை ஒருவன் திருப்பிவிட்டுக் கத்தினான்,

"இப்ப புள்ளி அடிக்கா இல்ல ஒழுங்கா தெரியுதால"

கீழேயிருந்து ஒருவன் "இன்னும் மேக்காம திருப்புல அப்பத்தான் நல்லாத் தெரியும்" என்று கத்த, மேலிருந்தவன் மேற்கு திசை நோக்கி ஆண்டனாவைத் திருப்பினான்.

புள்ளிகள் மறைந்து போட்டி தெளிவாகத் தெரிய ஆரம்பித்தது.

அசாருதீன் முதல் பந்தில் அவுட். இங்கிலாந்து இந்தியாவின் இரண்டாவது விக்கெட்டைக் கைப்பற்றியது.

"எவம்ல பாதாள முனிய மாட்சு பாக்க வரச்சொன்னது... பாய வாயாலயே தூக்கிப்புட்டாம்லா. யோல பாதாள முனி செத்த நேரம் சும்மா இரி. புயல் பொடியன் இப்பதாம்ல இறங்கியிருக்கான்... அவனையும் ஒன் வாயால தூக்கி கீக்கி புடாத. கெரகம் பிடிச்சவம்ல

நீ" கூட்டத்திலிருந்து கோபத்துடன் கத்தினான் மற்றொருவன்.

"செத்த பாம்ப அடிக்கறவம்ல பாயி. இப்ப பொயலு இறங்கிட்டான்லா... இனி அடிக்கிற அடிய பாரு, போத்தம்லாம் அந்தாக்க போவவேண்டியதுதாம்ல" மற்றொரு ஜன்னலிலிருந்து கத்தினான் அசரியா. அன்றைய போட்டியில் புயலான ஆட்டம் ஆடினான் பதினேழு வயது சச்சின்.

போட்டி முடியும் வரை அந்த வீடே திருவிழா போலிருந்தது. அன்றைய போட்டியில் இந்தியா போராடி ஒன்பது ரன்களில் தோற்றது.

"யப்பாடி நாப்பதாவது ஓவருல இருந்தே ஒண்ணுக்கு முட்டிகிட்டு நின்னுச்சு, ஒண்ணுக்கடிக்க எந்திரிச்சோம்னு வெய்யி, நம்ம இடத்துல வேற எவனாவது வந்து ஒக்காந்துக்குவான், அதுக்கு பயந்தே அடக்கிட்டுல்லா கெடந்தேன்" கிரிக்கெட் ரசிகனொருவன் அவனது நண்பனிடம் சொல்லிவிட்டு அண்ணாச்சியின் வீட்டை விட்டு வேகமாக வெளியேறி அருகிலிருக்கும் உடைமரங்கள் அடர்ந்த பகுதியில் சிறுநீர் கழித்தபடி." யப்பா இப்பத்தான் சொகமா இருக்கி" என்று பெருமூச்சு விட்டான்.

அசரியாவும் பாதாள முனியும் போட்டி முடிந்ததும் அங்கிருந்து கிளம்பி செல்லக்குட்டியைப் பார்க்கச் சென்றனர்.

செல்லக்குட்டி இவர்கள் வருவதைக் கண்டதும் வீட்டின் வாசலுக்கு வந்தான்.

"எங்கல போனிய... காலைல இருந்தே காங்கல."

"இன்னிக்கு மேட்ச்லா. அதான் ராதாகிருஷ்ணன் அண்ணாச்சி வீட்டு கலர் டிவில பார்க்க போனம். பாயி இன்னிக்கும் சொதப்பிட்டான் அதான் தோத்துப்புட் டோம். சை இவனெல்லாம் ஏம்ல கேப்டனா இருக்கான்..."

சலிப்புடன் சொன்னான் பாதாள முனி.

"ஏல... மிராசுப்பழம் சோசியர்கிட்ட நல்ல நாளு பாத்துட்டு வாரோம்னுட்டு கிரிக்கெட்டால பாக்க போனிய..." சற்று உரத்த

குரலில் கேட்டான் செல்லக்குட்டி.

“ஏ அவரு வீட்டில இல்லல்லா... அதான் அப்படியே கிரிக்கெட் பாக்க வண்டிய ஓட்டிப்புட்டோம்... நீ ஏசுவன்னு தெரியும். அதான் இப்ப உன்னையும் கூட்டிகிட்டு போலாம்னு வந்தோம்டே...” என்றான் அசரியா.

“கருக்கல்லயா நல்ல நாளு பாக்க போனியன்னு எங்க ஆச்சி ஏசிப்புடும்ல... நாளைக்கு விடிஞ்சதும் போவம். இன்னிக்கு பூரா வெயில்ல நின்னு நாவல்லாம் வறண்டு போச்சி. ஒரு கலரு குடிப்போமால...” கொடியில் காய்ந்து கொண்டிருந்த கட்டம் போட்ட சட்டையை எடுத்து பட்டனைப் போட்டுக்கொண்டே கேட்டான் செல்லக்குட்டி.

“அதுவுஞ் சரிதாம்ல. இந்தியா தோத்துப்போனத நெனச்சி எனக்கும் நா வறண்டுதான் கெடக்கு. வாங்க போவம்...” சொல்லிவிட்டு பாதாள முனி சைக்கிளை எடுக்க, பின்னால் கேரியரில் ஏறிக்கொண்டான் செல்லக்குட்டி. அசரியா அவனது சைக்கிளை ஓட்ட, மூவரும் பெரியசாமி அண்ணன் கடையை நோக்கிச் சென்றார்கள்.

மைக்கேலும், தங்கவேலும் தனலட்சுமி டாக்கீஸில் படம் பார்ப்பதற்காகப் போனபோது அங்கே செல்லக்குட்டியும் தங்கராணியும் படம் பார்க்க வந்திருப்பதைப் பார்த்தனர். ஆண்களுக்கும் பெண்களுக்கும் தனித்தனியே படம் பார்ப்பதற்காக மர பெஞ்சுகள் போடப்பட்டிருக்கும். இருபாலருக்கும் இடையே இடுப்பளவு உயரமுடைய தடுப்புச்சுவர் இருக்கும். பெண்களுக்கான பகுதியின் சுவரோரத்தில் தங்கராணியும், ஆண்களுக்கான பகுதியின் சுவரோரத்தில் செல்லக்குட்டியும் அமர்ந்து படம் பார்த்துக்கொண்டிருந்தனர். அவ்வப்போது அந்தச் சுவரோரம் சாய்ந்தபடி மெல்லிய குரலில் பேசிக்கொள்வார்கள். இவர்களது பேச்சை பின்புறம் சோபா டிக்கெட்டில் அமர்ந்து பார்த்துக்கொண்டிருந்த தங்கவேலுவுக்குக் கோபம் பொத்துக்கொண்டு வந்தது.

“பாத்தியால மிக்கேலு... எவ்வளவு தெனாவெட்டு இருந்தா படம் பாக்க வந்தமாறி அந்தப் பயகிட்ட பேசிக்கிட்டு இருப்பா. மொதல்ல இவ சங்க அறுக்கணும்லே... அப்பத்தாம்ல என் கோவம் அடங்கும்...” மைக்கேலின் காதில் கிசுகிசுத்தான் தங்கவேலு.

“இப்பத்தானம்ல தெரியுது. இவிய படம் பாக்க வாராவளா இல்ல லவ்வு பண்ண வாராவளான்னு... படம் முடியட்டும் போயி சென்னியிலயா நாலு வைப்பம்” எரியும் தீயில் எண்ணை ஊற்றினான் மைக்கேல்.

“இனி என்னத்தல படத்த பாக்க. வா வெளில போயி நிப்பம்...” சொல்லிவிட்டு எழுந்து விறுவிறுவென்று தியேட்டரின் வெளியே இருக்கும் புங்கை மரத்தடியில் வந்து நின்றுகொண்டான் தங்கவேலு. படம் பார்த்து முடியாத அதிருப்தியில் அவன் பின்னால் ஓட்டமும் நடையுமாய் வந்தான் மைக்கேல்.

படம் முடிந்து மக்கள் வெளிவருவதற்குள் நான்கு பீடிகளைக் குடித்துவிட்டு மனதிற்குள் புகைந்துகொண்டிருந்தான் தங்கவேலு.

சற்று நேரத்தில் படம் முடிந்து கூட்டம் வெளியேறத் துவங்கியது. தங்கராணி தியேட்டரை விட்டு வெளியே வந்ததும் மரத்தடியில் காத்திருக்கும் தங்கவேலுவை கண்டுகொண்டாள். தங்கவேலு அவளை நோக்கி நடக்க யத்தனிக்கும் முன்பே அவனிடம் வேகமாக வந்து, “இப்ப என்னத்த சொல்லப்போற?” எனக் கோபத்துடன் கேட்டாள்.

“படம் பாக்கப் போறேன்னு சொல்லிட்டு அந்த வந்தேறி நாயல்லா பாக்க போயிருக்க... ஒன்னத்தாம்லா மொதல்ல கொல்லணும்...” அவளை அடிக்கக் கை ஓங்கியபடி சத்தம் போட்டான் தங்கவேலு.

“எங்க கொல்லு பாப்பம். இன்னிக்கி நீயா நானான்னு பாத்துப்புடலாம். எப்பப்பாரு நாயாட்டம் மோப்பம் புடிக்கிற ஒடம்பொறப்பு நீ இருந்தாலும் ஒண்ணுதான் இல்லாட்டியும் ஒண்ணுதான்...” கை ஓங்கியவனைக் கண்டு பின்வாங்காமல் அவள் நின்ற கோலமும் அந்த உக்கிரக் கண்களையும் கண்டு மலைத்து நின்றுவிட்டான் தங்கவேலு.

சத்தம் கேட்டு நான்கைந்து பேர் கூடி விட்டார்கள். மைக்கேல் கூட்டத்தைக் கண்டவுடன் தங்கவேலுவை இழுத்துக்கொண்டு நடந்தான்.

படம் பார்க்கும்போது செல்லக்குட்டி சொன்னது மட்டும்தான் தங்கராணியின் கோபத்தைத் தணிப்பதாக இருந்தது.

“தங்கம்... மிராசுப்பழம் சோசியர பார்த்தாச்சு. வர்ற பொதன்கிழம ஒன்ன பொண்ணு பாக்க ராசா மாதிரி வருவேம்லா...” புதன்கிழமை எப்போது வரும் என்றெண்ணியபடி நின்றவளை ஐஸ் வாங்கச் சென்ற கனகு தினுசாய்ப் பார்த்தாள். அவிழ்ந்த கூந்தலை முடிந்துகொண்டு அங்கிருந்து “வா போவோம்” என்றாள் தங்கராணி

“என்னப்ள நடந்து? செல்லக்குட்டி போய்ட்டானா? பத்திரகாளி மாரில்லா நிக்க “ என்றாள் கனகு.

“நீ நட நான் சொல்லுதேன்” என்றபடி தாவணி முந்தானையைச் சுழற்றியவாறு வீடு நோக்கி நடக்க ஆரம்பித்தாள் தங்கராணி.

வானம் இருட்டிக்கொண்டு வந்தது. தங்கராணி கூடத்தில் பாய் விரித்துப் படுத்தபடியே டிவி பார்த்துக் கொண்டிருந்தாள். ‘இலக்கம் 16, செட்டியார் தெரு, அம்பிகா ஜுவல்லர்ஸ் வழங்கும் பொன் மாலைப்பொழுது’ பாடல் நிகழ்ச்சி அப்துல்ஹமீதின் கம்பீரக் குரலில் இலங்கை ரூபவாகினி சேனலில் ஒளிபரப்பாகிக்கொண்டிருந்தது. ‘ஈரமான ரோஜாவே’ திரைப்படத்திலிருந்து ‘தென்றல் காற்றே கொஞ்சம் நில்லு’ பாடலில் வரும் ‘நீயும் நானும் சேர்வதால் யாருக்கென்ன பாதகம்‘ வரிகளைக் கேட்டபோது அவளறியாமல் விழியோரம் கசிந்தது கண்ணீர். சற்றே கண்கள் மூடி பாடலின் வரிகளில் லயித்திருந்தவளை அம்மாவின் குரல் கலைத்து எழுப்பியது.

“ஏ தங்கம்... ஒரே கூராப்பா இருக்கு. மழ வாரதுக்குள்ள மச்சுல காயிற துணிய எடுத்து வாளா...” தங்கம் எழுந்து ஓடுவதற்குள் சடசடவென்று கொட்டத் துவங்கியது மழை. மழையினூடாகச் சென்று மொட்டை மாடியில் காய்கின்ற துணிகளை எடுத்துக்கொண்டு ஓடி வந்தாள்.

துணிகளை மடித்தபடியே அம்மாவிடம் பேச்சுக்கொடுத்தாள்.

“ஏம்மே செல்லக்குட்டியப் பத்தி ஒண்ணுமே சொல்ல மாட்டேக்கிய... தங்கவேலுதான் வெறிநாய் கடிச்சவன் மாதிரி எம்மேல கோவத்துல அலையுதான்...”

“என்னத்தளா சொல்லச் சொல்லுத, நான் வேண்டாம்னு சொன்னா நீ கேட்டுகிடுவியோ? நான் ஒன்னும் காதலுக்கு எதிரியில்ல. ஆனா அவன் வேண்டாம். வேற யாரனாலும் கட்டிக்க” தங்கத்தின் முகத்தைப் பார்க்காமலே கூறினாள் அம்மா.

தங்கம் பதிலேதும் பேசவில்லை. தங்கவேலுவுக்கும் அம்மாவுக்கும் என்ன வித்தியாசம். இருவருக்குமே ரத்தமும் புத்தியும் ஒன்றுதான் என மனதுக்குள் நினைத்துக்கொண்டாள்.

“நீ போவாத ஊருக்கு வழி கேக்க. நடக்கற கதையப் பாரு சொல்லிட்டேன்” என்று முன்வாசலில் கால்மிதிக்க சாக்கைக் கொண்டு போட்டபடியே சொன்னாள் அம்மை.

மழை நின்றுவிட்டிருந்தது.

வீட்டின் பின்புறமிருக்கும் கொய்யா மரத்தடிக்கு வந்தவளுக்கு அந்த மண்வாசம் பிடித்திருந்தது. ஈக்குச்சி வாரியலை எடுத்துக்கொண்டு உதிர்ந்திருக்கும் சருகுகளைப் பெருக்க ஆரம்பித்தாள். மனதெங்கும் வியாபித்திருந்தான் செல்லக்குட்டி. அன்று அணைத்த கதகதப்பினை எண்ணியவாறே தனக்குத்தானே சிரித்துக்கொண்டாள்.

வேதக்கோவில் மணி அடிக்கும் சப்தம் கேட்டு ஊரே திகைத்தது. ஊரில் எங்காவது தீ பிடித்தால் உடனே வேதக்கோவில் மணியை அடித்து எச்சரிப்பார்கள். யார் வீட்டில் தீ பிடித்ததோ என்னவா-யிற்றோ என ஒவ்வொரு வீட்டிலிருந்தும் ஆட்கள் தெருவுக்கு வந்தார்கள். கழுதைகளைத் தேரிக்கு மேய்த்துக்கொண்டு போகும்போது மணிச்சத்தம் கேட்டதால் வீட்டிற்கு அவற்றைத் திருப்பிக்கொண்டு வந்து கட்டினான் செல்லக்குட்டி. ஆச்சி சுருங்கிய

கண்களுடன் குடிசையை விட்டு வெளியே வந்தாள்.

"ஏல செல்லம்... என்னம்ல வேதக்கோயிலு மணிச்சத்தம் பலமா இருக்கி. எங்க தீ பிடிச்சிதுன்னு பார்த்துவால..." என்றாள்.

"யாச்சி நா போயி பாத்தாரேன். நீ கழுதைக்கு கொஞ்சந் தண்ணீ வைய்யி..." சொல்லிவிட்டு வீட்டை விட்டு வெளியே வந்தான்.

தெருவில் ஒன்றிரண்டு பேர் அரக்க பரக்க ஓடிக்கொண்டிருந்தார்கள். அதிலொருவன் செல்லக்குட்டியைப் பார்த்துக் கத்தினான்.

"ஏல அங்க ஒஞ் சேக்காளி பாதாள முனி வூடு தீப்புடிச்சி எரியிது. நீ இங்க மைனர் கணக்கா நிக்க... வெரசா ஓடுல..." செல்லக்குட்டிக்கு ஒரு நிமிடம் என்ன செய்வதென்று தெரியவில்லை. ஸ்தம்பித்து நின்றவன் பின் சுதாரித்து வேகமாக பாதாள முனி வீட்டை நோக்கி ஓடினான். இவன் வீட்டிலிருந்து மூன்று தெரு தள்ளியிருந்தது பாதாள முனியின் வீடு. அந்தத் தெருவே புகை மூட்டமாய் இருந்தது. வீட்டை நெருங்கினால் அங்கே பாதாள முனியின் வீடு எரிந்துகொண்டிருந்தது. பக்கத்து வீட்டுக்காரர்கள் தீயை அணைக்கப் போராடிக்கொண்டிருந்தார்கள்.

டிராக்டரில் பெரிய ட்ரம்மில் நீர் கொண்டு வந்து ஊற்றிக்கொண்டிருந்தார்கள். செல்லக்குட்டி கூட்டத்தினுள் நுழைந்து பாதாள முனியைத் தேடினான்.

அங்கே அவன் கண்ட காட்சி என்றுமே அவனால் மறக்க முடியாத ஒன்றாகிப் போனது.

6: ஆவி

பொட்டம்மையின் வீட்டுத்திண்ணையில் காத்திருந்தார்கள் பேச்சியும் , செவ்வந்தியும். வழியெங்கும் அமைதியாக நடந்து வந்த செவ்வந்தி ஒன்றும் பேசாமல் முற்றத்துக் கோழிகளில் லயித்து இருந்தாள். அவளின் இடதுகையைப் பற்றியவண்ணம் “கவலைப்படாத புள்ள” என்ற பேச்சியின் வார்த்தைகள் மிகவும் தேவையாய் இருந்தது செவ்வந்திக்கு.

வீட்டின் முன்புறம் தாய்க் கோழியும் அதன் குஞ்சுகளும் மண்ணைக் கிளறிக்கொண்டிருந்தன. சாம்பலும் பழுப்பும் கலந்த அந்தக் கோழிக்குஞ்சுகள் பார்ப்பதற்கு அவ்வளவு அழகாய் இருந்தன. அதன் கீச்சொலியும் தாய்க்கோழியின் பின்னால் ஓடுவதும் அழகானதொரு காட்சியாய் இருந்தன. செவ்வந்திக்கு அந்தக் கோழிக்குஞ்சுகள் போல ஓட வேண்டும் எனத் தோன்றியது.

பட்டாணி வெளியே போயிருந்தான். மீண்டும் சென்று வீட்டுக் கதவைத் தட்டினாள் பேச்சி. சற்று நேரத்திற்குப் பின் கதவு திறந்தது. வெளியே வந்த பொட்டம்மை புருவம் உயர இவர்களைப் பார்த்தாள்.

“பொட்டம்மாக்கா மன்னிச்சுக்கிடுங்க... இவ வயித்தில வளர்றது தெரிஞ்சா இவ ஐயா இவ தோலை உரிச்சிப்புடுவாவ... நீங்கதாங்கா

எதாவது செஞ்சி இத கலச்சி உடனும்...'' பேச்சி சற்று நடுங்கிய குரலில் சொன்னாள்.

பொட்டம்மை கண்கள் மூடி வாசற்படியில் அமர்ந்தாள். அவள் வாய் எதையோ சிறிது நேரம் முணுமுணுத்தது. பின் கண்களைத் திறந்து செவ்வந்தியின் கண்களை உற்றுப்பார்த்தாள். செவ்வந்தியால் பொட்டம்மையின் கூரிய பார்வையை எதிர்கொள்ள முடியவில்லை. தலையைக் குனிந்துகொண்டு பேச்சியின் கைகளைப் பற்றிக்கொண்டாள். வீட்டிற்குள் சென்று கைகள் நிறைய சிறிய விதைகளைக் கொண்டுவந்தாள். அதை செவ்வந்தியின் கைகளில் திணித்துவிட்டு மீண்டும் வீட்டிற்குள் சென்று தாழிட்டுக்கொண்டாள்.

செவ்வந்தி அந்த விதைகளைப் பேச்சியிடம் காண்பித்து, "ஏளா என்ன இது... இத என்ன செய்ய?" அப்பாவியாய் கேட்டாள்.

"ஒங் கொமட்லயே குத்தணும்ளா. வயித்துல வாங்கத் தெரியும்... இந்த விதைய என்ன செய்யணும்னு தெரியாதோ? இத முழுங்கு..." அவளை பொட்டம்மையின் வீட்டின் வெளியே இருக்கும் கிணற்றுக்கு அழைத்துச் சென்றாள்.

மாத்திரையை விழுங்குவது போல அந்த விதைகளை விழுங்கினாள் செவ்வந்தி.

"இனி ஒண்ணியும் பிரச்சின இல்ல. இத இப்படியே மறந்துரு. வீட்டுக்குப் போயி நல்லாத் தூங்கு. எல்லாம் சரியாப்போயிடும். நம்ம ஊர்க்காவல் அம்மன் உனக்கும் காவல் இருப்பா" சொல்லிவிட்டு செவ்வந்தியை உச்சி முகர்ந்தாள் பேச்சி.

"நீ எப்படிளா சடார்னு பெரிய பேச்செல்லாம் பேசுத... ஒங்கிட்ட புடிச்சதே இதாம்ளா" என்றபடி பேச்சியை நிமிட நேரம் அணைத்துப் பிரிந்தாள் செவ்வந்தி. வெக்கையால் நிரம்பியிருந்த அந்தக் கோடையின் நாள் முடிவுக்கு வந்தது.

நான்கு நாட்கள் கழித்து சந்தோசராஜைச் சந்தித்தாள் செவ்வந்தி.

கடலைத் தோட்டத்திலிருக்கும் கிணற்றின் அருகே கிடந்த தென்னை ஓலையின் மேல் அமர்ந்திருந்தான். அவனருகே சென்றவள் அவன் முகத்திலிருக்கும் வீக்கத்தைக் கண்டு கலங்கி நின்றாள்.

"இது ஒண்ணுமில்ல செவ்வந்தி. வலி பழகிடுச்சு..." விரக்தியுடன் தூரத்தில் நிற்கும் இரட்டைவால் குருவியைப் பார்த்தபடி சொன்னான் சந்தோசம்.

"அந்த நாயிவ அடிக்காவன்னு தெரியுதுல்லா... ஏன் நீ எதிர்க்கவே இல்ல சந்தோசம்?"

"எதிர்த்து முட்டித் தூக்கி எறிய எவ்வளவு நேரம் ஆகும் புள்ள. ஆனா அப்படி நாஞ் செஞ்சா அது எங்க சனத்தைல்லா பாதிக்கும்? எங்க தெருவையே எரிச்சுப்புடுவாவளே? வந்தேறின்னா எளக்காரமாத்தான பார்க்காவ? சரி அத விடு, ஒன் மூஞ்சி ஏன் வாடிக்கெடக்கு" அவள் முகத்தைத் தன் கைகளால் ஏந்தியபடிக் கேட்டான் சந்தோசம்.

அவள் நடந்த விஷயங்கள் அனைத்தையும் கண்களில் நீர் தளும்பச் சொன்னாள்.

ஒரு உயிர் உருவாகும்போதே அழிக்கப்பட வேண்டியதிருக்கே என்று கலங்கினான். அதுவும் தன் உயிராயிற்றே..

அவன் முகமாற்றத்தைக்கண்ட செவ்வந்தி "நான் தப்பு பண்ணிட்டேனா? எனக்கு என்ன செய்யனுட்டு தெரில. நீயும் வெளில வரல. அதான்..." என்று இழுத்தாள்..

"இல்ல செவ்வந்தி. தப்பு பண்ணது நாந்தேன் நானும் அவசரப்பட்டிருக்கக்கூடாது. நீ செஞ்சதுதான் சரி புள்ள. ஆச இருந்தா போதுமா? எல்லாம் விதி என்னத்த சொல்ல. நாம கொஞ்ச நாள் பாக்காம இருப்போம்.. நான் வெளுக்கற நேரம் போக மத்த நேரத்துல தோட்டக்காட்டுக்கு வேலைக்குப் போறேன். நாலு காசு சேர்த்துட்டேன்னு வையி நாம எங்கயாது போய் பொழைச்சுக்கலாம். அதுவரை கொஞ்சம் பொறுத்துக்க. எல்லாம் நல்லதா நடக்கும்ளா அழுவாத..." என்றபடி அவள் கண்ணீரைத் துடைத்துவிட்டு தன் மார்போடு அணைத்துக்கொண்டான்.

"ஒண்ணு மட்டும் சொல்லிப்புடுதேன் நீ இல்லாட்டா நான்

செத்துருவேன் பாத்துக்க. எங்க அப்பா என்ன எங்க மாமனுக்குக் கட்டி வைக்க கணக்கு போடுதாறு. இந்த சேதி எல்லாம் எங்க அண்ணனுக்கு தெரிஞ்சா உன்ன எதாது செய்திருமோன்னு பயமா இருக்கு சந்தோசம்" கண்களில் நீர் தளும்பச் சொன்னாள் செவ்வந்தி.

"கவலைப்படாதளா. இப்பதானே உங்க அக்கா கல்யாணம் முடிஞ்சிருக்கு ஒடனே உங்க அப்பா உன்ன கெட்டிக்கொடுக்க மாட்டாரு. ஒரு வருஷம் போல ஆவும்லா. அதுக்குள்ள நான் ஒரு வழி பண்றேன். கலைச்சதால உனக்கு ஒடம்புக்கு ஒன்னும் நோவில்லையே" அவன் அப்படிக் கேட்டது மனதுக்கு இதமாக இருந்தது செவ்வந்திக்கு.

"இல்ல இன்னும் ஒண்ணுந் தெரியல. கொஞ்சம் சோம்பலாவே இருந்தது. அம்புட்டுதான்" என்றாள்.

"சேரிளா நீ வீட்டுக்கு போ. கொஞ்சம் கெடந்தேனா தெம்பா இருக்கும்" என்று தோளில் தட்டி செவ்வந்தியை அனுப்பி வைத்தான்.

ஊருக்குள் ஆடு திருட்டு அதிகமானது. எப்படி ஆடுகள் காணாமல் போகின்றன என்பது புரியாத புதிராகவே இருந்தது. எவ்வளவு காவலிருந்தும் ஆடுகள் காணாமல் போவது தொடர்ந்ததால் இது ஏதோ பசி அடங்காத ஆவியின் வேலையாகத்தானிருக்கும் என்று ஊருக்குள் ஒரு செய்தி நிலவியது. ஊர்மக்கள் ஒன்றாகக் கூடி இது பற்றி பேச அம்மன் கோவிலின் அரசமரத்தடியில் ஒன்று திரண்டார்கள். ஊர்ப் பெரியவர் பொன்மலை அண்ணாச்சி தோளில் கிடந்த துண்டை உதறி விட்டு எழுந்து நின்று தன் கரகரப்பான குரலில் பேச ஆரம்பித்தார்.

"இன்னிக்கி எதுக்கு நம்ம கூடியிருக்கோம்னா ஊருக்குள்ள ஆடு திருட்டு அதிகமாயிருச்சுல்லா... அந்தக் களவாணிப்பயல எப்படிப் பிடிக்கப்போறோம்னு திட்டம் போடத்தாம் நாம இன்னிக்கு கூடியிருக்கோம். வாராவாரம் ஒரு ஆட்டைப் பறிகொடுத்துட்டு நிக்கவேண்டியிருக்கு. என்ன செய்யலாம்னு நினைக்கிய சொல்லுறவுக சொல்லலாம்..." பேசிவிட்டுத் தன் அடர்ந்த வெண்நிற மீசையை

முறுக்கிவிட்டபடி அமர்ந்தார்.

"இதுவரைக்கும் நாப்பது ஆட்டைக் காங்கல. இப்படியே போச்சுன்னா கோவிலு கொடைக்கு அறுக்க ஆட்டுக்கு பதிலா வீட்டாளுவளத்தான் அறுக்கணும் பாத்துக்கிடுங்க அண்ணாச்சி" என்றார் ஆட்டைப் பறிகொடுத்தவர் ஒருவர்.

"ஒருத்தன களவாணின்னு புடிச்சு அடிச்சிப்புட்டம்... பொறவு பார்த்தா அவன் இல்லைன்னுட்டாவ. யாரு சொல்லுறத நம்பட்டும்..." என்றான் இளவட்ட வீரனொருவன்.

"போனவாரம் தான் அவனப்புடிச்சி அடிச்சிட்டு பொறவு இல்லன்னம். முந்தாநாள் ராத்திரி கீழத்தெரு துரைச்சாமி வீட்ல ஒரு ஆட்டக் காணோம்லா. இது ஆளா இல்ல அந்த ஆவியான்னு தெரியலையே..." என்று ஆவி கதையை உள்ளிழுத்துவிட்டான் மற்றொருவன்.

"ஆமா நல்லா கொழுத்த கிடால்லா அது. பாவம் தொர ரெண்டு நாளா ஊர் பூரா தேடிட்டு கிடக்கான். ஒண்ணு ஆடு அம்படணும். இல்ல அந்தக் களவாணி ஆளோ ஆவியோ அம்படணும். அதுக்கு ஒரு வழிய சொல்லுவியன்னுதான் கூட்டத்துக்கு வந்தம்"

"இப்படித்தாம் அந்த நெடுங்காட்டு நீலி ஆட்ட தூக்கிட்டு போய்ருவாளாம் அந்த நாள்ள. எங்க அம்ம சொல்லும்" என்று ஒரு பெண் தன் பங்குக்கு கொளுத்திப் போட்டாள்.ஆளாளுக்கு தங்கள் மனதில் பட்டதை எல்லாம் சொல்லிக்கொண்டிருந்தனர்.

"இன்னும் செத்த நேரத்துல சூரியன் உச்சிக்கு வந்துரும்வே. இப்படி பேசிக்கிட்டே கிடக்கிய என்ன செய்யலாம்னு யாராவது ரோசனை சொல்லுதியளா" கொட்டப்பாக்கையும் வெற்றிலையையும் வெற்றிலைக்குழவியில் இடித்தபடி கேட்டாள் ஊர் கதை கேட்க வந்த மூதாட்டி ஒருத்தி.

"சரி நா ஒரு ரோசனை சொல்லுதேன்... சரிப்பட்டு வருமான்னு சொல்லுங்க. ஆட்டை ஆவி கொண்டுபோச்சோ ஆளு கொண்டு போறானோ தெரியலை. ஆனா அந்தக் களவாணிய கையுங்களவுமா பிடிக்கிறவியளுக்கு வீட்டுக்கு வீடு ரொக்கம் பிரிச்சி மொத்தம்

முப்பது ரூவா பரிசா கொடுப்பம். என்ன சொல்லுதிய?" என்றார் ஊர் பெரியவர்.

முப்பது ரூபாய் என்றதும் அனைவரும் ஒரு மனதாக சம்மதித்தனர்.

"காப்பவுனு தங்கமே வாங்கிப்புடலாம்லா முப்பது ரூவாய்ல... எவங்கொடுத்து வச்சவனோ தெரியலையே" என்றபடி துண்டை உதறித் தோளில் போட்டுக்கொண்டு நடந்தார் பெரியவர் ஒருவர்.

இளவட்டங்கள் களவாணியைப் பிடிப்பதற்கான திட்டம் தீட்ட குளக்கரையிலிருக்கும் மாமரத்தின் அடியில் ஒன்று கூடினர்.

நாட்கள் வாரங்களாகி வாரங்கள் மாதங்களாயின. தன் அக்காவின் கணவர் காலராவில் பலியானதால் அவளுக்கு ஒத்தாசையாக இருக்கச் சென்ற பேச்சி மூன்று மாதங்கள் கழித்துதான் ஊர் திரும்பினாள்.

பஸ்ஸிலிருந்து இறங்கியவள் செவ்வந்தியைக் காணும் ஆவலில் தன் வீட்டிற்குப் போகாமல் செவ்வந்தியின் வீட்டிற்கு ஓடினாள். அங்கே செவ்வந்தி இல்லை. வெகுநேரம் காத்திருந்துவிட்டு செவ்வந்தியைக் காணாத ஏக்கத்தில் தன் வீட்டிற்குத் திரும்பினாள் பேச்சி.

அன்று மாலை இருள் கவியத்துவங்கும் நேரம் பேச்சி வீட்டின் முன்வாசலில் அரவம் கேட்டது. செவ்வந்திதான் வந்திருக்கிறாள் என்பதை உணர்ந்துகொண்டு ஆசையுடன் அவளைக் காண வாசலுக்கு ஓடியவள் ஸ்தம்பித்து நின்றுவிட்டாள்.

உடல் மெலிந்து சோர்ந்த முகத்துடன் கண்களில் நீர் தளும்ப நின்றிருந்தாள் செவ்வந்தி. பேச்சியைக் கண்டவுடன், "இப்பவாச்சும் நம்மூருக்கு வழி தெரிஞ்சுதே பேச்சி" என்றபடி பேச்சியைக் கட்டிக்கொண்டாள். பேச்சி அப்போதுதான் அதனை உணர்ந்தாள். பருத்திருந்தது செவ்வந்தியின் வயிறு. பேச்சிக்கு நா எழவில்லை.

7: உடங்காடு

அதிகாலையில் எழுந்துவிட்டாள் தங்கராணி. புதன் கிழமை இன்று. செல்லக்குட்டி பெண் கேட்டு வருவான். குளித்து நல்ல தாவணியாய் உடுத்தி மையிட்டு அலங்கரித்துக் கண்ணாடியில் தன் முகம் கண்டு, திருப்தியாகி, அதன் பின் வளவுக்குச் சென்றாள். வீட்டின் பின்புறமிருக்கும் தோட்டத்தில் விதவிதமான பூச்செடிகளை வளர்த்து வந்தாள். அதற்கு கிணற்றிலிருந்து நீர் இறைத்து ஊற்றுவது அவளுக்கு மிகப் பிடித்தமான ஒன்று. செல்லக்குட்டியை நினைத்தவாறே மகிழ்ச்சியுடன் ஒவ்வொரு செடியாக நீருற்றிக்கொண்டிருந்தாள். வேப்பங்குச்சியை ஒடித்து பல் தேய்த்தபடி சோம்பல் முறித்துக்கொண்டிருந்தான் தங்கவேலு. கிணற்றின் அருகே வந்து தங்கத்திடம் பேச்சுக்கொடுத்தான்.

“என்ன தங்கம் காத்தாலையே அம்மைய காணோம். ஆட்டுக்கு புல்லுஅறுக்க தோட்டத்துக்குப் போயிட்டாவளோ நீ என்ன கிளம்பிருக்கே.. கோயிலுக்கு போறியா இல்ல வேற எங்கயும் போற ரோசனையா?” என்று நக்கலாய்க் கேட்டான்.

அவள் பதிலேதும் பேசாமல் நீர் இறைத்துக்கொண்டிருந்தாள்.

“அதுசரிளா ஒங்கிட்ட கேட்கறதும் செவிடன் காதுல சங்கூதறதும் ஒண்ணுதாம்ளா” சொல்லிவிட்டு வாய் கொப்பளித்தான். பின்

முகம் கை கால்களைக் கழுவிவிட்டு கொடியில் காயும் துண்டை எடுத்துத் துடைத்துக்கொண்டான். மீண்டும் கொடியில் துண்டை உலர்த்திவிட்டு தங்கராணியிடம் வந்தான்.

"நீ என்னத்த மொறச்சாலும் வெடச்சிகிட்டு நின்னாலும் அந்த வந்தேறி நாயி கையப் புடிக்க முடியாது. அவன் சோலி சீக்கிரம் முடியத்தான் போவுது. அதுக்கு முன்னால அவனுக்குத் தாங்கிப் பிடிக்குத அவன் சேக்காளிக கதயும் முடியப்போவுது... அத நீயும் பாக்கதாம்ளா போற" சொல்லிவிட்டு அவள் பதிலை எதிர்பாராமல் விசிலடித்தபடியே வாசற்கதவைத் திறந்துகொண்டு தெருவில் இறங்கி நடக்க ஆரம்பித்தான்.

மன மகிழ்வுடன் ஆரம்பித்த தங்கராணியின் அதிகாலை இவ்வளவு சீக்கிரத்தில் வாடுமென்று அவள் நினைத்திருக்கவில்லை. தங்கவேலுவை உள்ளுக்குள் திட்டிக்கொண்டே நீர் இறைத்துக் கொண்டிருந்தவளுக்கு அவன் செல்லக்குட்டியின் சேக்காளி பற்றிச் சொன்னது ஞாபகத்திற்கு வந்தது. ஏதோ விபரீதம் நடக்கப்போவதை உணர்ந்துகொண்டவள் சீக்கிரமாய் இதைப் பற்றி செல்லக்குட்டி- யிடம் சொல்லி எச்சரிக்க வேண்டும் என்று நினைத்துக்கொண்டாள்.

பாதாள முனிக்கு உடம்பிலும் கை கால்களிலும் தீக்காயங்கள். வலியால் துடித்தவனை லோடு வேனில் வாழை இலை விரித்துப் படுக்க வைத்து மருத்துவமனைக்குக் கொண்டு சென்றார்கள். அசரியாவும் செல்லக்குட்டியும் சைக்கிளில் விரைந்தார்கள்.

"எப்படில பாதாள முனி வீடு தீ புடிச்சது?" செல்லக்குட்டி அசரியாவிடம் கேட்டான்.

"அவிய வீட்டுக்குப் பொறத்தால உடங்காட்டுல மொத பிடிச்சிருக்கு... எவனோ பீடிய அணைக்காம வீசியிருப்பான். அது சடசடன்னு அவிய வீட்டுக் கூரைக்கும் ஏறிப்புடுச்சி. பாதாள முனி உறங்கிட்டுல்லா கெடந்திருக்கான். அதான் காயம் அதிகம்..." பதில் சொல்லியபடியே சைக்கிளை ஓட்டிக்கொண்டிருந்தான் அசரியா.

“எனக்கென்னமோ எவனோ கோட்டிகாரன் பார்த்த சோலி மாதிரிதாம்ல தெரியுது. பாதாள முனி எவ பின்னால போனானோ, அவ எவந் தங்கச்சியோ... சொன்னா கேக்குதானா எப்பப் பாரு பொட்டப்புள்ளைக வாலைப் பிடிச்சிகிட்டே அலையுதான் செருக்கியுள்ள...” செல்லக்குட்டிக்கு ஆத்திரமாக வந்தது. வாயிலிருந்து புதிய புதிய கெட்ட வார்த்தைகள் வெளியே குதித்தன.

“ஏ... நீ சொல்றதும் சரிதாம்ல. போன மாசம் ஏரல் ஆத்துல குளிக்கப் போனோம்லா அப்பக்கூட ஒருத்திக்கு சைகல்லா காமிக்கான்... அவ பாக்கவே ஆள் முழுங்கி கணக்கால்லா இருந்தா... வெக்கம் கெட்ட மூதின்னு திட்டிப்புட்டா... பொறவுதான் அமுக்கிக்கிட்டு வந்தாரு நம்ம முனிராசா. ஆனா இவன மிதிக்க எவம்ல வூட்ட எரிப்பான்?” கேள்வி எழுப்பினான் அசரியா.

“இவன நாலு சாத்து சாத்தணும்னு உடங்காட்டுக்குள்ள கூடி-யிருப்பாவ... அப்ப எவன் பீடியோ காட்ட எரிச்சு வீட்டுக்கும் வந்திருக்கும். நமக்கென்ன சோசியமா தெரியும்... எல்லாம் ஒரு ஊகம்தாம்ல... எது எப்படியோ பாதாள முனிக்கு மேலுக்கு சரியாவணும் சீக்கிரம்...” பாதாள முனிக்கு உடம்பு சரியாக வேண்டும் என்றபடிக் கண்களை மூடி அம்மனை வேண்டிக்கொண்டான் செல்லக்குட்டி.

மருத்துவமனையில் எதுவும் கூறாமல் மருத்துவர்கள் உள்ளேயும் வெளியேயும் நடந்து கொண்டிருந்தார்கள்.. அப்பொழுது தான் விசயம் கேள்விப்பட்டு தோட்டத்தில் இருந்து ஓடி வந்திருந்தாள் அவன் அம்மை. “யய்யா ராசா” என்று அரற்றியவளை தேற்றினார்கள் அசரியாவும் செல்லக்குட்டியும். மருத்துவமனையின் மர பெஞ்சிலேயே காத்துக்கிடந்தார்கள் மூவரும். சிறிது நேரக் காத்திருப்புக்கு பின் உடன் வந்த சில ஊர்க்காரர்கள் “பாத்துங்கப்பு” என்று கூறி விட்டுக் கலைந்தனர். அந்தச் சிறிய மருத்துவமனையின் வெள்ளை உடை அணிந்திருக்கும் நர்ஸ்ஸக்கா வராண்டா பெஞ்சில் அமர்ந்திருக்கும் செல்லக்குட்டியிடம் வந்தாள்.

“காயம் அதிகமா இருக்கு தம்பி... நல்ல வேளை உயிருக்கு சேதமில்ல. பஸ்ட் எய்ட் தான் பண்ணியிருக்கு. தூத்துக்குடி ஆஸ்பத்திரிக்குக் கொண்டு போயிடுங்க. அப்பத்தாம் தீக்காயம் சீக்கிரம் ஆறும், வடுவும் கொஞ்சம் வெரசா மறையும் . அங்கன்னா

வலியக் கொறைக்க மருந்து போட்டுத் தூங்க வைச்சிருவாவ. கொஞ்சம் லேசா இருக்கும்" என்று சொல்லிவிட்டு மீண்டும் உள்ளே போய்விட்டாள்.

"யோல அசரியா நீ இங்கேயே இரி. நா போயி வாடகைக்காரு பிடிச்சிட்டு வாரேன்" சொல்லிவிட்டு சைக்கிளை எடுத்துக்கொண்டு வேகமாகச் சென்றவன் சிறிது நேரத்தில் வெள்ளை நிற அம்பாசிடர் காரில் வந்தான்.

பாதாள முனியை அதில் ஏற்றிக்கொண்டு தூத்துக்குடி அரசு மருத்துவமனைக்கு விரைந்தார்கள். மருத்துவமனையில் அவனைச் சேர்த்துவிட்டு எதிரில் இருக்கும் தேநீர்க் கடையில் கிடந்த மர பெஞ்சில் வந்து அமர்ந்தார்கள்.

"அசரியா... வாடகைக் கார் பிடிக்கப் போவும்போது நம்ம கூட படிச்சாம்லா சுகந்தராஜ்... அவன ரோட்டோரத்துல பார்த்தேன். அவன் ஒரு சேதி சொன்னாம்ல. உடங்காடு எப்படி எரிஞ்சது தெரியுமால" அசரியாவின் காதருகே ஏதோ கிசுகிசுத்தான் செல்லக்குட்டி.

அதைக் கேட்டவுடன் அசரியாவின் முகம் கோபத்தில் சிவந்துவிட்டது.

"அதையேதாம்ல நானும் நெனச்சேன்... நீ முனியப் பாத்துக்க. எனக்கு ஒரு சோலி இருக்கு ஊருக்குள்ள..." என்றபடி பாதி குடித்த டீயை பட்டர் பிஸ்கட் இருக்கும் கண்ணாடி பாட்டிலின் மீது வைத்துவிட்டு விறுவிறுவென்று தூத்துக்குடி பழைய பேருந்து நிலையம் நோக்கி நடந்தான்.

"யோல மிக்கேலு... தூத்துக்குடில இருந்து ஆளுவள இறக்குனா முனிய அடிச்சி தூக்கிருவாவன்னு சொன்ன... இன்னும் அவஞ் செத்த சேதி வரலியே" மைக்கேல் வீட்டுக் கிணற்றடியில் நின்றபடிக் கேட்டான் தங்கவேலு.

“முனியத் தூக்கிட்டு நம்மூரு ஆஸ்பத்திரிக்கில்லா போயிருக்காவ... அதுக்குள்ள போறதும் சவப்பெட்டிக்குள்ள போயிப் படுக்கறதும் ஒண்ணுதாம்ல. வெவரங்கெட்ட பயலுவ துட்ட வாங்கும்போது அவன வீடு புகுந்து அடிச்சு காலி பண்ணுதோம்னு சொல்லிட்டு உடங்காட்டைல்லா பத்த வெச்சிருக்கானுவ... எது எப்படியோ முனிக்கு இன்னிக்கு சங்குதாம்ல...” சொல்லிவிட்டு சத்தமாச் சிரித்தான் மைக்கேல்.

“ரொம்ப இளிக்காதல... அவஞ்சாவலன்னு வெய்யி. நம்ம சோலிய முடிச்சுப்புடுவான் அந்த அசரியாப்பய... எனக்கு ஒண்ணுதாம்ல வெளங்கவே மாட்டேங்கு... அதெப்படி அசரியாப்பய அவிய கூட சேக்காளி ஆனான்?” கேள்விக்குறியுடன் மைக்கேலைப் பார்த்துக் கேட்டான் தங்கவேலு.

“பாதாள முனி ஒரு கிரிக்கெட் பைத்தியம்... செல்லக்குட்டி ரவுண்ட் ரேஸு கிறுக்கன். அசரியாவுக்கு வெளாட்டுனாலே பைத்தியம் முத்திரும்... அதான் தன் இனமா இல்லாட்டியும் வாலாட்டிக்கிட்டு அவியகிட்டப்போயி சேர்ந்துகிட்டான் அறிவுகெட்ட மூதி...”

“அதானா விசயம்... அப்படி என்னதான் அந்த கிரிக்கெட்ல கண்டானுவளோ, நெதமும் டிவி பொட்டி முன்னாலயே தவங்கிடக்கானுவ, நமக்கு சில்லாங்குச்சியும் கோலிக்காவும்தான் வெளயாடத் தெரியும், இதானல உள்ளூர் வெளயாட்டு...” சொல்லிவிட்டு சிரித்தான் தங்கவேலு.

“ஒனக்கு இன்னொரு வெளயாட்டும் வெளயாடத் தெரியும்லா... அதாம்ல தேரிக்கு கழுதை மேய்க்க வர்ற புள்ளைககிட்ட வெளயாடுவியே, எப்ப எவ செருப்பால அடி வாங்கப் போறியோ தெரியல...” மைக்கேல் கிண்டலாகச் சொன்னதும் முகம் கருத்துவிட்டது தங்கவேலுவுக்கு. சிறிது நேரம் அமைதியாக இருந்தான்.

“செரி செரி... நல்ல பைனி கிடைச்சா சொல்லு. குடிச்சி ரொம்ப நாளாச்சில்லா...” எனப் பேச்சைத் திசை திருப்பினான் தங்கவேலு.

“நல்ல பைனி குடிக்கணும்னா நாமதாம்ல பனையேறணும்... இப்ப எவன் நல்ல பைனி விக்கான்...வாறியா கள்ளு கெடைக்கான்னுட்டு

பாப்பம்?"

அவர்கள் பேசிக்கொண்டிருக்கும்போது மைக்கேல் வீட்டு நாய் வாசலைப் பார்த்தபடி குரைக்க ஆரம்பித்தது. மைக்கேலும் தங்கவேலும் வாசலுக்கு வந்தனர். அங்கே அசரியா கண்களில் கோபம் தெறிக்க நின்றுகொண்டிருந்தான்.

8: கரு

பேச்சி அசைவற்று சிலையாகி நின்றிருந்தாள். செவ்வந்தி தலை குனிந்து அமைதியாக நின்றாள். சற்று நேர மௌனத்திற்குப் பிறகு மௌனம் உடைத்தாள் பேச்சி.

"ஏ புள்ள... வயிறு கொஞ்சம் மேடா இருக்கு வேற ஒன்னும் இல்லையே?" பதில் கூறாமல் கண்களில் நீர் நிரம்ப நின்றாள் செவ்வந்தி.

"என்னாச்சி சொல்லித்தொல... எனக்கு ஒடம்பெல்லாம் நடுங்குதுல்லா..." பேச்சியின் தடுமாற்றத்தைப் புரிந்துகொண்ட செவ்வந்தி ஒரு பெருமூச்சை விட்டுவிட்டு ,வழியும் கண்ணீரைத் துடைத்துகொண்டே பேசத் துவங்கினாள்.

"ஒங்க மச்சான் சாவுக்குப் போனவ அங்கியே தங்கிட்ட... ஒரு லெட்டர் போட்டியாளா? நீ வீட்டுக்கு வந்து தேடினேன்னு அம்மை சொன்னாவ. அதான் ஓடியாந்தேன். ஒங்க வீட்ல ஒருத்தரையும் காணோம் பேச்சி?"

"தோட்டத்துக்குப் போயிருக்கு அம்மை நீ என்னாச்சுன்னு சொல்லு" என்றாள் பேச்சி.

“பொட்டம்மாக்கா கொடுத்தாவளே பப்பாளி வெத மாதிரி ஏதோ ஒண்ணு... அதத் தின்னுப்புட்டு நானும் செவனேன்னு கிடந்தேன். பொறவு மூணு மாசம் ஆனதும் தான் நான் குளிக்கலன்னு அம்மை கண்டுப்பிடிச்சா. என்ன அடிச்சுக் கேட்டா நான் தெரியாது என்னமோ வரலன்னு சாதிச்சிட்டேன். பொறவு எங்கய்யாவுக்குத் தெரியாம அக்காட்ட சொல்லி தூத்துக்குடி பெரியாஸ்பத்திரிக்குப் போவச் சொன்னாவ. நான் அந்தக் கெடையா கெடந்தேன். அதேன் அம்மைக்கு சந்தேகம் வந்துட்டு. பொட்டம்மாக்காட்ட போவோமேன்னுட்டு அக்கா கேட்டதுக்கு அம்மை ஏசிப் புட்டாவ. அவளுக்கு ஒரு தாலியும் தெரியாது. பேசாம ஆஸ்பத்திரிக்கு கூட்டிட்டுப் போன்னுட்டு அனுப்புனாவ. அங்க டாக்டரு நான் உண்டாருக்கேன்னு சொல்லிட்டாவ பேச்சி” சொல்லிவிட்டுத் தாங்க முடியாமல் கதறி அழுதாள் செவ்வந்தி.

பேச்சி நம்பமுடியாமல் கேட்டுக்கொண்டிருந்தாள்.

“அப்போ தான் ப்ள தெரிஞ்சிச்சு பொட்டம்மை நம்மள மோசம் பண்ணிட்டான்னுட்டு. அவ மருந்துல எந்த புரோசினமும் இல்லன்னுட்டு. எங்க அக்காட்ட வீட்ல சொல்லாதக்கான்னு கெஞ் சினேன், என்ன மானங்கெட்ட கிழி கிழிச்சா. வீட்டுக்கு வந்ததும் அம்மைட்ட போய் சொல்லிட்டா. நானும் அம்மை என்ன அடிச்சு கேப்பான்னு நினைச்சேன். அய்யோ மோசம் பண்ணிட்டாளேன்னு அவிய கத்துனதுல எங்க ஐயா உள்ள வந்துட்டாவ. அக்கா அம்புட்டும் ஒப்பிச்சிட்டா. எங்க ஐயா அன்னைக்கு அடிச்ச அடில நாலு நாளா கண்ணு முழிக்காம கெடந்திருக்கேன். உனக்குத்தான் தெரியுமே அவியளோட முன்கோபம். அம்மையும் கலைச்சிவிட என்னென்னமோ பண்ணாவ, ஆனா அதையும் மீறி நின்னுடுச்சு வவுத்துக்குள்ள கெடக்கற கரு. இன்னிக்கு வர அவியகிட்ட இதுக்குக் காரணம் யாருன்னு மட்டும் சொல்லவே இல்லலா... எங்க அண்ணன் மைனி உண்டாருக்குன்னு சொல்ல வந்தான். அவங்கிட்ட முதல்ல ஒன்னும் சொல்லல. பொறவு எங்க அம்ம ஒப்பாரி வைச்சிட்டாவ. அவன் தின்னவேலி கூட்டிப் போறேன் ஏதோ புதுசா இப்ப ஹைகிரவுண்ட்டு ஆஸ்பத்திரி வந்துருக்குன்னு சொன்னான்.அம்மை நாள் கடந்து போச்சு இவள கொண்டி குழில தான் எறக்கனும், ஊருக்கு முன்னாடி மானம் போறதுக்குள்ளன்னு சொன்னாவ. அவன் ரோசனயாவே இருந்தான்.அவன் அடிக்காதது

எனக்கு ஆச்சரியம் தான். அவன் பொண்டாட்டி உண்டாயி பட்ட பாடப் பார்த்து மனசு கொஞ்சம் இளகிட்டான் போல. அப்பயும் என்ன அந்த செருக்கி இந்த செருக்கின்னு பேசாத பேச்சில்ல.இன்னும் ஆறு மாசத்துல புள்ள பொறந்துடும்னு சொல்லுதாவ... எங்க அண்ணன் மைனிட்ட சொல்லிட்டான் போல. நாளைக்கு வாரானம் என்ன அங்க கூட்டி போவ. அம்மை அஞ்சு மாசம் கழிச்சு அங்க வாரேனு சொல்லிருக்கா ப்ள. நீ இல்லாம எனக்கு மனசு விட்டு பேச நாதி இல்ல. ரொம்ப அடிச்சுபுட்டாவ ஐயான்னு அக்கா ரெண்டு நாளைக்கி அவ வீட்டுக்கு கூட்டிகிட்டு போனா. ஊர் பேசும் சமைஞ்ச புள்ள அக்கா வீட்ல இருந்தான்னு அம்மா வந்து கூட்டியாந்துட்டாவ. ஐயா எங்கிட்ட பேசவே இல்லல்லா.ஏம்ளா எனக்கு மட்டும் ஏன் இப்படி நடக்கு"

கடகடவென அவ்வளவு கதையையும் கூறிவிட்டு தேம்பித் தேம்பி அழத்துவங்கினாள் செவ்வந்தி.

பேச்சி அவள் கைகளைப் பற்றிக்கொண்டு வீட்டுத் திண்ணையில் அமர்ந்தாள்.

"உங்க அண்ணன் நெசமா உன்ன பாத்துக்கிடுவான இல்ல உங்கம்ம சொன்னாவன்னுட்டு கூட்டிட்டுப் போயி தாத்துபுடுவானான்னுட்டு எனக்கு பயமா இரிக்குளா எனக்குப் படபடனு வருது போ. எம்புட்டு காடு தாண்டி வரனும் உங்க அண்ண வூட்டுக்கு. உன்ன எப்படிளா பாப்பன்"

"என்ன ஆனாலும் பரவாயில்லைனு தான் பேச்சி போறேன் நான். வந்தா என் புள்ளயோட வாரேன் இல்லனா செத்துப் போறேன்"

"சீ சவத்த மூதி எப்பப் பாரு சாவுதேன் சாவுதேன்னுட்டு. ஒனக்கு ஒண்ணும் ஆவாதுளா.. என் உயிர கொடுத்தாவது ஒன்னயும் ஓம் புள்ளயயும் நான் பாதுத்துக்கிடுவேன்"

"நல்ல வேளை நீ வந்த இன்னைக்குன்னு. போறதுக்கு முன்ன என் சந்தோசத்த ஒருவாட்டி கண்ணால பார்த்துட்டு போனும்ளா."

"வாரில கொண்டடி உனக்கு கிறுக்கேதான் புடிச்சு போச்சு" என்றாள் பேச்சி.

“நீ எம்புட்டு ஏச்சுன்னாலும் ஏசிக்க.. ஆனா இந்த ஒரு வாட்டி உதவி செய்யி நல்லாருப்பே. உன்ன காலத்துக்கும் மறக்க மாட்டேன் பேச்சி”

“ஆமா நீ பூ போட்டு என்ன பூசை செய்வேன்னு நான் நிக்கேன். நான் தான் அந்த பயல உன் கண்ல பட வைச்சேன். சரி கருக்கல்ல வாய்க்காலுக்கு போக கூப்டுதேன் நீ வா.”

“கருக்கல்ல அம்மா விட மாட்டாவ பேச்சி..”

“சேரி அப்போ கோயிலுக்குன்னு கூப்பிட வாரேன்..நீ காத்திரு”

சரியென்று தலையாட்டிய செவ்வந்தியின் கண்களிலிருந்து நிற்காமல் வழிந்து கொண்டிருந்தது கண்ணீர்.

‘‘சரிளா அழுவாத... முடிஞ்ச விசயத்த நெனச்சி வதங்கி நின்னா நடக்குற விசயமும் நல்லா நடக்காம போயிடும்னு சொல்லுவாவ... நீ எதுக்குளா அழுவுத... அதான் நா வந்துட்டம்லா. உனக்குப் பிரசவம் பார்த்து உம் புள்ளைய ராசா கணக்கால்லா நா வளப்பேன்... நீ அழாம இரி போதும்...” சொல்லிவிட்டு செவ்வந்தியைத் தன் தோளோடு சாய்த்துக்கொண்டாள்.

செவ்வந்தியை சமாதானப்படுத்தினாலும் பேச்சிக்கு அழுகையும் ஆத்திரமும் ஒருசேர வந்தன. இந்தப் பொட்டம்மையை நம்பி மோசம் போய்விட்டோமே... அவளைப் பார்த்து நாலு வார்த்தை நறுக்கெனக் கேட்டால்தான் மனசு ஆறும் என நினைத்துக்கொண்டாள்.

அதுக்கு முன்பாக சந்தோசத்தை வாழைத்தோட்டத்துக்கு வரச் சொல்ல வேண்டும்.

பேசியபடி இருவரையும் சந்திக்க வைத்தாள் பேச்சி. உள்ளே அடைந்தே கிடந்தவள் பேச்சி மூலமாய் வெளியே வந்தாள். சந்தோசத்தின் மார்பில் சாய்ந்து அழுது அரற்றினாள். எல்லாம் கூறினாள். சந்தோசம் அவன் சேக்காளி ஒண்டிமுத்து மூலமாய்

செவ்வந்தி வீட்டை விட்டு வராததை அறிந்திருந்தான்.

“எனக்குத் தோணுச்சி புள்ள வீட்ல தெரிஞ்சிட்டுனு ஆனா நான் வந்து உன்ன இன்னும் கஷ்டத்துல தள்ளக் கூடாதுனுதான் வரல” என்றான்.

“இதான் நம்ம கடைசி சந்திப்புன்னு நெனைக்கேன் சந்தோசம்” என்றாள்.

“இல்ல செவ்வந்தி அப்படிப் பேசாத. உனக்காகத்தான் நான் நாயா ஒழைக்கேன். நம்ம நல்லா இருப்போம். தைரியமா போய்ட்டு வா. நான் காத்திட்டு இருப்பேன்” என்றான்.

வாழைத்தோட்டத்தின் கரிசல் மண்குவியலில் அமர்ந்திருந்தான் சந்தோசராஜ். செவ்வந்தியின் வயிற்றில் தன் குழந்தை இன்னும் வளர்வதைக் கேட்ட நாளிலிருந்து அதிகமாய் உழைக்க ஆரம்பித்திருந்தான். வெளுக்க வரும் துணிகளைப் பொதியாகக் கட்டி கழுதை மேலே ஏற்றி வாய்க்காலுக்கு எடுத்துச் செல்வான். அவற்றைத் துவைத்து உலர்த்தி வீட்டிற்கு எடுத்து வருவதற்குள் இருட்டிவிடும். பின் கஞ்சியைக் குடித்துவிட்டு வாழைத்தோட்டத்திற்குக் காவலுக்குப் போய்விடுவான். இரவெல்லாம் விழித்திருந்து காவல் காக்க வேண்டும். அதிகாலை வீட்டிற்கு வந்து சிறிது நேரம் உறங்கிவிட்டு மீண்டும் வாய்க்காலுக்கு வெளுக்கப் போகவேண்டும்.

“யோல சந்தோசம்... என்ன ரொம்ப ரோசனையா இருக்க... வா ஒரு சுருட்டு பிடிப்பம்” சத்தம் கேட்டுத் திரும்பினால் அங்கே சந்தோசத்தின் நண்பன் ஒண்டிமுத்து நின்றிருந்தான். அவன் பக்கத்துத் தோட்டத்திற்கு இரவுக்காவலன்.

“சுருட்டுலாம் வேணாம்லே... நீ வேணும்னா புடி. எனக்கு சோலி கிடக்கு...”

“இந்த ரவைக்கு ஆந்தைக்கே கண்ணுத் தெரியாது. ஒனக்கென்ன சோலி கிடக்குதாம்” கிண்டலாகக் கேட்டான் ஒண்டிமுத்து.

“ஊருக்குள்ள ஆடு திருட்டு அதிகமாயிடுச்சுல்லா... ஆட்டையே தூக்கிட்டுப் போயி கொழம்பு வச்சி தின்னுப்புடுறாவ களவாணிப்பயலுவ... இங்க எத்தனை வாழத்தாரு கெடக்கு. அதுவும் பூலாச்செண்டு தாருவ... அறுத்துட்டுப் போயி சந்தையில வித்துப்புட்டா நம்ம தலையல்லா உருட்டுவாரு தோட்டக்கார அண்ணாச்சி...”

“அது சரிதாம்ல, ஆனா இராப்பூரா கெதியா முழிச்சிக் கிடக்கணும்லா அதுக்கு இந்தச் சுருட்டும் ஒரு வாய் கருப்பட்டிக் காப்பித்தண்ணியும் தாம்ல சரிப்பட்டு வரும்” சந்தோசத்தை சுருட்டு புகைக்க விடாமல் இன்று போவதில்லை எனும் முடிவிலிருந்தான் ஒண்டிமுத்து.

“ஒண்டிமுத்துவும் அட்டையும் ஒண்ணுதாம்லே... புடிச்சா உடமாட்டியல்லா... சரி சரி ஒரு சுருட்ட ஊதுவோம்...” சொல்லிவிட்டு ஒண்டிமுத்துவிடமிருந்து ஒரு சுருட்டை எடுத்துப் பற்றவைத்தான்.

“சுருட்ட ஊதுனாதாம்ல வெறைக்க மாட்டிக்கி... இல்லாட்டி இந்த மார்கழிக் குளிர்ல கெடந்து சாவ வேண்டியதான்” உடலைச் சுற்றியிருக்கும் சாக்கைச் சரிசெய்தபடி சொன்னான் ஒண்டிமுத்து.

இந்த மார்கழி கழிந்து அடுத்த மார்கழிக்குள் செவ்வந்தியை மணம் முடித்து பிள்ளையோடு வேறு ஊருக்குப் போய்விட வேண்டும் என்று நினைத்தபடி சுருட்டைப் புகைத்து முடித்தான் சந்தோசராஜ்.

செவ்வந்தியை வீட்டில் விட்ட பேச்சி தன் வீட்டிற்கு வந்தவுடன் கை கால் அலம்பிவிட்டு நேராக பொட்டம்மையின் வீடு நோக்கி நடந்தாள்.

“ஏ கருக்கல்ல எங்க இவ்வளவு வெரசாப் போறவ...” அம்மாவின் கேள்வியைப் பொருட்படுத்தாமல் நடந்தாள். போகும் வழியெங்கும் பொட்டம்மையின் மீதான கோபம் அதிகரித்துக்கொண்டே போனது. பொட்டம்மையின் வீட்டுத் திண்ணையில் உறங்கிக் கொண்டிருந்தான் பட்டாணி. அவனை உசுப்பிப் பார்த்தாள் பேச்சி.

அவனோ கும்பகர்ண உறக்கத்திலிருந்தான்.

பொட்டம்மையின் குடிசையின் முன் நின்று கூப்பிட்டுப் பார்த்தாள். எவ்விதச் சலனமுமில்லை. சில நிமிடங்களுக்குப் பின் வீட்டின் பின்புறம் நோக்கிச் சென்றவள் அங்கிருக்கும் ஜன்னல் வழியே உள்ளே எட்டிப்பார்த்தாள்.

பொட்டம்மையின் வீட்டினுள் ஒரு ஆண் உடம்பில் சட்டையின்றி சாரம் மட்டும் அணிந்தபடி சமையல் செய்து கொண்டிருந்தான். அவன் முதுகில் நரியைப் பச்சையாகக் குத்தியிருந்தான்.

பேச்சிக்குக் குழப்பமாகிவிட்டது. யார் இது பொட்டம்மாக்காவின் வீட்டிற்குள்? குழப்பத்துடன் முன்வாசல் சென்று வீட்டின் கதவைப் பலமாகத் தட்டிவிட்டு மீண்டும் ஓடி வந்து ஜன்னல் வழியே உள்ளே எட்டிப் பார்த்தாள்.

அங்கே அரக்கப் பரக்க ஒரு புடவையை எடுத்து உடலைச் சுற்றிக்கொண்டிருந்தான் அவன். பின் சவுரி முடியை எடுத்துத் தலையில் மாட்டிக்கொண்டு குங்குமத்தை எடுத்துப் பெரியதொரு பொட்டையும் வைத்துக்கொண்டு திரும்பினான்.

பொட்டம்மை ஒரு ஆண் என்பதைக் கண்டவுடன் உடலெங்கும் வியர்த்துவிட்டது பேச்சிக்கு. அங்கிருந்து ஓட்டமும் நடையுமாய் வந்தவள் செவ்வந்தியின் வீட்டிற்குச் சென்றாள்.

நார்க்கட்டிலில் படுத்துக்கிடந்தாள் செவ்வந்தி. பேச்சியைக் கண்டதும், "என்ன பேச்சி இந்நேரத்துல... ஏன் மொகமெல்லாம் வியர்த்துக் கிடக்கு?" ஓடி வந்ததில் பேச்சிக்கு மூச்சு வாங்கியது.

"அந்த முக்காலிய இழுத்துப்போட்டு ஒக்காரு மொத. நான் தண்ணீ கொண்டு வாரேன்" பேச்சியை உட்காரச் சொல்லிவிட்டு அடுப்பாங்கரைக்குச் சென்று ஒரு சொம்பில் தண்ணீர் மொண்டு வந்தாள்.

அதை வாங்கிக் குடித்த பின்பு, "செவ்வந்தி உனக்கு ஒரு சேதி சொல்லுதேன் கேளு. இத்தன வருசமா நம்மள ஏமாத்தி இருக்கா அந்தப் பொட்டம்மை. இருக்கா இல்ல இருக்கான்..."

"என்னளா ஒனக்கெதுவும் கிறுக்கு புடிச்சிருச்சா? ஒண்ணியும் வெளங்கல எனக்கு" ஒன்றும் புரியாதவளாய்க் கேட்டாள் செவ்வந்தி.

"எனக்குக் கிறுக்கு புடிக்கல செவ்வந்தி. நம்ம மொத்த கிராமத்தையும்லா அவன் கோட்டியாக்கிப்புட்டான்" என்றபடி தான் பொட்டம்மையின் வீட்டில் பார்த்த அனைத்தையும் விவரித்தாள்.

"யாத்தே... இது என்ன புது கதயால்லா இருக்கி. இத்தன வருசமாவா வேசம் போட்டிருக்கான். எப்படிளா ஒருத்தருக்கும் சந்தேகமே வரல" ஆச்சர்யத்துடன் கேட்டாள் செவ்வந்தி.

"அதெப்படிளா வரும்... ஊருக்கு ஒதுக்கமா வீடு, யார்கிட்டயும் பேச்சே கிடையாது. எது கேட்டாலும் கண்ணை மூடிக்குவா. பொட்டம்மை இல்லளா... வேசங் கட்டுன வேசதாரியப்பன் அவன்..."

"சரி இப்ப என்ன செய்ய அவன... ஊர் பெரியவியக்கிட்ட சொல்லிப்புடுவோமா?"

"அதாம்ளா நானும் யோசிக்கேன்... ஏன் அவன் பொம்பள வேசம் போடணும்... ஒரே குழப்பமா இருக்கு. சரி நாம இன்னிக்கிக் கெடந்து கொழம்பணும்னு இருக்கு பொலுக்கு" என்றாள் பேச்சி. அவள் சொல்வதை ஆமோதிப்பதுபோல் தலையை ஆட்டினாள் செவ்வந்தி.

௯: சூது

“யோல அசரியா இங்க என்னல நட்டாம நிக்க? ஒஞ்சேக்காளி பாதாள முனிக்கு தீக்காயம்னு ஊருக்குள்ள பேசிக்கிடுதாவ... அவனுக்கு ஒத்தாசையா கெடப்பன்னுல்லா பாத்தம்” ஒன்றும் அறியாதவன் போல கதவைத் திறந்துகொண்டே கேட்டபடி வந்தான் மைக்கேல். அசரியாவை நோக்கிக் குரைத்தபடியே இருந்தது மைக்கேலின் நாய்.

“அதுசரில... புள்ளயையும் கிள்ளிவிட்டுட்டு தொட்டிலையும் ஆட்டுத பாத்தியா... உனக்கெல்லாம் கொழுப்பு எங்க இருக்குன்னு சொல்லியால தெரியணும்... அந்தாக்க சுவத்தோட சுவரா வச்சி மூட்டைப்பூச்சிய நசுக்குற மாதிரி ஒன் குஞ்சாமணிய நசுக்குனாதாம்ல சரிப்பட்டு வருவ...” கோபத்தில் கத்திக்கொண்டு சாரத்தைத் தொடைக்கு மேல் ஏற்றிக் கட்டியபடி மைக்கேலை நெருங்கினான் அசரியா.

மைக்கேலுக்குப் பின்னாலிருந்த தங்கவேலு ஓடி வந்து அசரியாவைத் தடுத்துக்கொண்டே கத்தினான்.

“ஏ இருல... ஒஞ் சவுரியத்துக்குப் பேசுத. மிக்கேலு என்ன தப்பாச் சொன்னானு நீ அவம்மேல பாயுத..”

"ஏல தங்கவேலு ஒழுங்கா பொறத்தால ஓடிரு. தங்கராணிக்கு மூத்தவங்கறதால நீ தப்பிச்ச... இல்லன்னா உனக்குதாம்ல இடுகாட்டுல மொதக் குழி"

தங்கவேலுவைத் தன் இடக்கையால் புறம் தள்ளிவிட்டு மைக்கேலின் மேல் பாய்ந்தான் அசரியா.

இருவரும் ஒருவரை ஒருவர் அடித்துக்கொண்டு புழுதியில் விழுந்து புரண்டார்கள். தங்கவேலு அசரியாவையும் மைக்கேலையும் பிரித்துவிடுவதற்குப் படாத பாடுபட்டான். தெருவில் நடந்து கொண்டிருந்த சிவப்பு சட்டை அண்ணாச்சியும் உடன் வந்த மூக்காண்டி அண்ணாச்சியும் ஓடி வந்து இருவரையும் பிரித்தார்கள்.

மூன்று பேர் பிடித்தும் அசரியாவை நிறுத்துவது பெரும்பாடாக இருந்தது. திமிறிக்கொண்டிருந்தான்.

"தூத்துக்குடில இருந்து ஆள இறக்குனா எங்களுக்குத் தெரியாதுன்னு நெனச்சியோல? தீயால வக்கிறிய தீயி... ஒன்னைக் கொண்டுபோய் செங்கச்சூளக்குள்ள வெக்கில எம்பேரு அசரியா இல்லல..." கோபத்தில் உறுமிக்கொண்டு கத்தினான் அசரியா.

"யார்ல தீ வெச்சா... எவம்ல சொன்னான் மிக்கேலு ஆள இறக்குனான்னுட்டு. அவன காட்டுல மொதல்ல. ஆழந்தெரியாமக் கால விடுவானால மிக்கேலு... அன்னைக்கு சைக்கிள்ள மோதுன சண்டய மனசுல வெச்சிகிட்டு வேணுமுன்னே வம்பிழுக்காத. ஒஞ்சேக்காளி பீடியக் குடிச்சுப்புட்டு அமத்தாம எரிஞ்சிருப்பான்... அதாம்ல பத்தியிருக்கும், அதுக்கேம்ல இங்க வந்து பாயுத..." ஒன்றுமே தெரியாதவன் போலப் பேசினான் தங்கவேலு.

"ஏல தங்கவேலு... ஒந்தங்கச்சிய செல்லக்குட்டி பாக்கான்னுதானம்ல வெறி புடிச்சு அலையுத... அதுக்கு அவன்கூடல்லா ஒத்தைக்கு ஒத்த நின்னிருக்கனும். அதுக்கேம்ல பாதாள முனி குடிசய கொளுத்திவிட்டிய? அவனுக்கு ஏதாச்சும் ஆயிச்சின்னு வை... உனக்கும் மைக்கேலுக்கும் மொத்தமா ஒரே குழிய வெட்டிப்புடுவேன் ஆமா..." ஆத்திரம் தாங்காமல் கத்திய அசரியாவின் வாயிலிருந்து புதிய புதிய கெட்டவார்த்தைகள் பிறந்து வந்தன.

“என்னலே அசிங்கமான பேச்சு பேசுதிய. பொம்பளக் புள்ளய ஒங்க சண்டைல இழுத்துக்கிட்டு..” என்று சத்தம் போட்டு அவனை அங்கிருந்து அனுப்பி வைத்துவிட்டுக் கிளம்பினார் சிவப்புச் சட்டை அண்ணாச்சி.

மைக்கேல் தன் உதட்டிலிருந்து வழியும் ரத்தத்தைக் கீழே கிடந்த ஓர் பூவரச இலையை எடுத்துத் துடைத்துக் கொண்டிருந்தான்.

“மிக்கேலு... நீ கூட்டிகிட்டு வந்த ஆளுவ லட்சணத்தப் பாத்தியால... ஏதோ காதும் காதும் வெச்ச மாரி காரியத்த முடிப்பாவன்னு சொன்ன... இப்ப அசரியா காது வரைக்கும் சேதி போயாச்சு... இனி என்னத்தல செய்ய?” தங்கவேலு பதற்றத்துடன் கேட்டான்.

“அதுக்கும் ஒரு வழி இருக்குல்லா... மைக்கேலா கொக்கா... வா சொல்லுதேன்” என்றபடி தங்கவேலுவை அழைத்துக்கொண்டு வீட்டின் பின்புறமுள்ள கிணற்றடிக்குச் சென்றான். அவன் சொன்னதைக் கேட்டவுடன் தங்கவேலுவுக்கு ஆச்சர்யமும் சந்தோசமும் தாள முடியவில்லை.

“நம்பியாருகூட இப்படி யோசிக்க மாட்டாருல்லா... மிக்கேலு நாளைக்கே காரியத்துல இறங்கறோம்ல” என துள்ளிக்குதித்தான் தங்கவேலு.

தீவிர சிகிச்சைப் பிரிவில் பத்து நாட்கள் இருந்தான் பாதாள முனி. அதன் பின்னர் மேலும் இரு வாரங்கள் மருத்துவமனையில் இருந்துவிட்டு வீடு வந்து சேர்ந்தான். அந்த ஒரு மாதமும் அசரியாவும் செல்லக்குட்டியும் உடனிருந்து பார்த்துக்கொண்டார்கள். பாதாள முனி திரும்பி வருகையில் அவன் குடிசை சீரமைக்கப்பட்டிருந்தது.

செல்லக்குட்டி கழுதைகளை ஓட்டிக்கொண்டே தேரி நோக்கி நடந்துகொண்டிருந்தான். உடன் அசரியாவும் சைக்கிளைத் தள்ளிக்கொண்டு நடந்தான்.

“ஒரு மாசத்துல என்ன என்னலாமோ நடந்துபோச்சி... எது

எப்படியோ பாதாள முனிக்கு இந்த மட்டோட போச்சே. அதாம்ல ஒரே நிம்மதி. என்ன சொல்லுத?" கழுதை போடும் விட்டைகளைப் பார்த்துக்கொண்டே நடந்த அசரியாவிடம் கேட்டான் செல்லக்குட்டி.

"ஆமால அவன் பொழச்சதால அந்த மிக்கேலு பய தப்பிச்சிட்டான். இல்லைன்னு வெய்யி அவங் குடல உருவியிருப்பேன்லா... சனியன் புடிச்சவன்..."

"அவனக் கொன்னுட்டு நீ செயிலுக்குப் போயிட்டா நா இங்க தனியா நிக்கவா... ரோட்ல போற நாயி நம்மளப் பாத்துக் கொரைச்சா நாமளும் திரும்பக் கொரைக்கனுமால... எதுக்கெடுத்தாலும் ஆத்திரப்படாத... அது ஆவாது சொல்லிப்புட்டன்..." அசரியாவுக்கு எடுத்துச் சொன்னான் செல்லக்குட்டி.

"நாயி கொரச்சா நாம திரும்பக் கொரக்க வேண்டாம்ல... ஆனா கடிச்சுபுடுச்சுன்னா? கடிய வாங்கிட்டு சும்மா இருப்பாவளா? என்னிக்காவது ஒருநாள் நீ பாக்கதாம்ல போற... அந்த மிக்கேலு நாயி குடல் சரிஞ்சு ரோட்ல சாவறத..." சினம் தீராமல் பேசிய அசரியாவிடம் என்ன சொல்வதென்று தெரியாமல் பேச்சை மாற்றினான் செல்லக்குட்டி.

"சரி அதவிடுல... நல்லவேள பாதாள முனிக்கு கையிலயும்ம் கால்லயும்தான் காயம். அந்த மொகரக்கட்டைக்கு ஒண்ணும் ஆவலல்லா" என்று சிரித்தான் செல்லக்குட்டி.

"ஆமா நம்ம மன்மத ராசாக்கு மொவந்தான முக்கியம்" என்றபடி கண்ணடித்துச் சிரித்தான் அசரியா.

"தங்கத்தப் பார்த்து நாலு வாரமாச்சு... எப்படி இருக்காளோ... நீ எங்கயாவது பாத்தியா சந்தைல கிந்தைல?" என்றான் செல்லக்குட்டி.

"அதான பாத்தேன் என்னல இன்னும் தங்கம் பேச்சி வர்லியேன்னு... போன வாரம் வேதக்கோயிலு அசனம்லா அன்னிக்கு பாத்தேன்... ஆளு வாடிப்போய்தாம்ல இருக்கா... நீ எப்பப் பொண்ணுக் கேட்டு போவப்போற?"

“நம்ம மிராசுப்பழும் சோசியன் பாத்த நல்ல நாளுதான் வெளங்காம போச்சுல்லா... இனி எந்த நாளா இருந்தாலும் போயி பாத்துர வேண்டியதுதான். அடுத்த வாரம் ஞாயித்துக்கிழம போவமா... நீ என்ன சொல்லுத?” அசரியாவின் பதிலைக் கேட்க ஆவலுடன் அவன் முகத்தைப் பார்த்தான் செல்லக்குட்டி.

“ஏ ஞாயித்துக்கிழம நமக்கு சரிப்பட்டு வராதுல்லா... அன்னிக்குக் காலைல கோயிலுக்குப் போவணும்... மதியம் குரும்பூர் கிரிக்கெட் டீமோட மேட்ச் இருக்கி... ஒனக்கு வேற நாளே கெடக்கலியா...”

“ஆமா எனக்காக ஒரு நாள் கோயிலுக்குப் போவாட்டா என்ன” எனக்கேட்டான் செல்லக்குட்டி.

“கிறுக்குப்பயலே அவிய வீட்லயும் கோயிலுக்குப் போய்ருவாவல்லா தங்கவேலு வேற என்ன நெலை நிப்பானோ தெரியல” என்றான் அசரியா.

“அதுவுஞ் சரிதான் அப்ப திங்கக் கிழம போவம்... வந்து சேரு...தங்கவேலு என்ன கிழிக்கான்னுட்டு பாப்போம்” என்ற செல்லக்குட்டியிடம் சரி என்பதுபோல் தலையை ஆட்டினான் அசரியா.

தங்கராணி தட்டில் பழைய சோறும் ஊறுகாயும் போட்டுக்கொண்டு வீட்டின் மொட்டை மாடியில் உட்கார்ந்து சாப்பிட்டுக்கொண்டிருந்தாள்.

“ஏளா ஒன்னை எங்கல்லாம் தேடுதேன்... நீ மச்சில வந்து ஒக்காந்திருக்க. நான் கூப்பிட்டது கேக்கலியா” என்றபடி அருகில் வந்தமர்ந்தாள் அம்மா.

“நான் கவனிக்கலம்மா... எதுக்கு கூப்பிட்டிய...”

“ஒன்னையும் தங்கவேலுவையும் வளக்க நான் எவ்வளவு அல்லாடிட்டு கெடந்தேம்னு ஒனக்குத் தெரியுமுல்லா?”

அம்மா எதற்காக தன்னிடம் பேச வந்திருக்கிறாள் என்பது தங்கத்துக்குப் புரிந்துவிட்டது.

"ம்... தெரியும்மே..."

"ஒங்க ஐயா போன பொறவு தனியாளா கொத்து வேலைக்கும் வாழத்தோட்டத்துக்கும் கூலிக்குப் போயி சம்பாதிச்சு உங்க ரெண்டு பேரையும் படிக்க வச்சேன்... நாஞ் சொல்றத அந்தக் கிறுக்குப்பய தங்கவேலு கேட்க மாட்டான். நீயாவது கேப்பியா இல்லியா?"

"ம் சொல்லும்மா..."

"காதலிக்கறது தப்பில்ல. ஆனா அந்த செல்லக்குட்டி மட்டும் வேண்டாம். நான் சொன்னாக் கேளு தங்கம்" சற்றுத் தணிந்த குரலில் கேட்டாள் அம்மா.

"ஏம்மா சாதியக் கட்டிகிட்டு அழுவுதிய... சாதியா அப்பா செத்தப்ப நமக்குக் கஞ்சி ஊத்திச்சு" எரிச்சலுடன் கேட்டாள் தங்கம்.

"செல்லக்குட்டி எந்த சாதியா இருந்தாலும் வேண்டாம்."

"அதான் ஏன்னு கேட்கம்லா..."

"ஏன் எதுக்குன்னுட்டுலாம் ஒங்கிட்ட சொல்ல முடியாது, இதுக்கும் சாதிக்கும் சம்பந்தமில்ல. வேற எவனைக் காட்டுதியோ அவனையே ஒனக்குக் கலியாணம் பண்ணி வக்கேன்... இந்த செல்லக்குட்டிப் பய மட்டும் வேண்டாம்ளா... அவ்வளவுதான் இப்ப சொல்ல முடியும்." சொல்லிவிட்டு எழுந்தாள்.

"அன்னைக்கு புடிச்சு செல்லக்குட்டி வேணாம்னு சொல்லுதே, ஏன்னு சொல்ல மட்டிக்க. உனக்கு என்னம்மா பிரச்சனை அவங்கூட?"

"தேவையில்லாம பேசிட்டு இருக்காதே. ஆச்சிக்கு மேலுக்கு சொகமில்ல. எங்க அக்கா வாரேன்னு சொன்னா நான் போய் பாத்துட்டு வாரேன் நீயும் வாரியா?" பேச்சை மாற்றினாள் அம்மா.

"நான் வரல உங்க அம்மைய நீயே பாத்துட்டு வா. அங்க வந்தா அத்த மருமவ மருமவன்னு என் உசிர எடுக்கும்"

“பால்துரைய கெட்ட உனக்கு கசக்காக்கும். அப்படி மாப்பிள்ளை எம்புட்டு நகை போட்டாலும் கெடைக்காது தெரிஞ்சிக்க..”என்றாள் அம்மா.

“மாமன் வீட்ல இந்து, நாம வேதக்காரவிய, என்ன எப்படி கட்டுவாவ” என்று சிரித்தாள் தங்கராணி.

“வாய்க்கு ஒன்னும் கொறைச்சல் இல்லளா உனக்கு. உம்ன்னு சொல்லு இப்பயே எங்க அண்ணன்கிட்ட பேசிட்டு வாரேன்” என்றாள் அம்மா.

“அப்போ நாம மதம் மாறினா உனக்குப் பிரச்சனை இல்ல. சாதி மட்டும் மாறக்கூடாது அப்படித்தானே”

“போடி போக்கத்தவளே.. கிளிப்பிள்ளைக்கு சொல்லுத மாரி சொல்லுதேன் மல்லுக்குப் பேசுத” என்று கோபமாய்ப் பேசி விட்டுப் படி இறங்கிப் போனாள் அம்மா.

சாதிப் பிரச்சினை இல்லை என்றால் வேறு என்னவாக இருக்கும்? குழம்பியபடி சோற்றைப் பிசைந்துகொண்டிருந்தாள் தங்கம்.

அருகே வந்த காக்கைக்கு கொஞ்சம் சோற்றைப் போட்டு விட்டு அதனிடம் கேட்டாள் “ஏ காக்கா உனக்குத் தெரியுமா எங்கம்மைக்கு ஏன் என் செல்லத்தப் புடிக்கலனு. யாருக்கு புடிச்சா என்ன புடிக்கலனா என்ன எனக்கு புடிச்சிருக்கு” என்று சிரித்துக்கொண்டாள்.

தூரத்தில் தெரு நாய்கள் குரைத்தபடியிருந்தன.

10: நேசம்

காலம் கருணையற்றது. அதற்கு இதயமில்லை. சந்தோசத்துக்கு இந்தத் தேரியைப்போல் இருக்கத் தோன்றியது. எதைப்பற்றிய கவலையுமின்றி. யாரைப்பற்றிய கேள்விகளுமின்றி. அப்படியானதொரு வாழ்வு அவனுக்கு விதிக்கப்படவில்லை. அவளுக்குப் பிடித்த மழை நாளொன்றில் சிறியதொரு குடைக்குள் வாழைத்தோட்டத்தில் ஒன்றாய் நடந்து சென்று முத்தமிட்டு அதற்கு மழை முத்தம் எனப் பெயரிட்டது அவளுக்கு நினைவிருக்குமா தெரியவில்லை. ஆனால் அந்த மழைநாள் இவனது மனதில் நிரந்தரமாக சிம்மாசனமிட்டு உறைந்துவிட்டது. தூரத்தில் ஒரு பறவை வானைக் கிழித்துக்கொண்டு செல்வது அவனது மனதைக் கிழித்துக்கொண்டு உள் நுழையும் அவளது நினைவுகள் போலத் தோன்றியது. முன்பொருநாள் இதே இடத்தில் செவ்வந்தியுடன் கழித்த பொழுதுகள் அவன் மனதில் நிழலாடின.

அன்று தேரி மிக அமைதியாக இருந்தது. காற்று கொஞ்சமும் இல்லை. செவ்வந்தியும் சந்தோசமும் அமர்ந்திருந்த மரத்தடி-யிலிருந்து நானூறு அடிகள் தொலைவிலிருக்கும் குன்று அடர்சிகப்பு நிறத்தில் இருந்தது. தேரிக்குள் இப்படிக் குன்றுகள் பல இருக்கின்றன. சில நேரங்களில் சிறு குன்றுகள் மறைந்தும் போகும். இப்படியான குன்றுகளின் மேல் பறந்து செல்லும் பறவைகளைக் காண்பது

அவர்களுக்குப் பிடித்தமான பொழுதுபோக்கு. அந்தியில் அந்தக் குன்றின் எதிர்ப்புறமிருக்கும் முந்திரி மரத்தடியில் வந்து அமர்ந்து கொள்வார்கள். சில நேரங்களில் யாரேனும் கழுதை மேய்க்கவோ, ஆட்டைப் பத்திக் கொண்டோ வருவார்கள். அப்போதெல்லாம் செவ்வந்தி சட்டென மரத்தின் பின்னால் மறைந்து கொள்வாள். ஆரம்பத்தில் பயந்து பதறிய அவள் பின்னாட்களில் இதை விளையாட்டுப் போல விளையாடினாள்.

"அந்தா ஒங்க அண்ணங்காரன் வாரான்" என்று கூறி அவள் முகம் பதறி பொய்யென அறிந்து அவனை செல்லமாய் அடிப்பதை ரசிப்பான். சில நேரங்களில் ஒருவர் கையில் ஒருவர் கையைப் புதைத்துக்கொண்டு அமைதியாய் வேடிக்கை பார்த்த வண்ணம் மெய்மறந்து அமர்ந்திருப்பார்கள்.அன்றும் அப்படித்தான். மௌனித்துக் கிடக்கும் தேரியின் செம்மண் பூமியைப் பார்த்தபடிக் கைகளால் கால்களைக் கட்டிக்கொண்டு, முட்டில் தலைசாய்த்து அந்தக் குன்றை இமைக்காமல் பார்த்துக்கொண்டிருந்தாள் செவ்வந்தி.

"எனக்கு ஏன் உன்னை இவ்வளவு பிடிக்கின்னு தெரியுமா செவ்வந்தி?"

ஒன்றும் தெரியாத முகமென்று அவனுக்கொரு முகமுண்டு. அது அவள் மட்டுமே ரகசியமாய் ரசிக்கும் முகம். அந்த முகத்துடன் சன்னமாய் அவன் கேட்டவுடன், "தெரியாது நீயே சொல்லு என் சந்தோசம்" என்றாள். அந்த 'என்' அவள் அதீத மகிழ்விலிருக்கும் போது உதிர்க்கும் சொல் என்பது அவனுக்கும் தெரியும்.

"அந்தா... அங்க பாத்தியா தூரத்துல ஒரே ஒரு பறவை மட்டும் பறக்குதே... தெரியுதா ஒனக்கு" அவள் தோளில் சாய்ந்து தூரவானைக் காட்டினான் அவன்.

கண்கள் சுருக்கி அவன் காட்டிய திசை நோக்கிப் பார்த்தாள். அங்கு எந்தப் பறவையும் தென்படவில்லை.

"ஒரு பறவையும் தெரியலயே" என்றவளை இழுத்து மடிக் கிடத்திக் கொண்டவன் அவள் முகத்தருகே தன் முகத்தைக் கொண்டு சென்று, "என் கண்ணுக்குள்ள பாரு ஒரு பறவை தெரியும்" என்றான்.

உற்றுப் பார்த்தவள் தன் பிம்பத்தை அவனது கண்களில் கண்டு வெட்கி அணைத்துக்கொண்டாள். அவளது செவியில் புரளும் கூந்தலை விலக்கியபடி மெதுவான குரலில், "என் வானத்துல பறக்கற ஒத்தப் பறவ நீதான் புள்ள" என்றான். தேரி அப்போதும் மௌனித்துதான் கிடந்தது.

தேரியில் தனிமையில் காய்ந்தான் சந்தோசம். செவ்வந்தி எப்படி இருக்கிறாளோ என்ன செய்கிறாளோ புள்ளத்தாச்சிப் புள்ள வேற என்று தவித்தது சந்தோசத்தின் மனம். நீண்டுகிடக்கும் செம்மண்பூமியைப் போல அவள் நினைவு நீண்டு கொண்டே போனது. அவனது துக்கம், நோய்மை, தனிமை, ஞாபகங்கள் என எல்லாவற்றையும் இறக்கிவைக்கும் இடம் இந்தத் தேரி மட்டும்தான். அதன் செம்புழுதிக் காற்று தன் காதலை அவளுக்கு எடுத்துச்செல்லும் என நினைத்துக்கொள்வான். பைத்திய நிலைகளில் இதுவுமொன்று. யார்மீது பைத்தியமாகிறோம், எதற்காக இந்தப் பைத்தியக்காரத்தனம் என்பது பற்றியெல்லாம் அவனுக்கு அக்கறையில்லை. ஆத்மார்த்தமான நேசம் என்பதைப் பைத்தியக்காரத்தனம் என்பதில் என்ன தவறிருக்கிறது? எது சரி எது தவறு என்பதை முடிவு செய்தவர் யார் எனும் கேள்வியும் அடிக்கடி அவனுக்குத் தோன்றும்.

அவளுக்கும் அப்படித்தான். அளவற்ற அவனது அன்பில் கரைந்துருகிப் போவாள். ஆனால் இதழ் பிரித்து அவளால் எந்தவொரு வார்த்தையையும் அவனுக்காகத் தந்துவிடமுடியாத வலைக்குள் வசிக்கிறாள். ஆனால் மனசு எனும் வஸ்து செய்யும் வித்தைகளை யாரால் மறைத்துவிடமுடியும்? அவனது பெயரை எங்காவது கேட்டால் ஸ்தம்பித்து நின்றுவிடுவாள். அவனது மார்பில் புதைந்தழத் தோன்றும். சிறகு முளைத்து உடனே அவனைப் பார்த்துவிட மனம் ஏங்கும்.

மைனி அன்பாய் இருந்தாலும் யார் செவ்வந்தியின் கர்ப்பத்திற்குக் காரணமானவன் என்று அறிந்து கொள்வதில் குறியாய் இருந்தாள். பின்னிரவில் விழித்தால் ஜன்னல் வழியே தெரியும் தூரத்துத்

தெருவிளக்கின் வெளிச்சத்தைப் பார்த்தபடிக் கிடப்பாள் செவ்வந்தி.

ஒருமுறை அவளது செவியில், " நீ எனக்கு அம்மாடி செவ்வந்தி" என்று அவன் சொன்ன கணத்தில் உடைந்துவிட்டாள். எவ்வளவு ப்ரியங்களை மனதிற்குள் நிரப்பியிருந்தால் இப்படிச் சொல்லி-யிருப்பான். எவ்வளவு வலிகளை மனதிற்குள் மறைத்துச் சிரிக்கிறான் என்பதும், தன்னை இவ்வுலகில் அவனைத் தவிர யாராலும் இவ்வளவு ஆழமாக நேசிக்க முடியாதென்றும் தீர்க்கமாய் நம்பினாள. எக்காரணம் கொண்டும் சந்தோசத்தைப் பிரிந்துவிடக்கூடாது என்றுதான் நினைத்திருந்தாள். அது நடக்காமல் போனதால் கண்ணீர் வழிந்தோடியது. அது வலியின் கண்ணீரா அல்லது பிரிவின் கண்ணீரா என்பதை அவளால் உணரமுடியவில்லை. ஒவ்வொரு துவக்கத்திற்கும் ஒரு முடிவு இருந்தாக வேண்டும் என்று யாரோ எப்போதோ சொல்லிச்சென்றதை அவள் என்றுமே ஏற்றுக்கொள்ளவில்லை. ஒருவருடன் வாழ்வதற்கும் ஒருவரை நினைத்து வாழ்வதற்குமான வலிகள் அவளுக்குப் பழகியிருந்தன. யாருமற்ற இரவில் தனியே வெகுதூரம் நடந்து செல்வாள். இருள் சூழ்ந்த பாதையில் சந்தோசத்தை மட்டும் நினைத்துக்கொண்டே வெகுதூரம் நடப்பாள்.

அவள் அண்ணன் தேடி வந்து அழைத்துப் போவான்.

"ஏம்ளா இப்படிப் பாடா படுத்துதே" என்று புலம்புவான். "ரெண்டு புள்ளத்தாச்சி ஒரு வீட்ல இருக்கப்டாதுன்னுட்டு அவிய அம்ம சொன்னாவ. உங்க மைனி அதெல்லாம் ஒண்ணுமில்ல இருக்கலாம்னுட்டு ஒன்னக் கூட்டியாறச் சொன்னா..நீயான என்ன இப்படி இம்சிக்க" என்றான்.

அப்படி எதுதான் அவனிடமிருக்கிறது, எதனால் அவனை இப்படி நினைத்துத் தொலைக்கிறேன் என்கிற கேள்விக்கு என்றுமே அவளிடம் விடையில்லை. அவள் அண்ணனிடம் சொல்வதற்கும் பதிலில்லை. அவளது இதயத்தின் நான்கு அறைக்குள்ளும் சந்தோசத்தின் ஞாபகங்களை மிக பத்திரமாய் பூட்டி வைத்திருக்கிறாள்.

11: பள்ளிக்கூடம்

பெயருக்கு தான் டிகிரி முடித்தான் செல்லக்குட்டி. இதுவரை அதற்கேற்ற வேலைக்குப் போகவில்லை. சில பள்ளிக்கூடங்களில் சொல்லி வைத்திருந்தான். பக்கத்து ஊரில் இருக்கும் பள்ளிக்கூடத்தில் உடல்நிலை சரியில்லாமல் ஆசிரியர் ஒருவர் இரண்டு மாதம் விடுப்பில் போய்விட்டதால் அந்த இடத்திற்கு ஓர் இடைக்கால ஆசிரியராக செல்லக்குட்டியை அழைத்திருந்தார்கள். செல்லக்குட்டியும் ஒப்புகொண்டிருந்தான். இந்த விஷயம் தெரிந்து வாழ்த்த வந்திருந்தார்கள் அசரியாவும் பாதாள முனியும்.

"செல்லக்குட்டியேய் செல்லக்குட்டியேய்..." அசரியாவின் குரல்.

பள்ளிக்கூடத்திற்குக் கிளம்பிக்கொண்டிருந்தவன் முன்வாசலுக்கு வந்தான்.

"என்னல ரெண்டேரும் காலங்காத்தாலே இந்தப்பக்கம்?"

"வாத்தியாராயிட்டல்லா அதாம்ல வாழ்த்துச் சொல்லலாம்னு வந்தம்."

"ஓ வாழ்த்துச் சொல்ல வந்தியளா... எங்க கைல ஒரு ரோசாமாலையும் காணம். வாய் வாழ்த்து செல்லுமாடே..."

“நீ மொத மாசம் சம்பளம் வாங்குவல்லா... அப்ப ஏரல் சுல்தானா ஹோட்டல்ல பிரியாணி தின்னு கொண்டாடிவோம்லே...” என்றான் பாதாள முனி.

“அதான பாத்தன்... உஞ் சல்லில ஒத்தரூவா செலவு செய்றவன் இல்லீல்லா நீ...”

அசரியா சற்றுக் கடுகடுத்த குரலில், “யோல நம்ம பய வாத்தியா ஆவப் போறயேன்னு வாழ்த்துச் சொல்ல வந்தா எடக்கா பண்ணுத...”

“ஒடனே உனக்கு சுர்ருன்னு கோபம் ஏறிறுமே... வாழ்த்துக்கு ரொம்ப நன்றி மக்கா. செத்த என்னைக் கொண்டுபோயி பள்ளிக்கூடத்தில் விடுதியளா... என் ஓட்டலாட்டு சைக்கிள்ள மொத நாள் போனா பயலுவ மூக்கால சிரிப்பானுவ...” என்றபடி அசரியாவின் சைக்கிளில் ஏறிக்கொண்டான் செல்லக்குட்டி.

அவனைப் பள்ளிக்கூடத்தில் விட்டுவிட்டுப் பிரிந்தார்கள் நண்பர்கள்.

அது நூற்று ஐம்பது ஆண்டுகளுக்கு முன்பு அவர்கள் ஊர்பக்கம் வந்த ஓர் கிறித்தவப் பாதிரியாரால் துவக்கப்பட்ட பள்ளி. இப்போது ஆயிரத்திற்கும் மேற்பட்ட மாணவர்கள் படிக்கிறார்கள். தொடக்கப்பள்ளியாக இருந்து இப்போது ஆண்கள் மேல்நிலைப்பள்ளியாக உயர்ந்திருக்கிறது. இந்தப் பள்ளிக்கூடத்தில் இருமாத வேலை கிடைத்தது என் அப்பனாத்தா செய்த புண்ணியமாகத்தானிருக்கும் என நினைத்துக்கொண்டான் செல்லக்குட்டி.

நுழைவு வாயிலுக்குள் நுழைந்தவுடன் மண்ணைத் தொட்டுக் கும்பிட்டுக்கொண்டு பள்ளி அலுவகத்திற்குச் சென்றான். சில கோப்புகளில் கையொப்பமிட்ட பின் ஸ்டாஃப் ரூமுக்கு போகச்சொன்னார்கள். அங்கு நுழைந்தவுடன் அவன் எதிர்பார்க்காத வேறோர் உலகிற்குள் வந்துவிட்டது போலிருந்தது.

“ஏ இந்தா வந்துட்டாருல்லா நம்ம புது வாத்தியாரு... தம்பி இங்க வாடே அந்தா கிடக்குல்லா... அந்தச் சேரை இழுத்துப்போட்டு இப்படி ஒக்காருடே....”

நன்றாக முன்வழுக்கை விழுந்திருந்த ஓர் ஆசிரியர் அவனை

அழைத்தார். தயக்கத்துடன் அவர் அருகே சென்றமர்ந்தான்.

“எடே நீ கணக்கெடுக்கப் போறது எத்தனாப்பு தெரியுமுல்லா... ஒன்பது டி. அங்க இருக்கற பயலுவ எல்லாம் குத்தாலத்துல தப்பி வந்த வானரங்க. ஏ நம்ம முத்துமணி வாத்தியாரு ஒடம்பு சரியில்லன்னா லீவு எடுத்தாருன்னு நெனச்ச... இந்தக் குரங்குக் கூட்டத்துக்கு பயந்துல்லா ஓடிட்டாரு. நீ ஒண்ணும் பயப்படாதடே... அந்தா அந்த டேபிள் மேல பிரம்புங்க இருக்கி. எல்லாம் செங்கோட்டைல இருந்து ஸ்பெசலா ஆர்டர் பண்ணி வாங்குனது. அதுல நல்லதா ரெண்டை எடுத்துட்டுப் போ. வம்பு பண்ணறவன வெளுத்து வுட்ரு” அத்துடன் அவர் நிறுத்தியிருந்தால் அவர் மீது மரியாதை வந்திருக்கும். அந்தச் சொட்டை அதன் பிறகு சிரித்துக்கொண்டே ஒன்று சொன்னான்.

“வெளுத்து உட்ருவல்லாடே... ஒனக்கு வெளுக்கறது ஒண்ணும் புதுசில்லலா” சொல்லிவிட்டு எதையோ சாதித்த திருப்தியில் சப்தமிட்டுச் சிரித்தான். தினத்தந்தி வாசித்துக்கொண்டிருந்த மேலும் இருவரும் உடன் சிரித்தார்கள்.

“உங்க சொட்டை மண்டை கூடத்தான் துணி துவைக்கற கல்லு மாதிரி இருக்கு. அதுலதான் நீங்க தொவைப்பியளோ...’ எனக் கேட்க நினைத்து “நன்றி சார்” என்று மட்டும் கூறி வெளியேறினான்.

தான் எடுக்க வேண்டிய ஒன்பதாம் வகுப்பு டி பிரிவுக்குச் சென்றான். போகும் வழியெங்கும் சாதியை உருவாக்கியவனின் உச்சிமீது மனதால் உமிழ்ந்தபடி சென்றான்.

“யோல என்னல... இங்க வால. அந்த சுவத்த பிடில” நீண்ட மூங்கில் பிரம்புடன் மாணவனொருவனைக் கூப்பிட்டார் ராமர் வாத்தியார்.

“சார் சார் அடுத்தவாட்டி பாஸாகிக் காட்டுதேன் சார்... அடிக்காதீங்க சார்” கெஞ்சிக்கொண்டிருந்தான் ஒன்பதாம் வகுப்பு பி பிரிவு மாணவன் ஒருவன்.

"ஏல நீ என்னத்தக் காட்டுதன்னு நானும் பாத்துக்கிட்டுதானம்ல இருக்கேன்... முப்பத்தஞ்சு மார்க்கு எடுக்கத் தெரியல. பேய் மக்கா வாய் மட்டும் ஏழு ஊருக்கு நீளும்லா... கழுத மேய்க்கக்கூட நீ லாயக்கில்ல. சுவத்தப் பிடிக்கியா இல்லயால..."

அவன் சுவரில் இரு கைகளையும் வைத்தபடி பின்புறத்தைக் காட்டிக்கொண்டு நின்றான்.

அவர் யாதார்த்தமாய்க் கூறியது கூட செல்லக்குட்டிக்குத் தன்னைத்தான் குத்துகிறாரோ என்று தோன்றியது.

படார் படாரென வரிசையாக நான்கு அடிகள் விழுந்தன. அடிவிழுந்த உடன் பின்புறத்தைத் தேய்த்துக்கொள்ளக் கூடாது என்பதால்தான் சுவரில் கையை வைத்திருக்க வேண்டும் என்கிற கட்டுப்பாடு.

"சார் வலிக்கி உட்ருங்க. சார் ரொம்ப வலிக்கி..." கதறிக்கொண்டிருந்தான் சிறுவன்.

"யோல என்னல நடிக்குத... கால்சட்டைல சத்தம் வர்றதப் பார்த்தா இன்னிக்கு ரெண்டு ட்ரவுசர் போட்டிருக்கியோ... அடுத்தவாட்டி பாஸாவலன்னு வெய்யி... உந்தோல உரிச்சி உங்க ஐயாவுக்கு பொட்டலமாக் கட்டி அனுப்பிப்புடுவேன். ஓடுல..." சொல்லிவிட்டு மேலும் இரண்டு அடிகள் அடித்துவிட்டு வகுப்புக்கு வெளியே வந்தார்.

"ஏ செல்லக்குட்டி நேத்து நா லீவுல்லா... நம்ம செங்கல் சூளைல ஒரு பிரச்சினைன்னு அங்க போயிட்டேன். நேத்துதான் வேலல சேர்ந்த போல..."

"ஆமா சார். அதான் உங்களப் பாத்து சொல்லிட்டுப் போவலாம்னு வந்தன்."

செல்லக்குட்டி இந்தப் பள்ளியில் படித்த காலம் முதல் வேலை செய்யும் சீனியர் ராமர் வாத்தியார். ஆனால் மாணவர்கள் அவருக்கு வைத்த பெயர் கல்ராமன். கல் மனதுடன் மாணவர்களை அடி பின்னி எடுத்துவிடுவார் என்பதால் வந்த காரணப்பெயர்.

“ஓ சந்தோசம்டே.... நீதான் கணக்குல புலியாச்சே. சரி ஒன்ன எந்த க்ளாஸ்ல போட்டிருக்காவ...”

“ஒம்போதாப்பு டி சார்.”

“ஏ அது வெளங்காத க்ளாஸ்ஸுல்லா... பாத்து இருந்துக்கடே...”

“என்ன சார் நீங்களும் பயமுறுத்துதிய...”

“ஒரே வருசத்துல ரெண்டு வாத்தியாருவ வந்துட்டு மாத்தல் வாங்கிட்டு போயிட்டாவல்லா. பள்ளிக்கூடம் விட்டு வீட்டுக்குப் போற வழில பாட்டில கொண்டுல்லா மேல எறிஞ்சுபுட்டானுவ. கோட்டிக்காரப் பயலுவடே.... பாத்து இருந்துக்க இரண்டு மாசத்த முடிச்சுட்டுக் கெளம்பிரு. ஏதும்னா எங்கிட்ட கேளு தயங்காத என்ன...” சொல்லிவிட்டு மீண்டும் வகுப்புக்குள் போய்விட்டார்.

நேற்று முதல் நாள் வகுப்பு என்பதால் பெரிதாக எந்தச் சலனமும் இல்லை. இன்று என்ன நடக்குமோ என்று யோசித்தபடியே வகுப்புக்குள் நுழைந்தான்.

பாடம் நடத்தத் துவங்கிய சில நிமிடங்களிலேயே கடைசி இரு பெஞ்சில் அமர்ந்திருக்கும் மாணவர்கள் பாடத்தைக் கவனிக்காமல் அவர்களுக்குள் பேசிக்கொள்ள ஆரம்பித்தார்கள்.

“ஏ எவம்ல கடைசி பெஞ்சில கடந்து சலம்புறது... பாடத்த கவனிக்கப் போறியளா இல்ல ஹெச்.எம் ரூமுக்குப் போறியளா?” எரிச்சலுடன் குரலை உயர்த்தினான்.

சலம்பல் அடங்கியது. திரும்பி கரும்பலகையில் எழுத ஆரம்பித்தபோது பின்னாலிருந்து ஒரு சாக்பீஸ் செல்லக்குட்டியின் பின்மண்டையில் மோதி விழுந்தது.

இது வழக்கமாக உயர்நிலை மேல்நிலை வகுப்புகளில் நடைபெறும் ஒன்றுதான்.

சாக்பீஸைப் பற்றி எதுவும் கேட்காமல் எழுதிக்கொண்டிருந்தான்.

அப்போது இரு குரல் பின்னாலிருந்து கேட்டது.

முதலாமவன் கத்தினான். "ஸார் ஸார் ஒண்ணுக்கு..."

அடுத்த மாணவன், "கழுத விட்டை ரெண்டுக்கு".

அதற்கு மேல் எழுத விருப்பமில்லை. இந்தச் சிறிய வயதில் பிற சாதியை இவ்வளவு இழிவுபடுத்த எது அவர்களைத் தூண்டியது என நினைத்துக்கொண்டே வகுப்பை விட்டு வெளியேறி நேராகத் தேரிக்குச் சென்றான். செம்மண் குவிந்திருக்கும் முகடு ஒன்றில் ஓர் ஒற்றைப் பனைமரம் இருந்தது. அதனடியில் சென்று சிறிது நேரம் உட்கார்ந்திருந்தான். பின் அங்கே கிடந்த கூர்மையான கல் ஒன்றை எடுத்து வெகுநேரம் அந்தப் பனைமரத்தில் ஆத்திரம் தீரும் வரை ஓங்கிக் குத்திக்கொண்டிருந்தான். அது எவ்வித சலமுமின்றி நின்றிருந்தது. சிறிது நேரத்திற்குப் பின், ஊருக்குள் வழக்கமாய் இவர்கள் சந்திக்கும் குட்டிச் சுவருக்குச் சென்றான். அங்கு பாதாள முனி சில இளவட்டங்களோடு பேசிக்கொண்டிருந்தான். செல்லக்குட்டியை ஆச்சர்யமாக பார்த்தான்.

"அந்த நாயி சொன்னதுக்கு ஏம்ல நீ வேலைய விட்டுட்டு வந்துபுட்ட... எவம்ல அப்படிச் சொன்னான். நீ அந்தப் பொடிப்பயலக் காட்டு. நாலு இழுப்பு இழுக்கேன்..." கோபத்தில் கத்தினான் பாதாள முனி.

"அவன அடிச்சு என்னல ஆவப்போவுது? அவன் வீட்டுல அழுக்குத் துணி எடுக்க எங்க ஆளுவ போயிருப்பாவ... செரட்டைல கருப்பட்டிக் காப்பி வாங்கிக் குடிச்சிபுட்டுக் குத்த வச்சி வாசல்ல ஒட்கார்ந்திருப்பாவ. இல்லன்னா கழுத விட்டயப் பொறக்கி எடுத்திருப்பாவ... இதெல்லாம் பால்குடில இருந்தே பாத்து வளந்திருப்பான். அதான் அப்படிப் பேசுதான்..." என்றான் செல்லக்குட்டி.

"அதுக்காக வாத்தியாருங்கற மருவாதி வேண்டாமா அந்த

மயிராண்டிக்கு... எனக்கு ஆத்திரம் ஆத்திரமா வருது. நீ அவனுக்கு ஏம்ல வக்காலத்து வாங்குத?" பாதாள முனிக்கு கோபம் அடங்கவில்லை.

"அவனுக்கு வக்காலத்து வாங்கல முனி. நெசத்த சொன்னேன். செத்த நேரம் நீ சும்மா இரி. மனசு ஒரு மாரி இருக்கி... ஆத்தூர் பம்பையா தியேட்டர்ல புதுப்படம் போட்டிருக்கானாம் போவமா..."

"பேச்ச மாத்துதல்லா... நீ குனியக் குனிய கொட்டதாம்ல செய்வாவ. எக்கேடோ கெட்டு ஒழி. சரி படத்துக்குப் போவம். இந்த அசரியாப்பயல காலைல இருந்தே காணம்... ஒங்கிட்ட ஏதும் சொல்லிட்டுத் தொலைஞ்சானா?"

"எங்கிட்ட ஏதும் சொல்லல... வீட்ல கெடக்கானான்னு பாப்பம். இல்லீன்னா வண்டி கள்ளு குடிக்கப் போயிட்டுன்னு அர்த்தம்..."

"சனியன் இந்தக் குடிமயித்த விட்டுத் தொலைன்னா கேட்குதானா... சரி வா போவோம்..."

அசரியாவின் வீட்டை நோக்கிக் கிளம்பினார்கள்.

ஒங்கிட்ட கொஞ்சம் பேசணும்டே.... செத்த நேரம் நிக்கியா?"

உடைமரங்களின் அடியில் கிடக்கும் உடங்காய்களைப் பொறுக்கி எடுத்து சாக்குப்பையில் கட்டிக்கொண்டிருந்த அசரியா நிமிர்ந்து பார்த்தான். தங்கவேலு நின்றிருந்தான்.

"என்னல காத்து இந்தப் பக்கம் வீசுது... மிக்கேலு மோரயப் பேத்தது போதாதா இன்னும் பேத்து விடணுமா..." நக்கலாகக் கேட்டான் அசரியா.

"அத விடுல... நேத்து சிங்கைல இருந்து என் சேக்காளி ஒருத்தன் வந்திருந்தான்... பாரின் சரக்கு கொண்டுவந்து கொடுத்தான். உனக்குப் பிடிக்கும்னுதாம்ல கொண்டாந்தேன். இதப் பாரு"

என்றபடி ஒரு விஸ்கி பாட்டிலை எடுத்து அசரியாவிடம் காண்பித்தான்.

அசரியாவின் ஒரே கெட்டப்பழக்கம் குடி. குடிக்க ஆரம்பித்தால் தொடர்ந்து குடிப்பான். அல்லது குடியைத் தொடாமல் பல வாரங்கள் இருப்பான்.

பாரின் சரக்கு என்றதும் நா ஊறிவிட்டது அசரியாவுக்கு.

“சரக்கு கிடைச்சா நீ உன் சேக்காளி கூடக் குடிக்காம என்ன ஏம்ல கூப்டுதே. வக்காலி சரக்குல எலி மருந்தக் கலந்து என்னை முடிச்சிப்புடலாமுன்னு பாக்கியோ..” கொஞ்சம் சந்தேகத்துடன் கேட்டான் அசரியா.

“நீ இப்படிதான் பேசுவேன்னு சொன்னான் மிக்கேலு. எத்தன நாளு இப்படி ஒருத்தருக்கொருத்தரு அடிச்சிகிட்டு, மொறைச்சிட்டு அலைய. மூக்காண்டி அண்ணாச்சி வேற அன்னைக்கு சண்டய பாத்தாவல்லா எங்க மாமங்கிட்ட போட்டுக் கொடுத்துட்டாவ. அவரு என்னக் கூப்பிட்டு என் மவன் எப்படி இருக்கான் நீயும் வாய்ச்சியே என் தங்கச்சிக்கு ஒதவாக்கார மூதின்னு திட்டிப்புட்டாவ. அதான் பழச எல்லாம் விட்டுப்புட்டு நாம ப்ரெண்ஸ் ஆவலாம்னு கூப்டேன்”

“என்னல ஒலக அதிசயமா இருக்கி...என்ன ப்ரெண்ட் ஆக்கினா செல்லக்குட்டிய மாப்பிள்ளை ஆக்கிக்கிடுவியோ?”

“எங்க அம்ம சம்மதிச்சா நாஞ்சொல்ல என்ன இருக்கு?” என்ற தங்கவேலுவை அதிசயமாய் நம்பமாட்டாமல் பார்த்தான் அசரியா.

“சரி பாட்டில கொண்டா பாப்பம்.”

தங்கவேலுவின் கைகளிலிருந்து பாட்டிலை வாங்கி அதை முன்னும் பின்னுமாய்த் திருப்பிப் பார்த்து பெரும் மகிழ்ச்சி அடைந்தான். தங்கவேலுவின் கண்கள் இரையைக் கண்ட ஓநாயின் கண்களைப் போல மினுமினுத்தன.

12: வேவு

கதவைத் திறந்து வெளியே வந்து பார்த்தபோது யாரும் தென்படவில்லை என்பதால் குழப்பமுற்ற பொட்டம்மை மீண்டும் வீட்டிற்குள் வந்து பாயை விரித்துப் போட்டு அமர்ந்தாள். தன் வேஷத்தைக் கலைக்க யோசித்துக்கொண்டிருந்தபோது ஏதோ தோன்றியவளாய் பின்புற வாசலைத் திறந்துகொண்டு வெளியே வந்தவள் ஜன்னலருகே குனிந்து கீழே கிடந்த கண்ணாடி வளையல் துண்டை எடுத்துப் பார்த்தாள். இதற்கு முன் இதை எங்கோ பார்த்திருக்கிறோமே என்று யோசித்தபடி மீண்டும் வீட்டிற்குள் வந்தமர்ந்தாள். வெகு நேரம் கண்கள் மூடி அமர்ந்திருந்தாள். யார் வந்துபோனது என்பது அவளுக்குப் புலப்பட்டது. அன்று செவ்வந்தியுடன் வந்த பேச்சியின் கைகளில் இதே நிறத்தில் கண்ணாடி வளையலைக் கண்டது ஞாபகத்தின் அடுக்களிலிருந்து மேலெழும்பி வந்தது.

தலையிலிருந்த சவுரி முடியை அகற்றினாள். நெற்றிப் பொட்டை அழித்தாள். தன் முகத்தில் தானே மடார் மடார் என அடித்துக்கொண்டான். பித்தளை மோதிரம் கிழித்து நெற்றியிலிருந்து வழிந்த ரத்தம் உதட்டருகே வந்தபோது நாவால் அதை நக்கி நக்கி சுவைத்தான். அவனது கண்கள் குரூரத்தின் உச்சமாகி நிலைத்த பார்வையுடன் அசைவற்று அமர்ந்திருந்தான்.

தோட்டக்காவல் முடிந்து வீட்டிற்கு வந்த சந்தோசராஜ் களைப்பால் திண்ணையிலேயே படுத்து உறங்கப்போனான்.

“யய்யா சந்தோசம்... உள்ளுக்க பாயி விரிச்சிப் போட்டிருக்கேன். போயி படு ராசா” சொல்லிவிட்டு கழுதைகளுக்கு நீர் வைக்க குடிசையின் பின்புறம் போனாள் அவனது வயதான அம்மா.

“ம் சரிம்மே... நீ கஞ்சி குடிச்சிப்புட்டு வேலையப் பாரு. நா செத்த நேரம் கண்ணயர்றேன். இன்னிக்கு நெறையா சோலி கிடக்கும்மே” என்றபடி குடிசைக்குள் சென்று பாயில் படுத்துக் கண்ணை மூடினான்.

“யக்கா... யக்கோவ்...” வாசலில் யாரோ கூப்பிட்டார்கள்.

“யாரது காலங்காத்தாலே” என்றபடி முன்வாசலுக்கு வந்து பார்த்தாள் சந்தோசத்தின் அம்மா.

பேச்சி தான் வந்திருந்தாள்.

“யக்கா சந்தோசத்தக் கொஞ்சம் கூப்பிடுதியளா... ஒண்ணு கேட்கணும்...”

“நீ யாருப்பு... மட்டுப்படலயே...” நெற்றியில் கைவைத்துப் பேச்சியை உற்றுப் பார்த்தபடியே கேட்டாள் அம்மா.

“யக்கா நான் பேச்சி. கண்ணாடிக்காரரர் வீட்டுக்குப் பக்கத்து வீடுக்கா...”

“ஓ சரிப்பு. இந்தா இப்பத்தான் காவ முடிஞ்சி வந்து படுக்கப் போனான். எழுப்பி உடுறேன். நீ இந்தத் திண்ணைல இரி...” சொல்லிவிட்டுக் குடிசைக்குள் சென்று மகனை எழுப்பினாள்.

பேச்சி ஏன் வந்திருக்கிறாள் செவ்வந்தியிடம் இருந்து ஏதும் சேதியா? ஏதும் பிரச்சனையா? எனும் குழப்பத்துடன் திண்ணைக்கு வந்தான் சந்தோசம்.

காப்பித்தண்ணி தரட்டாத்தா எனக் கேட்டு பேச்சி மறுக்கவே வெளியேற நினைக்கும் கழுதையைப் பிடித்து உள்ளே தள்ளி படலை அடைக்கச் சென்றாள் அம்மா.

"என்ன பேச்சி இந்தப் பக்கம், ஏதும் பிரச்சினையா..."

பேச்சி பொட்டம்மையின் வீட்டில் தான் பார்த்தவற்றைச் சொன்னாள். சந்தோசத்தால் நம்ப முடியவில்லை.

"என்ன பேச்சி சொல்லுத... நான் ட்ரவுசர் போட்டுத் திரிஞ்ச நா மொதலா பொட்டம்மாக்காவ பாக்குதேன். அவிய ஆம்பளன்னா நம்பவே முடியலல்லா..." ஆச்சர்யத்துடன் கேட்டான்.

"என்னாலயும் நம்ப முடியல சந்தோசம். அதுக்காக அப்படி உட்ர முடியுமா... மொதல்ல தர்மகர்த்தா வீட்ல சொல்லிப்புடலாம்னுதான் நானும் செவ்வந்தியும் நெனச்சோம். ஆனா வேசம் கலஞ்ச கோவத்துல ஊர் மேல ஏதாவது செய்வினையோ சூன்யமோ வச்சிட்டாவன்னா அந்தப் பாவம் நம்ம தலயிலல்லா வந்து விழும். அதான் மொதல்ல ஒங்கிட்ட மட்டும் சொல்லலாமுன்னு வந்தன்... நீ என்ன நினைக்குத?"

"செவ்வந்தி கிளம்பிட்டாளா?"

"ஆமா காலைலயே போயிட்டாவ. அனுப்பிட்டு தான் இங்க வாரேன்"

"ஒருதடவ எங்க தோட்டத்துக்காரரு வீட்ல ஆசையா வளத்த சடைநாயை ஒரு தெருநாய் கடிச்சிப்புடிச்சி. அந்தத் தெருநாய் வாய பொட்டம்மாக்காதான் ஒரே நாள்ல செய்வின வெச்சிக் கட்டிப்புட்டாவ...

நாலு நாள்ல நடுரோட்டுல செத்துக்கிடந்துச்சி. நாயி வாய கட்டுனவிய ஊரு வாயக் கட்ட மாட்டாவளாக்கும், கொஞ்சம் நிதானமாத்தான் இருக்கணும் பேச்சி. செரி ஒண்ணு செய்யிவம். அவிய ஆம்பளதான்னு ஊருக்குக் காமிக்கிறத்துக்கு முன்னாடி நம்ம ஒண்டிமுத்துவ விட்டு நாலஞ்சு நாள் வேவு பாக்கச் சொல்லுவோம். அவந்தான் இதுக்கு சரியான ஆளு. என்ன சொல்லுத..."

"அதுவுஞ்சரிதான் சந்தோசம். ஆனா யார்கிட்டயும் சொல்லிப்புடாம இருக்கச் சொல்லு. அடுத்த வாரம் நா வாரேன்... என்ன செய்யன்னு ஒரு முடிவு எடுப்பம். கழுதைக்குத் தண்ணீர் வைத்துக் கொண்டிருந்த அவன் அம்மாவிடம் "யக்கா நான் வாரேன்"என்று சொல்லிவிட்டுக் கிளம்பினாள் பேச்சி.

அன்றிரவு வாழைத் தோட்டத்தில் ஒண்டிமுத்துவிடம் விஷயத்தைச் சொல்லிக்கொண்டிருந்தான் சந்தோசம்.

"என்னல நடக்குது ஊருக்குள்ள... ஒரு பக்கம் ஆட்டைக்காணம்னு சனம் தேடுது. ஒருபக்கம் ஆம்பள பொம்பள வேசம் போட்டு ஊரை ஏமாத்திட்டு இருந்திருக்கான். இழுத்துப் போட்டு உச்சிமண்டையப் பேக்கணும். அப்பதாம்ல புத்தி வரும்" சுருட்டைப் புகைத்துக்கொண்டே சொன்னான் ஒண்டிமுத்து.

"ஆமா ஒண்டி... இந்த நேரத்துல எஞ்செவ்வந்தி வேற மாசமாக் கெடக்கா. இனி பாக்கவும் ஏலாது. தின்னவேலில அவன் அண்ணன் வீட்டுக்குப் போய்ட்டால்லா. புள்ள ஒழுங்காப் பொறக்கணும் அதான் நெஞ்சு படபடக்குது..."

"நீ ஏம்ல கவலப்படுத. போனவருசம் என் சித்திமவளுக்குக் கல்யாணம் பண்ணி வச்சாவ... இப்ப அழகா ஒரு புள்ளையப் பெத்துட்டால்லா. அவளுக்கும் செவ்வந்தி வயசுதாம்ல இருக்கும்..."

"கல்யாணத்துக்குப் பொறவு புள்ள பெக்குறது ஒரு விசயமால... நான் என்ன செவ்வந்தி கழுத்துல தாலியா கட்டிப்புட்டன். ஏதோ அவசரப்பட்டுட்டோம்... சரி அவ ஐயாகிட்ட பொண்ணு கேட்டுபோலாம்னா எங்க ஆத்தா பயப்படுதாவ. ஒண்ணுக்கு இருக்க இராவுக்கு தெருவுல இறங்குனதுக்கே களவாணின்னு சொல்லி எம் மொகரயப் பேத்த ஆக்கங்கெட்ட ஊருல இது. அவிய சாதிப் புள்ளைய எனக்கு கட்டித்தருவாவளா..."

"அதான் நா அப்பவே சொன்னேன் அவளக் கூட்டிக்கிட்டு வடக்க போயிப் பொழைச்சுக்கலன்னு... நீ அதுவும் சரிப்பட்டு வராதுன்னுட்ட"

"உள்ளூர்ல சிங்கி அடிக்கறது போதாதுன்னு வெளியூர்ல போயி

சோத்துக்கு சிங்கி அடிக்கச் சொல்லுதியா... சாமி மேல பாரத்தப் போட்டுட்டு நம்ம சோலியப் பாக்க வேண்டியதுதான். செவ்வந்தி எனக்குன்னா யாரால மாத்த மிடியும் சொல்லு..."

"அதுவுஞ் சரிதான். புள்ளப் பெத்து அவ வரட்டும் அதுக்கு அப்புறம் உன்ன வேணாம்னு கழிக்க முடியாதுல்லா. சரி நா வாரேன்... விடிஞ்சதும் நேரா பொட்டம்மை வீட்டுக்குத்தான் போவப்போறான் இந்தச் சி.ஐ.டி ஒண்டி" சத்தமிட்டுச் சிரித்தபடி அங்கிருந்து கிளம்பினான் ஒண்டிமுத்து.

அன்றிரவு பனி அதிகமாய் இருந்தது. செவ்வந்தியை நினைத்தபடியே தோட்டத்திற்குள் வலம் வந்து கொண்டிருந்தான் சந்தோசம். அண்ணன் வீட்டில் செவ்வந்தியும் உறக்கம் வராமல் புரண்டுகொண்டிருந்தாள்.

அதே இரவில் புழுக்கம் அதிகமாக இருந்தது என்று எழுந்து காலார சிறிது தூரம் போய் வரலாம் என்று பேச்சி வீட்டை விட்டு வெளியே வந்தாள். தெருவில் இறங்கி கொஞ்சதூரம் நடந்தாள். அவளது தெருவில் வசிக்கும் இரண்டு நாய்கள் இவளை அடையாளம் கண்டுகொண்டு வாலாட்டின. அதிலொரு நாய் கறுப்பு நிறத்திலிருக்கும். அது குட்டியாக இருந்த காலம் தொட்டே அதற்கு உணவிட்டு வந்திருக்கிறாள் என்பதால் அவளைக் கண்டதும் ஓடிவந்து காலுரசி நின்றது. அதைத் தடவிக் கொடுத்தபடி, "ஏ கறுப்பி இன்னும் தூங்கலியா நீ... நீயும் செவ்வந்தியக் காணாம தூங்காம இருக்கியோ என்றவள் போ போய் தூங்கு" என்று அந்த நாயிடம் சொன்னதும் அது வாலாட்டியபடியே எதிரே இருந்த தெரு விளக்கின் அடியில் சென்று படுத்துக்கொண்டது.

இன்னும் சற்றுத் தொலைவு சென்றதும் தெருவின் நடுவே முறிந்த வேப்பங்கிளை ஒன்றைக் கணடாள். முன்னிரவின் மழையில் ஒடிந்து விழுந்திருக்கும் என்று நினைத்தபடியே அதை இழுத்து தெருவோரத்தில் கொண்டுபோய்ப் போட முயன்றபோது ஏதோ அரவம் கேட்டு நிமிர்ந்தாள். அங்கே தோளில் ஒரு சாக்குப்பையைச்

சுமந்தபடி ஓர் உருவம் வேகமாக நடந்து கொண்டிருந்தது. அதைப் பார்த்ததும் பயத்தில் என்ன செய்வதென்று தெரியாமல் திகைத்து நின்றாள். கருப்பியும் இன்னும் சில தெருநாய்களும் அந்த உருவத்தைக் கண்டு குரைத்தபடியே துரத்த ஆரம்பித்தன. பேச்சியைக் கண்ட உருவம் அவளைத் தாக்குவது போல அருகே வந்தது.

அதற்குள்ளாகப் பேச்சி கள்ளன் கள்ளன் என்று கத்தத் தொடங்க, நாய்கள் அந்தச் சாக்குப்பையைக் கடித்து இழுக்க அதைப் போட்டுவிட்டு இருளில் ஓடி மறைந்தது அவ்வுருவம். நாய்களின் குரைப்புச் சத்தத்தில், பேச்சி போட்ட சத்தத்தில் அக்கம் பக்கத்து வீட்டினர் எழுந்து தெருவிற்கு வந்துவிட்டனர்.

“ஏ யாருல அது இருட்டுக்குள்ள” என்றபடி வந்த ஒருத்தன் பேச்சியைப் பார்த்தவுடன்,

“ஏ பேச்சி... நீ நடுச்சாமத்துல இங்க என்ன பண்ணுத?” என்றான்.

“உறக்கம் வரலன்னு ஒரு நடை வந்தேண்ணே... அந்தா கிடக்குல்லா அந்தச் சாக்குப்பைய தூக்கிட்டு ஓடுதான் ஒருத்தன்... நம்ம தெரு நாயிவ வெரட்டின ஒடனே அந்தாக்க பைய போட்டுட்டு ஓடிட்டான்...”

அதற்குள் மேலும் சிலர் கூடி விட்டனர். சாக்குப்பைக்குள் என்ன இருக்கிறது என்று பார்க்கும் ஆவலில் ஓடிச்சென்று அந்தச் சாக்குப்பையைத் தூக்கிவந்து தெருவிளக்கின் கீழே போட்டான் ஒருவன். இறுகக் கட்டியிருந்த சணலை அவிழ்த்துப் பையைத் திறந்தான்.

உள்ளே ஒரு இறந்த ஆட்டுக்குட்டி இருந்தது.

சத்தம் கேட்டு ஓடிவந்த செவ்வந்தியின் எதிர்வீட்டு லட்சுமி அக்கா ஆட்டுக்குட்டியைப் பார்த்ததும், “யம்மே என் குட்டியக் கொன்னுப்புட்டானே சண்டாளன்” என்று கத்திக்கொண்டு அந்த இறந்த ஆட்டுக்குட்டியை மடியில் எடுத்துப் போட்டுக்கொண்டு கதறி அழுதாள்.

13: அணிலாட்டம்

செல்லக்குட்டியும் பாதாள முனியும் எவ்வளவு தேடியும் அசரியாவைக் கண்டுபிடிக்க முடியவில்லை. அவன் குடித்துவிட்டு எங்காவது விழுந்து கிடப்பான் என்றெண்ணியபடி இருவரும் ஆத்தூருக்குப் படம் பார்க்க பஸ் ஏறிவிட்டார்கள்.

"நாஞ் சொன்னது சரியாப்போச்சுல்லா பாதாளம். எங்க தேடியும் அசரியாப்பயல காங்கலையே... எங்க விழுந்து கெடக்கானோ..." பேருந்தின் ஜன்னலோரம் சாய்ந்தபடி சொன்னான் செல்லக்குட்டி.

"யழவு இந்தக் குடிமயித்த விடுன்னா கேக்குதானா... நாம கேட்டம்னு வெய்யி... ஆளாளுக்கு ஒரு கெட்டப்பழக்கம் எனக்கு இதுன்னு பெரிய உத்தமன் கணக்காப் பேசுவான். என்னத்தச் சொல்ல..." சலித்துக்கொண்டான் பாதாள முனி.

பேருந்து முக்காணி வழியே ஆத்தூர் பாலத்தில் நுழைந்தபோதுதான் செல்லக்குட்டி அதைக் கவனித்தான். தாமிரபரணியின் கிளை ஆறு அது. அதிகம் மழை இல்லாததால் நீர் வரத்து குறைவாக இருந்தது. மணல்மேடுகளும் முட்செடிகளும் அதிகம் தென்பட்டன. அங்கே மூவர் அமர்ந்து குடித்துக்கொண்டிருந்தார்கள்.

"ஏ அங்க பாரு, அது அசரியாதான..." செல்லக்குட்டி சுட்டிக்

காண்பித்த திசை நோக்கிப் பார்த்தான் பாதாள முனி.

"அட கெரகமே அவந்தாம்ல... வா போவம். கண்டக்டர்ணே செத்த இதுல இறக்கி உடுதியளா" சத்தமிட்டுக் கத்தியதில் கண்டக்டர் முணுமுணுத்துக்கொண்டே விசிலை ஊதினார். இறங்கி அந்தத் திசை நோக்கி இருவரும் ஓடினார்கள்.

அருகில் சென்றதும் இவர்களைப் பார்த்ததும் குடிபோதையில் உளறினான் அசரியா. கண்கள் சிவந்து முகம் வீங்கியிருந்தது.

"ஏலேய் சேக்காளிவளா, எம்புட்டு நேரம்லே வர.வாங்கலே பார்த்தியளா என்ன சரக்கு இதுன்னு பாரின் சரக்குலே..." வார்த்தைகள் குழறியபடி வந்து விழுந்தன.

அவனுடன் குடித்துக்கொண்டிருந்த மற்ற இருவரும் மயங்கி விழும் நிலையிலிருந்தனர்.

"ஏல செத்த மூதி... அங்க ஊர்ல ஒன்னியக் காணோம்னு நாங்க தேடிக்கிட்டு கெடக்கோம். நீ பவுசா ஆத்துக்குள்ள வந்து குடிக்கிதியா... எந்திரிச்சு வால..." எரிச்சலுடன் கத்திய பாதாள முனி அசரியாவின் சட்டைக்காலரைப் பிடித்திழுத்தான்.

"இவன் எங்கல எந்திரிச்சு நடக்க... நாமதான் கைத்தாங்கலாக் கூட்டிட்டுப் போவணும். ஒண்ணு செய்யிவோம்... வடக்காத்தூருக்கு இன்னும் செத்த தூரம்தான். மெள்ள நடந்து அங்க போயிருவோம். பஸ்ஸ்டாண்ட்ல ஒக்கார வச்சி இவனத் தெளிய வெப்போம்" சொல்லிவிட்டு அசரியாவைத் தூக்கி அவனது இடதுகையைத் தன் தோளில் எடுத்துப் போட்டுக்கொண்டான் செல்லக்குட்டி.

பாதாள முனி அசரியாவின் வலதுகையை எடுத்துத் தன் தோளில் போட்டுக்கொண்டான், இருவருமாய் மெதுவாக அவனை மெயின் ரோட்டுக்குக் கூட்டிச்சென்றனர். போகும் வழியெங்கும் ஏதேதோ முனகியபடியே வந்தான் அசரியா. எதுவும் சரியாகப் புரியவில்லை. ஆனால் அடிக்கடி, "முதுகுல குத்தமாட்டம்லா" என்பது மட்டும் தெளிவாகப் புரிந்தது.

"செல்லக்குட்டி கவனிச்சியா... ஏதோ முதுகுல குத்தமாட்டம் லான்னுட்டுல்லா உளருதான்... யாரு முதுகுலன்னு நெனைக்க?"

“அதாம்ல ஒண்ணும் வெளங்கல” என்றபடி யோசனையுடன் நடந்துகொண்டிருந்தான் செல்லக்குட்டி.

அசரியாவை ஒருவழியாய் வீட்டில் கொண்டு போய் சேர்த்தார்கள்.

அவன் வீட்டிலிருந்து இறங்கி தெருவில் நடக்கும்போது, “இன்னிக்கி அசரியா புண்ணியத்துல பாக்க வேண்டிய புதுப்படம் ராசுக்குட்டி பாக்க முடியாம போச்சி. அதுலே பாக்கியராஜுக்கு குடை பிடிக்கிற பய செம்புலின்னு ஒருத்தன் ரொம்ப நல்லா நடிச்சிருக்கானாம், நம்ம சுகந்தராஜுதான் படத்த பாத்துட்டு வந்து சொன்னான். சரி.. நமக்கு உள்ளூர் தனலட்சுமி டாக்கீஸ்தான் சரிப்படும் பொலுக்கு...” சொல்லிவிட்டு சிரித்தான் பாதாள முனி. பதிலேதும் பேசாமல் அமைதியாக ஏதோ சிந்தித்தபடி நடந்துகொண்டிருந்தான் செல்லக்குட்டி.

“யோல ஒங்கிட்டதாம்ல சொல்லுதேன்... நீ என்னத்த யோசிச்சிகிட்டு வார?”

“அசரியாவுக்கு எங்கிருந்துல பாரின் சரக்கு கெடச்சிருக்கும்? இவனுக்கு உள்ளூர் சரக்கு கொடுக்கவே ஆளில்ல... இவனுக்கு எப்படி பாரின் சரக்கு?”

“ஆமால நானும் அதையேதான் நெனச்சேன்... விஜயகுமார் அண்ணன் தான் குவைத்ல இருக்காவ... அவிய வரும்போதுதான் பாரின் சரக்கு வாங்கிட்டு வருவாவ. ஆனா அவிய கோயில் கொடைக்கில்லா வருவாவ. இப்ப யாரு வாங்கிட்டு வந்திருப்பா?”

“சரி நாளைக்கி அசரியா தெளிஞ்சப்பொறவு கேப்பம். எனக்கு இஸ்திரி போட நேரமாச்சு... நான் வாரேன்” சொல்லிவிட்டு வீட்டிற்கு வந்தான் செல்லக்குட்டி.

வீட்டிற்கு வந்தவுடன் அடுப்பில் விறகை எரித்து அதிலிருந்து தணலை எடுத்து இஸ்திரிப் பெட்டிக்குள் போட்டு துணிகளைத் தேய்க்க ஆரம்பித்தான். அவனுக்கு அருகில் இரண்டு கழுதைகள்

கட்டிப்போடப்பட்டிருந்தன.

“ஏ செம்பட்ட... ஆச்சி உனக்குத் தண்ணி காமிச்சாவளா... ஒழுங்கா தண்ணியக் குடிக்கனும் என்ன... அப்பத்தான் தீவனம் வெப்பேன்” எனக் கழுதையுடன் பேசிக்கொண்டே துணிகளைத் தேய்த்துக்கொண்டிருந்தான்.

“அங்க தங்கம் ஒன்னிய பாக்க முடியலையேன்னு விட்டத்தப் பாத்துக்கிட்டு கெடக்கா... நீ இங்க ஒங் கழுத கூட பேசிக்கிட்டு கெடக்கபோல” படலையைத் திறந்துகொண்டு உள்ளே வந்த கனகாம்பரம் செல்லக்குட்டியைக் கிண்டலடித்தாள்.

“யாரு கனகாம்பரமா... இரி வாரேன்” என்றபடித் தேய்த்த துணிகளை எடுத்து வைத்துவிட்டு அவளிடம் வந்தான்.

“தங்கம் எப்படி இருக்கா?”

“பேருதான் தங்கம். அவ மூஞ்சில ஜொலிப்பப் பாத்தே மாசக்கணக்கால்லா ஆவுது... நீ பொண்ணு கேட்டுப் போவப்போறியா இல்லியா...”

“போவணும்னு நெனைக்கும் போதெல்லாம் ஏதாவது தடங்கல் வந்துருது. பாதாள முனி வீடு எரிஞ்ச சேதி தெரியுமுல்லா... அன்னிக்கிதான் போறதா இருந்துச்சு. வர்ற திங்கக்கெழம போலாம்னு இருக்கேன்...”

“நீ மனசுக்குள்ள நெனச்சுகிட்டா எங்களுக்கு எப்படித் தெரியும். திடுதிடுப்புன்னு போயி நின்னன்னு வெய்யி... ஒண்ணு அவ அண்ணங்காரன் வெட்ட வருவான்... இல்லாட்டி அவ அம்மை அறுக்க வருவா...”

“அதான் அசரியா தங்கச்சிகிட்ட சொல்லிவுடலாம்னு நெனச்சேன். இப்பதான் நீ வந்துட்டல்லா... நீ சொல்லிற மாட்டியாக்கும்?”

“எஞ்சேக்காளிக்கு நான் சொல்லாம வேற யாரு சொல்லுவா... நான் சொல்லிப்புடுதேன். திங்கக் கிழமயாவது தவறாம வந்து சேரு என்ன...” சொல்லிவிட்டுக் கிளம்பினாள் கனகாம்பரம்.

அவள் கிளம்பியதும் இடுப்பில் குடத்துடன் வீட்டிற்குள் நுழைந்தாள் செல்லக்குட்டியின் ஆச்சி.

“யாருய்யா வந்து போறது?”

“தங்கத்தோட சேக்காளி கனகாம்பரம்தான் வந்துட்டுப் போறா ஆச்சி” என்றபடி ஆச்சியிடமிருந்து குடத்தை வாங்கித் திண்ணையில் வைத்தான் செல்லக்குட்டி.

“என்ன சேதிப்பு” முந்தானையால் முகத்தில் வழியும் வியர்வையைத் துடைத்தபடி வீட்டுத் திண்ணையில் அமர்ந்தாள் ஆச்சி.

“என்னிக்கு பொண்ணு கேட்டு வருவியன்னு கேட்டா ஆச்சி... நா திங்கக் கெழம வாரேன்னு சொல்லிப்புட்டன்...”

“இம்புட்டு புடிவாதம் புடிக்காதேய்யா. சொன்னாக் கேளுய்யா அந்தப் பள்ளிக்கூடத்தில இருந்து வேற ஏன் வரலன்னு கேட்டுவுட்டாவ. பேசாம அந்த வேலக்கி போ. நா நல்ல மவராசியா பார்த்து உனக்குக் கெட்டி வைக்கேன்” என்றவள் தளர்ந்த நடையுடன் குடிசைக்குள் சென்றாள். அங்கிருக்கும் சாமி படங்களின் முன்பு கண்கள் மூடியபடி நின்றாள். அவள் கண்களில் நிற்காமல் வழிந்துகொண்டிருந்தது கண்ணீர்.

திண்ணையிலிருந்த குடத்தை எடுத்து அடுப்பாங்கரையில் கொண்டு வைத்தவன் சாமி படத்திற்கு முன் நிற்கும் ஆச்சியிடம் வந்தான். அவளது கன்னம் நனைந்திருப்பதைக் கண்டவுடன், “ஆச்சி ஏன் அழுவுதிய... தங்கம் அம்மை கோவக்காரியா இருக்கலாம். ஆனா தங்கம் பெயருக்கேத்த மாதிரி தங்கம்தான் ஆச்சி” சொல்லிவிட்டு ஆச்சியின் கைகளைப் பற்றிக் கொண்டான். “ஒன்னயும் என்னயும் நல்லாப் பாத்துகிடுவா. அவ அம்மையப் பத்தி யோசிக்காதீய” என்றான்.

“அவ அம்மை கத தெரிஞ்சா ஒம் மனசு தாங்காது குட்டி” எனச் சொல்ல நினைத்துச் சொல்லாமல் அவ்வார்த்தைகளை விழுங்கிக் கொண்டாள் ஆச்சி.

"தங்கம் ஒன்னிய பொண்ணு பாக்க வர்ற திங்கக் கிழம வாராவளாம்..."

கனகாம்பரத்தின் குரல் கேட்டு நிமிர்ந்து பார்த்தாள் வீடு பெருக்கிக்கொண்டிருந்த தங்கராணி. அவள் சொன்ன சேதி கேட்டவுடன் முகம் மலர்ந்தவள் ஓடி வந்து கனகாம்பரத்தின் கரங்களைப் பற்றிக்கொண்டு, "உண்மையாவா சொல்லுத புள்ள" என்றாள்.

"பொறவு நான் என்ன பொய்யா சொல்லுதேன்... ஒங்கிட்டப் பொய்சொல்லி எனக்கென்னளா கிடைக்கப்போவுது..."

"யேசப்பா இதக் கேட்கதான இத்தன நாளாக் காத்துக் கெடந்தேன் நானு..." வானத்தைப் பார்த்தபடி நெற்றி, நடுமார்பு, இடவல தோள் தொட்டு உதட்டில் விரல்களை வைத்து சிலுவை போட்டுக்கொண்டாள்.

"இப்ப உங்க அம்மை, அண்ணன எப்படி சமாளிக்கப்போற புள்ள?" கனகாம்பரத்தின் குரலில் அக்கறை இருந்தது.

"எங்க அண்ணன விடு... வெறும் வாய்ச்சவடால்தான். ஆனா எங்க அம்மைய நெனச்சாத்தான் கலக்கமா இருக்கி. அன்னிக்கு சொல்லுதாவ... சாதிப் பிரச்சினை இல்லீயாம். ஆனா செல்லக்குட்டி மட்டும் வேண்டாங்காவ... அதான் வெளங்கமாட்டிக்கி...எங்க ஆச்சி வீட்டுக்குப் போய்ட்டு வந்ததுல இருந்து பால்துரையக் கட்டிக்கனு நச்சரிச்சிட்டே இருக்காவ"

"அப்படி என்ன செல்லக்குட்டி தப்பு பண்ணிப்புட்டான். அசரியா மாதிரி குடிகாரப்பயலும் இல்ல... கூட சுத்துமே ஒரு வெளங்காவெட்டி அதாம்லா பாதாள முனி... அவன மாதிரிப் பொட்டப்புள்ளைகளக் கண்டா பல்லை இளிக்கிறவனும் இல்ல. டிகிரி வேற முடிச்சிருக்கான். பொறவு என்னதான் பிரச்சினையாம்?"

"எப்பக் கேட்டாலும் அவன் மட்டும் வேண்டாங்காவ... ஆனா காரணம் கேட்டா சொல்ல மாட்டிக்காவ. ஆச்சி போயி சேரதுக்குள்ள என் கலியாணத்த முடிக்கனும்னு பறக்காவ. நானும் நெதம் ஆண்டவர வேண்டிக்கிட்டு நல்லது நடக்கும்னு கெடக்கேன்..."

“அதுவுஞ்சரிதான். அவியகிட்ட கேட்கறதுக்குப் பதிலா நீ உங்க யேசப்பாகிட்ட கேளு. நா உனக்காவ இசக்கியம்மன்கிட்ட கேக்குதேன். நல்லது நடந்தா சரிதான். செரி நேரமாச்சு எங்க வீட்ல தேடுவாவ... நா திங்ககிழம வாரேன்... நீ தைரியமா இரு தங்கம். செரியா?” சொல்லிவிட்டுக் கிளம்பினாள் கனகாம்பரம்.

வேப்பமரம் பூக்களை உதிர்த்தபடி இருந்தது. அணிலொன்று மற்றொரு அணிலுடன் வேப்பமரத்தில் அங்குமிங்கும் ஓடி விளையாடிக்கொண்டிருந்தது. சற்று நேரம் அந்த அணிலாட்டத்தையே வைத்த கண் வாங்காமல் பார்த்துக்கொண்டிருந்தாள். நாமும் அந்த அணிலைப் போலிருந்தால் வாழ்வு எவ்வளவு அழகானதாய் இருக்கும் என்றெண்ணியபடி உதிர்ந்துகிடந்த வேப்பஞ்சருகுகளைப் பெருக்கி பனையோலைப் பெட்டியில் அள்ளிக்கொண்டு வீட்டின் பின்புறமுள்ள உரக்குழியில் கொண்டு கொட்டினாள்.

14: பேச்சி

பொட்டம்மையின் வீட்டிற்குப் பின்னால் ஒரு வாய்க்கால் இருந்தது. அதில் தினமும் தூண்டிலுடன் வந்து உட்கார்ந்து கொள்வான் ஒண்டிமுத்து. அந்த வாய்க்காலில் நீர் வரத்து அதிகம் இல்லாவிட்டாலும் மீன்கள் அதிகம் இருந்தன. தூண்டில் வாய்க்காலுக்குள் இருக்கும். அவனது கண்களோ பொட்டம்மையின் வீட்டை நோட்டம் விட்டபடி இருக்கும். அவ்வழியே வாழைத் தோட்டத்திற்குப் போவதும் வருவதுமாக இருப்பார்கள் தினக்கூலிகள்.

"ஏம்ல ஒண்டி என்ன அடிக்கடி தூண்டிலும் கையுமாக் கெடக்க... அப்படி எத்தன மீனப் பிடிச்சுப்புட்ட..." வாழைத்தாரைத் தோளில் சுமந்துவந்த ஊர்க்காரர் ஒருவர் ஒண்டிமுத்துவிடம் கேட்டார்.

"எங்கண்ணே மீனு அம்புடுது... புழுவத் தின்னுப்புட்டு நழுவி ஓடிருதுல்லா... ஒத்தக் கெண்டை கூட அம்புடல" தூண்டிலை வெளியே எடுத்துப் பார்த்தபடி பதிலிட்டான் ஒண்டிமுத்து.

"இந்த வாய்க்கால்ல மீனு சிக்குமாடே... போயி சுப்பிரமணியபுரம் தாண்டி டப்டம்மு பாலத்துல நின்னு தூண்டில வீசு. பொறவு பாரு எத்தன கெண்ட சிக்குதுன்னு. சரி நெருப்பு இருந்தாக் கொண்டா..." தோளில் இருந்த வாழைத்தாரைக் கீழே வைத்துவிட்டு வேட்டி

மடிப்பிலிருந்து பீடியை எடுத்து வாயில் வைத்தபடியே கேட்டார்.

ஒண்டிமுத்து தூண்டில் குச்சியை வாய்க்காலோரம் குத்தி நிறுத்திவிட்டு எழுந்து வந்து அவரது பீடியைப் பற்றவைத்தான். ஒரு இழுப்பு இழுத்துவிட்டுத் தொடர்ந்தார்.

"ஒரு நாளு வீட்டுக்குள்ள செத்த நேரம் உட்கார உடுதாளா என் வீட்டுக்காரி. தோட்டத்துக்குப் போ, சந்தைக்குப் போன்னுட்டு வெரட்டி உட்டுப்புடுறா. அடுத்த சென்மத்துல பொட்டம்மையாப் பொறக்கணும்டே... ஏ அவ வீட்ட விட்டு வெளிய போறதும் ஒண்ணுதான் நம்ம ஊரு டாக்கீஸ்ல புதுப்படம் போடுறதும் ஒண்ணுல்லா... என்ன சொல்லுத..."

"ஆமாண்ணே நீங்க சொல்லுறதும் சரிதான். எப்படித்தான் அந்தக் குடிசைக்குள்ளேயே கெடக்காவளோ தெரியல..."

"ஏ ஒரு நாளைக்கி நாலு பேராவது அவ வீட்டுக்குப் போறாவ. பேய் பிடிச்சாலும் ஓட்டுதா, நாயி கடிச்சாலும் சரியாக்கிப்புடுதா... அவ வீட்டுக்குத் தெக்கால ஒரு ஆலமரம் இருக்குல்லா அங்கன யாரும் ஏன் போவமட்டுக்காவனு நினைச்ச? அம்புட்டு ஆணிலயும் பேயல்லா கட்டி அறைஞ்சு வச்சிருக்கா. என்னமோ மந்திரதந்திரம் பண்ணுதாலே.ஒரு அஞ்சு வருசம் இருக்கும் பாத்துக்க. ஒரு நாள் இராவுக்குத் தூக்கம் வராம தெருவுல இறங்கி நடக்கேன்... பார்த்தா இவ திடுதிடும்னு முன்னால ஓடுதா... பேயத் தொரத்துனாளா இல்ல இவதான் பேயான்னே தெரியலல்லா... மந்திரக்காரிடே... சரி அவ கத நமக்கு எதுக்கு. இந்த வாழத்தார செத்த தூக்கிவிடுடே..." பீடியை எறிந்துவிட்டு வாழைத்தாரை ஒண்டிமுத்துவின் உதவியுடன் தோளில் சுமந்து கொண்டு போய்விட்டார்.

அவர் சொன்னதைக் கேட்டதும் பயம் கவ்விக்கொண்டது ஒண்டிமுத்துக்கு. பொட்டம்மை ஒருவேளை நிஜ மந்திரக்காரியாக இருந்தால் நம் கதி என்னாவது என்று யோசித்துப் பார்த்தான். இந்த சி.ஐ.டி வேலையெல்லாம் நமக்காகாது என சந்தோசத்திடம் சொல்லிவிட வேண்டும் என்று நினைத்தபடி தூண்டில் குச்சியைப் பிடுங்கித் தூர எறிந்துவிட்டு வீட்டிற்கு நடையைக் கட்டினான் ஒண்டிமுத்து.

தன் வீடு வரை ஆடு திருடன் வந்துபோனது பேச்சிக்குப் பெரும் மன உளைச்சலைக் கொடுத்திருந்தது. பேச்சியின் வீட்டிலும் செவ்வந்தியின் வீட்டிலும் வளர்க்கப்படும் ஆடுகளின் எண்ணிக்கை பதினைந்தைத் தாண்டிவிடும். செவ்வந்திக்கும் தான் வளர்க்கும் ஆட்டுக்குட்டிகள் மீது பிரியம் அதிகம். கோவில் கொடைக்கென வளர்க்கப்படும் கிடாக்கள் அவை. பலியிடப்படும் போதெல்லாம் இரண்டு மூன்று நாட்களுக்கு யாரிடமும் பேசமாட்டாள். அந்த வெட்டப்பட்ட கிடாவைக் குட்டியிலிருந்து வளர்த்தவள் என்பதால் அதன் இறப்பு அவளை வெகுவாக பாதிக்கும். அவள் திரும்பப் பிள்ளையோடு வருகையில் அவள் ஆடு களவு போனால் அவள் மனம் என்ன பாடுபடும். மனதுள் பல எண்ணங்கள் ஓடிற்று பேச்சிக்கு.

வீட்டு முற்றத்தில் உட்கார்ந்திருந்த பேச்சி யோசனையோடே இருந்தாள்.

“எப்பதான் அந்தக் களவாணிப்பயலப் பிடிக்கப்போறாவுளோ தெரியல... லட்சுமி அக்கா பாவம் ஆட்டுக்குட்டி செத்ததுல இருந்தே ஆளு என்னத்தையோ இழந்தது மாதிரில்லா இருக்காவ”

“ நல்ல தண்ணிக் கெணறுக்கு அவியதான் தண்ணி பிடிக்க வருவாவ... இப்ப அதுவும் வர்றதில்ல. அவிய மருமவதான் வாராவ. அந்தக் களவாணிய புடிச்சு நடுரோட்டுல நிக்க வெச்சி கல்லு எறிஞ்சி கொல்லணும்...”

“ஊர்ல எத்தன இளவட்டப் பயலுவ இருந்து என்னத்தச் செய்ய... ஒரு களவாணியப் பிடிக்கத் துப்பில்லல்லா...” சலித்துக்கொண்டாள் பேச்சி மனதுக்குள்.

“வூட்ல அடுப்பு மொழுகணும்... போயி சாணி எடுத்துட்டு வாளா” என்ற அம்மையின் குரலால் கலைந்தாள் பேச்சி.

ஒண்டிமுத்து கையை விரித்ததால் சந்தோசத்திற்குப் பேச்சியிடம் என்ன பதில் சொல்வதென்று தெரியவில்லை. யோசித்தபடியே கழுதைகளைத் தேரிக்கு ஓட்டி வந்திருந்தான். அவை தேரியில் வளர்ந்திருக்கும் சிறு புற்களை மேய்ந்துகொண்டிருந்தன. வெயில் அதிகமாக இருந்தது. சந்தோசம் முந்திரி மரத்தடியில் ஒரு துண்டை விரித்து உட்கார்ந்திருந்தான். செவ்வந்தியைப் பார்த்து வெகு நாட்கள் ஆகிவிட்டது. புள்ளத்தாச்சி புள்ளகூட இருக்க முடியவில்லையே என்கிற ஏக்கம் அவனை வதைத்து எடுத்தது. தூரத்தில் சிறுவர்கள் சிலர் வெள்ளெலி பிடிப்பதற்காக அதன் வளையில் புகைபோட்டுக் கொண்டிருந்தனர். புகைமூட்டம் தாளாமல் வெளியே ஓடிவரும் எலிகளை அடிப்பதற்கென நீண்ட குச்சிகளை வைத்திருந்தனர். புகையால் மூச்சுவிடாமல் அந்த எலிகள் தவிக்குமே அதைப்போலத்தான் செவ்வந்தியும் அவளது அண்ணன் வீட்டில் தவிப்பாள் என்கிற எண்ணம் ஏற்பட்டதும் என்ன செய்வது எனத் தெரியாமல் கண்கள் மூடியபடி அந்த மரத்தடியில் படுத்துக்கொண்டான். சற்று நேரத்தில் யாரோ தன்னை எழுப்புவதை உணர்ந்த சந்தோசம் கண்களைத் திறந்து பார்த்தான்.

“ஏ சந்தோசம் ஒன்ன எவ்வளவு நேரந்தான் எழுப்ப... துரைக்கு அப்படி என்ன உறக்கம்?” பேச்சி இடுப்பில் கைவைத்தபடி தலையில் ஓலைப்பெட்டியுடன் நின்றிருந்தாள்.

“என்ன பேச்சி தேரி பக்கம்?” தோளில் அப்பியிருந்த செம்மணலைத் தட்டியபடியே எழுந்தான் சந்தோசம்.

“அடுப்பு மொழுவுனது உதிர்ந்துபோச்சின்னு அம்ம சொன்னாவ... அதான் சாணி பொறக்க தேரிக்கு வந்தேன். ஒங் கழுதைக்கூட்டத்த பார்த்தேன்... அதான் உங்கிட்டப் பேசிட்டுப் போலாம்னு வந்தேன். நீ இங்க உறங்கிட்டுக் கெடக்க...” தலையிலிருந்த கூடையை இறக்கி வைத்துக்கொண்டே சொன்னாள் பேச்சி.

“ஓ சாணி பொறக்க வந்தியா... சரி பேச்சி... செவ்வந்தி எப்படி இருக்கா. ஏதும் சேதி உண்டா. சின்ன வயசு பாத்தியா எப்படித் தாங்குவாளோன்னு மனசு கெடந்து அடிக்கி”

“எதாவது சொல்லிரப்போறேன் சந்தோசம் சின்ன புள்ளனு மொதல்ல தெரிலயோ” குரலை உயர்த்தினாள் பேச்சி.

" நீ சொல்றது நெசம் தான். அவசரப் பட்டுட்டேன். நெற மாசமாச்சுல்லா அதான் மனசு தவியா தவிக்கு. பேசாம ஒரு எட்டு தின்னவேலிக்குப் போவோமான்னுட்டு பாக்கேன்"

"வெவரங்கெட்டத்தனமா பேசாத...அவன் அண்ணன்காரன் கண்ல பட்டு அடிபட்டு சாவவா? ஒனக்கு அவள கெட்டிக்கிட்டு வாழ ஆச இல்ல போலியே. பொறுமையா இரு இங்க தானே வருவா உன் புள்ளயத் தூக்கிட்டு"

"ம்ம்ம் செரி... பொறவு இன்னொரு சேதி ஒங்கிட்டச் சொல்லணும். ஒண்டிமுத்த பொட்டம்மாவ வேவு பாக்க அனுப்புனமுல்லா... எவனோ ஏதோ சொன்னானுட்டு இவன் ஓடிவந்துட்டான். இப்ப என்ன செய்யன்னுதான் ஒண்ணும் வெளங்கல..."

"ஒண்டின்னு நீ அன்னிக்கி சொன்னவுடனே நெனச்சேன் அவன் ஒரு தொடநடுங்கின்னுட்டு... சரி மொத செவ்வந்திக்கு புள்ள நல்லபடியா பொறக்கட்டும். பொறவு என்ன செய்யலாமுன்னு யோசிக்கேன்... வேக்காடா இருக்கு வெரசா வீட்டுக்குப் போணும் நா வாரேன்..." சொல்லிவிட்டு கூடையை எடுத்துத் தலையில் வைத்துக்கொண்டு வீடு நோக்கி நடக்க ஆரம்பித்தாள் பேச்சி.

15: ரகசியம்

அசரியாவின் சைக்கிளைத் தேரி நோக்கி மிதித்துக்கொண்டிருந்தான் பாதாளமுனி. கேரியரில் அமைதியாக உட்கார்ந்திருந்தான் அசரியா. அவர்களைப் பின் தொடர்ந்தான் செல்லக்குட்டி. தேரியில் வழக்கமாக சந்தித்துக்கொள்ளும் ஒற்றைப் பனைமரத்தடிக்கு வந்து சேர்ந்தார்கள்.

"என்ன செல்லக்குட்டி... தொர அசரியா ரொம்ப கமுக்கமா இருக்காவ... வாயத் திறக்க மாட்டாவளோ" பாதாள முனியின் சொற்களில் கடும் கோபமும் எரிச்சலும் தெறித்தன. தன் இடக்கையில் தீக்காயத்தால் ஏற்பட்ட வடுக்களைத் தடவிக்கொண்டும் தன் மீசையை முறுக்கிக்கொண்டும் நின்றிருந்தான்.

"ஏம்ல அசரியா இப்படி அமைதியா இருந்தா என்னல அர்த்தம்... உனக்கெப்படி பாரின் சரக்கு கிடைச்சதுன்னுதால கேக்கம்... இப்ப சொல்லுதியா இல்லயா?" என்றபடி அசரியாவை உலுக்கினான் செல்லக்குட்டி.

சற்று நேர மௌனத்திற்குப் பிறகு தலையைக் குனிந்தபடியே பேச ஆரம்பித்தான் அசரியா.

"தங்கவேலுதாம்ல கொடுத்தான். அவன் சேக்காளி எவனோ

கொடுத்தான்னுட்டு மொத ஒரு பாட்டிலு கொடுத்தான். நீங்களும் வருவிய கூப்பிட்டு இருக்கேன்னான்.. பொறவு சரக்கு போகப் போக எனக்கு மதி கெட்டுப் போச்சு... உள்ளூர் சரக்கும் பாரின் சரக்கும் மாத்தி எடுத்ததுல அன்னைக்கு சாஞ்சிட்டேன். சரக்குல மயங்கி அவ சொன்னதெல்லாம் நம்புவேன்னுட்டு நெனைச்சான் போல ..."

செல்லக்குட்டியும் பாதாள முனியும் ஒன்றும் புரியாமல் பார்த்தார்கள்.

"அப்படி என்னல சொன்னான்?" குனிந்து நின்ற அசரியாவின் தோளில் இடித்தபடி கேட்டான் பாதாள முனி.

"தங்கவேலு சரக்கு தரும்போதே லேசா சந்தேகப்பட்டேன்... வேலில போற ஓணான வலிய வந்த எவம்ல வேட்டிக்குள்ள விடுவான்னுங்கற கணக்கா...அவன் மனசு மாறுனாக்குல பேசுனான். செல்லக்குட்டிக்கு தங்கத்தத் தர சம்மதம் தான்னு கூடச் சொன்னான். ஓடிப் போய் கெட்டிக்கிட்டா அசிங்கம். நானே அம்மைகிட்ட சொல்லி முடிச்சி வைச்சிருவேன், ஆனா அவன் பழக்கவழக்கம் தப்பா இருக்குன்னான்.நல்ல குடிபோதைல இருக்கும்போது அந்த நாயி என் புத்திய மாத்த நினைச்சிருக்கான்... என்ன தெரியுமால சொன்னான்... செல்லக்குட்டியும் பாதாள முனியும் கண்டமேனிக்கு அலைவானுவ அவனுங்க கூட எதுக்குல சேக்காளியாத் திரியுத... செல்லக்குட்டிக்கும் கீழத்தெருல ஒரு மச்சிவீடு பொம்பள இருக்கால்லா அவளுக்கும் கூட்டுன்னு ஊருக்குள்ள பேசுதாவ. உன் தங்கச்சி மேல கூட அவனுக்கு ஒரு கண்ணு சாக்கிரதைன்னு சொன்னான். எனக்கா சுர்ருன்னு ஏறிட்டுப் பாத்துக்க. வக்காலி! என் சேக்காளியப் பத்தி எனக்குத் தெரியாதானு ஒரு அறை உட்டேன். கெட்டி உருண்டு சண்டயாயிட்டு. அவன மிக்கேலு கூட்டிட்டுப் போனான். நான் அந்தால இருந்த சரக்க இவனுங்க கூடக் குடிச்சிட்டு இருந்தேன். தெளிவாத்தாம்ல இருந்தேம்.. நீங்க வார நேரம் ஏறிட்டு. நான் போதைல மறந்துட்டன்னு இருப்பான். நான் அவஞ்சொன்ன எல்லாத்தையும் இங்க வைச்சிருக்கேன். விடமாட்டேன்ல அவன" என்று தொடையைத் தட்டினான் அசரியா.

செல்லக்குட்டி அசரியாவை சமாதானப்படுத்தினான். பாதாள முனி கோபத்தின் உச்சியில் நின்றபடி, "பாத்தியால செல்லம் அந்த தங்கவேலு நாயோட சோலிமயித்த? என் வீட்டை எரிச்ச

அன்னிக்கே அவன மொட்டை அடிச்சி கரும்புள்ளி செம்புள்ளி குத்தி கழுத மேல ஏத்தியிருக்கணும்... நீதான் தடுத்துபுட்ட. இப்பவும் சும்மா இரின்னு சொன்னன்னு வய்யி... சேக்காளின்னு கூடப் பாக்கமாட்டேன் நீதாம்ல மொதப் பொணம்..." தன் இடக்கை-யிலிருக்கும் தீக்காயத்தின் வடுவைத் தடவிக்கொண்டே கத்தினான்.

அசரியாவைப் பார்த்தும் கத்தினான். "உனக்கு இந்தக் குடிமயிர விட முடியாதோல. எச்சிக் குடிக்கு அலைஞ்ச பயலே அன்னைக்கு ஆத்துக்குள்ள உன்ன போட்ருந்தானுவன்னா? இனிமே எங்கட்ட சொல்லாம போயிப் பாரு நீ"

"ஏல ஏம்ல எதுக்கெடுத்தாலும் கோட்டிக்காரன் மாதிரிக் கத்துத... ஏ அவந்தான் கோட்டின்னு பாத்தா நீ பெரிய கோட்டியா இருப்ப பொலுக்கு... ஏதோ ஒரு பொம்பள கூட கூட்டுன்னு சொன்னா உடனே நம்பிடுவாவளா... என் அசரியாக்கு என்னப் பத்தித் தெரியும்லா... உனக்குக் கோவம் வந்தா அந்தா இருக்குல்லா செம்மண்மேடு... அதுல கொஞ்ச நேரம் கிடந்து உருளு. இப்படிக் கெடந்து காதுக்குள்ள கரையாதல" திமிறிய பாதாள முனியை அடக்கினான் செல்லக்குட்டி.

"என்னத் தொட்டுப் பாத்தான்னா அன்னையோட அவஞ் சோலி முடிஞ்சிது பாத்துக்க" என்றான் அசரியா.

திடீரென்று சுழல் காற்றடித்ததில் மூவரின் உடலையும் அப்பிக்கொண்டது செம்மண் துகள்கள்.

தங்கவேலு எட்டி உதைத்ததில் நான்கடி தள்ளிப்போய் விழுந்தான் செல்லக்குட்டி.

"எந்தங்கச்சியவாம்ல பொண்ணு கேட்டு வார... ஒஞ்சங்க அறுக்கல நான் ஒரு அப்பனுக்குப் பொறக்கல..." சத்தமிட்டு செல்லக்குட்டியின் மேல் பாய்ந்து அடிக்க ஆரம்பித்தான் தங்கவேலு. செல்லக்குட்டி அவனைத் தடுத்துத் தள்ளிவிட இருவரும் ரோட்டோரம் உருண்டார்கள்.

ஊர்க்காரர்கள் வந்து இருவரையும் பிரித்துவிட்டார்கள். தங்கவேலு உறுமிக்கொண்டும் திமிறிக்கொண்டுமிருந்தான். அசரியா சாரத்தை உயர்த்தி செல்லக்குட்டியின் இடக்கையில் வழியும் ரத்தத்தை துடைத்துவிட்டான். “ஸ்ஸ்... மெதுவால வலிக்குதுல்லா” என முகம் சுழித்தான் செல்லக்குட்டி.

அதற்குள்ளாகப் பக்கத்துவீட்டு முத்து அவசரமாய் சைக்கிளில் போய் தங்கவேலு மாமனிடம் சண்டையைப் பற்றிப் போட்டுக்கொடுத்தான்.

அவரும் சிவப்புச் சட்டை அண்ணாச்சி மற்றும் மூக்காண்டி அண்ணாச்சியோடு வீட்டிற்கு வந்துவிட்டார். அசரியா மைக்கேலை அடிக்கப் பாய்ந்து கொண்டிருந்தான். தங்கராணி வாசலில் நின்று கண்ணீரோடு பார்த்துக் கொண்டிருந்தாள். தங்கவேலின் அம்மா தங்கவேலைப் பிடித்து இழுத்துக் கொண்டிருந்தாள். சிவப்புச் சட்டை அண்ணாச்சிக்கென்று ஊருக்குள் ஒரு மரியாதை இருந்தது. எந்தவொரு பிரச்சினை என்றாலும் அவரிடம்தான் முதலில் செல்வார்கள்.

தங்கவேலைப் பிடித்துப் பின்னால் தள்ளினார் அவன் மாமா. சிவப்புச் சட்டை அண்ணாச்சியும் பாய்ந்து அசரியாவையும் மைக்கேலையும் விலக்கி விட்டார்.

தங்கராணியிடம் அண்ணாச்சி கேட்டார். “ நீ என்னமா சொல்லுத... இந்தப் பயலக் கட்டிக்கிட சம்மதமா?”

இடைமறித்துக் கத்தினான் தங்கவேலு. “நீங்களே சேத்து வச்சிருவிய பொலுக்கு? நாங்க யாரு அந்தப் பய யாரு...”

அண்ணாச்சி கத்தினார் “ஏலேய் தங்கவேலு... சாதி வேறங்கறது தானம்ல ஒம் பிரச்சன? இன்னிக்கு அவிய இல்லாட்டி ஊருக்குள்ள வெள்ளையும் சொள்ளையுமா லாந்த முடியுமால? அவிய நம்ம ஊருக்குப் பொழப்புத் தேடி வந்த சாதிதாம்ல. அதுக்காவ அவிய புள்ளைகள நம்ம பயலுவ பார்க்காமலாவே இருக்கிய... ஏ போனவாரங்கூட ஆத்திமுத்து மவள எவனோ ஒரு பய அசிங்கமாப் பேசியிருக்கான். அவ கெணத்துல குதிக்கல்லா போயிட்டா... யோல நமக்கு ஒரு ஞாயம் அவியளுக்கு ஒரு ஞாயமால... செல்லக்குட்டிக்கு

என்னம்ல கொறச்சலு... டிகிரி முடிச்சிருக்கான். நீ எட்டாப்புலயே மூணு வருசம் கெடந்து பள்ளிக்கூடத்தவிட்டு ஓடிவந்த பய ஒனக்கு டிகிரின்னா என்னன்னு தெரியுமால?''

"ஏல செல்லக்குட்டி... இப்ப எங்கல வேல பாக்க?" கையைக் கட்டி நின்றிருந்த செல்லக்குட்டி முன்னால் வந்து பேசினான். "ஏரல்ல ஜவுளிக் கடைல சூப்பர்வைசர் வேல பாக்கேன் அண்ணாச்சி. போன வாரந்தான் சேந்தேன்..."

"பாத்தியா குலத்தொழிலோட நின்னுடாம ஜம்முன்னு ஏசி கடைல சோலியும் பாக்கான். நீ இன்னும் சாதி மூதின்னு ஓலப்பாயில நாயி மோண்டமாரி சலம்புத..." தங்கவேலுவிடம் குரலை உயர்த்திச் சொன்னார் அண்ணாச்சி.

"எங்க வேல பார்த்தா என்ன அண்ணாச்சி... ஊர்ப் பெரியவர் நீங்க அவன நாலு சாத்து சாத்து அனுப்புவியன்னு பார்த்தன்... இப்படிச் சொல்லுதியளே...உங்க வீட்டுப் பிள்ளயக் கட்டிக்கொடுப்பியளா" என்று சலித்துக்கொண்டான் தங்கவேலு.

"ஏம்ல கொடுக்க மாட்டேன். என்னல சொல்ல ஒங்கிட்ட... சாதிய வச்சு கஞ்சி குடிக்க முடியுமால... இவ்ளோ வெறைக்கியே... தங்கவேலுன்னு ஒம்பேரு. ஆனா வேதக்கோயிலுக்குல்லா நீங்க போறிய? ஒங்க தாத்தன் இந்து. ஆனா உங்க அப்பன் கன்வர்ட் ஆயிட்டான். ஊர்ல யாராவது ஏதாவது சொன்னமால்ல? ஊர் கொடைக்கு சாவர வரைக்கும் உங்க அப்பன் வரி கட்டினான், என்ன கோயிலுக்குள்ள வர மாட்டான்... அதுக்கென்ன வேதக்கோயிலு அவனுக்குப் பிடிச்சிருக்கு. ஒன்னைய மாதிரி மதம் பிடிச்சாலே கெடந்தான்? உண்டா இல்லையானு ஒங்க அம்மையக் கேளு இல்லன்னா ஒங்க மாமனக் கேளு"

"அது வேற அண்ணாச்சி. இவன் குடும்பத்துக்குள்ள எந்தங்கச்சி போனா நல்லாப் பாத்துக்கிடுவாவளா... இல்ல நம்ம சொக்காரங்கதான் நம்மள மதிப்பாவளா?"

"எவம்ல ஒஞ்சொக்காரன் அவனக் காமி. ஊர்ல பாதிப் பேரு மெட்ராசுக்கு ரயில் ஏறி வருசமாச்சு. மிச்சம் இருக்கறவன் ஒண்ணு பொட்டிக்கடை வச்சிருக்கான் இல்ல தேரில தும்பு மில்லுக்கு

வேலைக்குப் போறான். அவனவன் பொழப்பப் பார்ப்பானா இல்ல உந்தங்கச்சி வாழ்க்கையப் பத்தி யோசிப்பானா? ஒழுங்கா சொல்லுதேன்... சிடுசிடுக்காம தங்கராணிய செல்லக்குட்டிக்கே கட்டிவை. முரண்டு பிடிச்சேன்னு வய்யி... கருக்குமட்டைய எடுத்து கழுத்தறுத்துப்புடுவேன்... என்னையப் பத்தி தெரியுமுல்லா?" உறுமிய அண்ணாச்சியை எதிர்த்துப் பேச முடியாமல் அமைதியாக நின்றான் தங்கவேலு.

அவன் மாமனும் "பொட்டப்புள்ளக்கி என்னத்தத் தெரியும் அண்ணாச்சி அதுகிட்ட போயி கேக்கீயளே. நல்லது கெட்டது பாத்து சொல்ல தான நாம இருக்கோம். ஏளா புள்ளய உள்ளக்கூட்டிகிட்டு போ" என்றார் தங்கையை நோக்கி.

"யானை மெலிஞ்சுதுன்னு டங்குடங்குன்னு ஆடிச்சாம் கடத்தெரு பூனை' ங்கற கணக்கால்லா இருக்கு அந்தாளு பேசுறது... சரியான கிறுக்குக்கூவால்லா இருக்கான்..." அண்ணாச்சியை ஊரில் உள்ள அத்தனை கெட்டவார்த்தைகளாலும் திட்டிக்கொண்டிருந்தான் தங்கவேலு. அப்படியும் அவனுக்குக் கோபம் அடங்கவில்லை. மாமனும் பெரியம்மா பெரியப்பாவும் ஆஜராகி இருந்தனர். அண்ணன் பையனுக்குப் பரிசம் போடுவதைப் பத்திப் பேசினாள் பெரியம்மா.

மாமனோ தயங்கிய படி "அவ சம்மதிக்கட்டும் புடிக்காமக் கட்டிவைச்சு நாளைக்குக் கஷ்டப்படக் கூடாதுல்லா" என்றார்.

தங்கராணியின் அம்மை உடனே இடைமறித்து "நாங்கெல்லாம் புடிச்சு தான் முடிச்சோமாக்கும் உங்க பேச்ச அப்பா பேச்ச கேட்கலையா.." என்றாள்.

"ஆமா உன்ன எங்கேனுதான பெத்து வைச்சிருக்க நீ. அன்னைக்கு நான் பட்ட பாட இன்னைக்கு என் மருமவன் படுதான்" என்றார்.

தங்கராணியும் தங்கவேலும் புரியாமல் முழித்தனர்.

“என்னத்த பேசிட்டு இருக்கோம் நீ என்னண்னே பேசுத. தேவை-யில்லாம பேசிகிட்டு.” பெரியம்மா அடக்கினாள்.

“எங்கழுத்த அறுத்துடுவேன்னுல்லா மிரட்டுதான். மொத இவ கழுத்த அறுத்துப்புடனும்மே... இவ இனி நமக்கு வேண்டாம் என்ன நாஞ் சொல்லுறது?” வீட்டுத் திண்ணையில் தலையில் கைவைத்து அமர்ந்திருக்கும் அம்மாவிடம் கேட்டான் தங்கவேலு.

“எலேய் தொடநடுங்கி... சத்தம் மட்டும்தாம்ல நீ போடுவ. செத்த நேரம் சும்மா இரி. சும்மா சலம்பிக்கிட்டு கிடக்காம தூரப்போல... நா செத்த நேரம் தனியா இருக்கணும்...” சொல்லிவிட்டு வீட்டிற்குள் சென்று பாயை எடுத்து உதறித் தரையில் போட்டாள் அம்மா. புலம்பியபடி வீட்டை விட்டு வெளியேறினான் தங்கவேலு.

மாமாவையும், பெரியப்பாவையும் அனுப்பி விட்டு உள்ளே வந்தாள் பெரியம்மா.

“யோளா தங்கம் இங்க வா” பாயில் அமர்ந்தபடிக் கூப்பிட்டாள் பெரியம்மா. தங்கராணி படுத்துகிடக்கும் அம்மாவின் அருகில் அமர்ந்தாள்.

“தங்கம் நா அன்னிக்கே சொன்னதுதான். வேற எந்தப் பயலா இருந்தாலும் நானே முன்னால நின்னு உனக்குக் கட்டி வெப்பேன்... ஆனா செல்லக்குட்டிய மட்டும் கட்டுதேன்னு சொல்லாத செரியா...” என்றாள் பெரியம்மா.

தங்கராணி அதுவரை அடக்கிவைத்த கோபத்தை அப்போதுதான் வெளிப்படுத்தினாள்.

“எப்பவும் இதையேதான் அம்மாவும் சொல்லுதாவ நீங்களும் சொல்லுதிய... காரணம் கேட்டா அத மட்டும் கேட்காதன்னு என் வாய அடக்கிப்புடுதிய. எவனோ ஒருத்தன கட்டிக்கிட்டு சாவறதுக்கு பதிலா ஏன் செல்லக்குட்டிய கட்டிக்கக் கூடாது... இப்ப சொல்லப்போறியளா இல்ல நா போயி கெணத்துல குதிக்கவா...”

அம்மா பதில்பேசாமல் கண்ணீர் வடித்துக் கொண்டிருந்தாள். இயேசு படம் இருக்கும் இடத்தின் அருகே இருக்கும் இளவயது பெண்ணின் சித்திரத்தை எடுத்து வந்த தங்கராணி “உன் சேக்காளி மேல

ஆணையா உண்மைய சொல்லு ஏன் செல்லக்குட்டிய புடிக்கல உனக்கு" என்றாள்.

"அவ புள்ளைய அவளுக்குப் புடிக்காம இருக்குமாடி" என்றாள் பெரியம்மா.. ஓ வென்று அழத்துவங்கினாள் செவ்வந்தி..ஒன்றும் புரியாமல் "என்ன பெரிம்மே சொல்லுத" என்றாள் தங்கராணி. வாசலிலேயே அதிர்ச்சியில் உறைந்து நின்றான் தங்கவேலு.

16: காவு

நாட்கள் வேகமாய் நகர்ந்தன. வழக்கம் போல தேரியில் செவ்வந்தியின் நினைவுகளுடன் கழுதைகளை மேய்த்துக் கொண்டிருந்தான் சந்தோசம். விசிறி ஓணான் ஒன்று தலையை சரித்துப் பார்த்தது. ஒரு கல்லை எடுத்து வீசினான்.

“ஒந்தான் அடிச்சது போதும் ஒரு பிள்ளைக்கு அப்பனா பொறுப்பா இரு” என்று சிரித்தாள் அங்கு வந்த பேச்சி.

“என்ன பேச்சி சொல்லுத.. பிரசவம் ஆயிட்டா” என்று துள்ளி எழுந்தான்.

“ஆமா போன வாரமே ஆயிட்டு போல கண்ணாடிக்காரர் மூச்சே விடல. அவிய அக்கா தின்னவேலி போய்ட்டு வந்துட்டாவ. இன்னைக்கு செவ்வந்தி, அவ மைனி, அண்ணன் எல்லாம் வாராவளாம்”

“என்ன பேச்சி சொல்லுத. என்ன புள்ள பொறந்திருக்கு” ஆர்வம் தாங்காமல் கேட்டான் சந்தோசம்.

“ராசா போல ஆம்பிளப் பிள்ளையாம். அவ மைனிக்கும் ஆம்பிளப் பிள்ளையாம். அவிய மைனிக்கு தான் வலி வந்து

கூட்டிப் போனவளாம். அதப் பார்த்த பயத்துல இவளுக்கும் வலி கண்டுட்டு போல. அவிய அண்ணன் வேற வள்ளியூர்க்கு சோலியா போயிருந்தாவளாம். நல்ல வேள செவ்வந்தி அம்ம தனியா சமாளிச்சிட்டாவ. நான் தான் கூட இருக்க முடில" என்று வருந்தினாள் பேச்சி.

பிள்ளை பிறந்த சேதி கேட்டவுடன் சந்தோசம் திக்குமுக்காடிப்போனான். வானத்தைப் பார்த்து கை எடுத்துக் கும்பிட்டான். கண்களில் ஆனந்தக் கண்ணீர் நிரம்பி நின்றது.

"நான் இன்னைக்கே போய் பொண்ணு கேக்கேன் பேச்சி" என்றான்.

"கூறு இல்லாம என்னத்தையாவது செஞ்சுபுடாத சந்தோசம் கொஞ்சம் பொறுமையா இரி" என்றாள் பேச்சி.

"இல்ல பேச்சி என்ன ஆனாலும் இன்னைக்குப் போறேன். எனக்கு என் செவ்வந்திய பாக்கணும். என் புள்ளையப் பாக்கணும்" பிடிவாதம் பிடித்த சந்தோசத்திடம் என்ன சொல்வதென்று தெரியாமல் முழித்தாள் பேச்சி.

"விளக்கு வெச்சாச்சி இன்னுஞ் சாணி பொறக்கப் போன புள்ள வீடு திரும்பல... எனக்கு உள்ளுக்க ஏதோமாரி இருக்கு... கொஞ்சம் தேரிக்குப் போயிப் பார்த்துட்டுவாறீயளா" திண்ணையில் படுத்திருந்த பேச்சியின் அப்பாவிடம் தேரிக்குப் போகச் சொன்னாள் பேச்சியின் அம்மா.

"ஆமா ஒம்மவ என்ன பச்சக்கொழந்தையா... செத்த நேரம் சும்மா இரி அவ வந்துருவா" திண்ணையிலிருந்து எழுவதற்கு மனசில்லாமல் படுத்தபடியே பதில் சொன்னார் அப்பா.

"ஒங்ககிட்ட சொல்லுறதும் சுவத்துகிட்ட சொல்லுறதும் ஒண்ணுதான். நாம் போறேன்" சொல்லிவிட்டு நேராக செவ்வந்தியின் வீட்டிற்கு வந்தாள் பேச்சியின் அம்மா. செவ்வந்தியின் அப்பா கண்ணாடிக்காரரர் கடையிலிருந்து அப்பொழுதுதான் வந்தவர்

வீட்டிற்குள் செல்வதற்காகக் கால்களைக் கழுவிக்கொண்டிருந்தார்.

"அண்ணாச்சி, சாணி பொறுக்கப் போன பேச்சி இன்னும் வீட்டுக்கு வரல... நீங்க கொஞ்சம் தேரிவரைக்கும் போயிப் பாத்துட்டு வாரியளா..."

"மணி ஏழாச்சு இன்னும் வர்லியா... சரி நீங்க பயப்படாதிய நாம் போறேன்..." என்றவர் உடனே சைக்கிளை எடுத்துக்கொண்டு தேரி நோக்கிச் சென்றார்.

ஊரே ஒன்று சேர்ந்து தேடினார்கள். எங்கு தேடியும் பேச்சியைக் கண்டுபிடிக்க முடியவில்லை. பேச்சிக்கு என்ன ஆனதென்றே தெரியாத சோகத்தில் செவ்வந்திக்கு ஊருக்கு வந்த மகிழ்ச்சியே இல்லை. ஊரே பேச்சியைத் தேடிய அதே ராத்திரியில் சந்தோசம் செவ்வந்தி வீட்டுக்கு வந்தான். செவ்வந்தியின் குழந்தைக்கு அவன் தான் அப்பா எனத் தெரிந்ததும் கண்ணாடிக்காரர் அங்கேயே வைத்து அடித்தார். என் பிள்ளை பிள்ளை என்று கதறினான். செவ்வந்தி சத்தம் கேட்டு பேச்சியின் வீட்டில் இருந்து ஓடி வந்தாள். அவள் அண்ணனும் ஐயனும் சந்தோசத்தை அடித்துத் துவைத்துக் கொண்டிருந்தார்கள்.

தொட்டிலில் கிடந்த பிள்ளையை எடுத்து அவன் கையில் கொடுத்து "புடில ஒன் புள்ளய. ஓடுல வீட்ட விட்டு" என்றபடி பின் வாசலுக்குக் கூட்டிச்சென்றார். இருட்டத் துவங்கியிருந்தது.

கதறிய செவ்வந்தியைத் தனியறையில் தள்ளி அடைத்தான் அண்ணன்.

கைக்குழந்தையுடன் ஓடி வந்த தன் மனைவியிடம் "தொறந்துவுட நினைச்சேன்னு வெய்யி ஒன்னயும் சேத்து வைக்கப்படப்புல வச்சு கொளுத்திப் புடுவேன்" என்று உறுமி விட்டுக் கண்ணாடிக்காரருடன் சந்தோசத்தைப் பின் தொடர்ந்தான்.

வீடு வரை கூட்டிச் சென்று சந்தோசத்தின் குடிசையை உடனே

காலிபண்ணி ஊரைவிட்டே போகச்சொன்னார்கள். அன்று ராவோடு ராவாய் சந்தோசத்தையும் அவன் அம்மாவையும் ஊரை விட்டு விரட்டினார்கள். எதிர்த்துப் பேச இயலாதவனாக, கழுதைகளைப் பத்திக்கொண்டு நடந்தான் சந்தோசம். அவனது குழந்தையைத் தூக்கிக்கொண்டு பின் தொடர்ந்தாள் சந்தோசத்தின் அம்மா.

வீட்டிற்குத் திரும்பிய செவ்வந்தியின் அம்மா திகைத்துப் போனாள்.

அய்யோ மோசம் போச்சே என்று கதறினாள். வந்தேறி வீட்டு வாரிசு போச்சுன்னு அழுதியோ என்று அடக்கினார் கண்ணாடிக்காரர். செவ்வந்தியை வீட்டுக்காவலில் வைத்தார். பேச்சியும், சந்தோசத்தின் குடும்பமும் ஒரே ராத்திரியில் காணாமல் போனதை ஊர் கண், வாய், காது வைத்து வேறுவிதமாகப் பேசத் துவங்கியது. ஆனால் செவ்வந்தி நம்பவே இல்லை. குழந்தையையும் சந்தோசத்தையும் பிரிந்த துக்கத்தில் துவண்டு கிடந்தாள் செவ்வந்தி.

ஒண்டியைப் பார்த்து சந்தோசத்தைக் குறித்து விசாரித்தாள். ஒரு தகவலும் இல்லை. மாதங்கள் ஓடின. வீட்டில் தினம் தினம் திருமணப் பேச்சு எழுந்தது. செவ்வந்தியைக் கட்டாயப்படுத்தி திருமணத்திற்கு ஒத்துக்கொள்ள வைத்தனர்.

செவ்வந்தியின் தாய்மாமனுக்கே அவளைக் கட்டி வைத்தார் கண்ணாடிக்காரர்.

வாழ்வின் மிகத் துயரமான நிகழ்வுகள் ஒன்றன் பின் ஒன்றாக நிகழ்ந்த விரக்தியில் தவித்த செவ்வந்திக்கு ஆறுதல் சொல்ல பேச்சியும் இல்லை. தனித்த மரமாக நின்ற செவ்வந்திக்கு அவள் புகுந்த வீட்டிலிருக்கும் ஆடுகள் மட்டுமே மனதின் வலியைப் போக்குவதாக இருந்தன. தினமும் ஆடுகளைத் தேரிக்கு மேய விடுவதற்காகச் செல்வது வாடிக்கையானது.

ஆடுகள் மேயும் பொழுதெல்லாம் பனைமர நிழலிலோ அல்லது முந்திரி மரங்களின் அடியிலோ உட்கார்ந்திருப்பாள். சந்தோசத்தின் ஞாபகமும் தான் பெற்றெடுத்த குழந்தையின் பால்முகமும் மனதில்

வந்துபோகும்.

அன்றும் ஆடுகளை மேயவிட்டுவிட்டு பனைமரத்தின் அடியில் உட்கார்ந்திருந்தாள்.

யாரோ பார்ப்பது போன்ற உணர்வு தோன்ற திரும்பிப் பார்த்தாள். சட்டென மரத்துக்கு பின் ஓர் உருவம் மறைந்தது. ஏதோ சரி-யில்லை என உள்ளுணர்வு சொல்லியது. சட்டென்று எழுந்தவளின் முன் குறி தவறிய கல்லொன்று வந்து விழுந்தது. யாரோ தன்னைக் குறி வைப்பதாக உணர்ந்து கொண்டவள் அங்கிருந்து உடனே வேக வேகமாய் ஓட்டமும் நடையுமாக ஊருக்குள் வந்து ஆலமரத்தின் பின்பக்கமாக ஒளிந்து கொண்டாள். இந்த ஊர்க்காரன் என்றால் இந்த வழியாகத்தானே வரவேண்டும் என்று காத்திருந்தாள்.

கொஞ்ச நேரத்தில் அவ்வழியே வந்த உருவம் கண்டு அதிர்ந்து போனாள்.

அது பொட்டம்மை. அவள் பையில் இருந்து ஒரு கவுட்டையும் தொங்கிக் கொண்டிருந்தது. செவ்வந்தியின் உடல் அதிர்ந்தது.

பொட்டம்மையின் வீட்டிலிருந்து துர்நாற்றம் எடுப்பதாக அக்கம்பக்கத்தினர் பேசிக்கொள்ள ஆரம்பித்தனர்.

“ஏளா எப்படித்தாம்ளா நாம குடித்தனம் இருக்க... இந்தப் பொட்டம்மை என்னத்தைக் கொன்னு திங்காளோ மொடநாத்தம் எடுக்குல்லா...” என்றார் பக்கத்துவீட்டு மாரியப்பன் தன் மனைவி கொடிமரத்திடம்.

“அதான் நாறுதுன்னு தெரியுதுல்லா... போயி ஒரு எட்டு கேட்டுட்டு வரலாமுல்லா... அந்த அரலூசு பய பட்டாணி அங்கெனயே வாசல்ல கெடக்கான். பொட்டம்மைய எங்கன்னு கேட்டா பதில் சொல்லுதான் இல்ல” சாளை மீனை அரிந்தபடி கூறினாள் கொடிமரம்.

“ஏ அவ வீட்டுக்கு சும்மா போவமுடியுமா... அன்னிக்குக் கோழி ஒண்ணு காணாம போச்சுன்னு அவ வீட்டு வளவுப்பக்கம் போயிரிக்கான் நம்ம செபதாசு... அவ திடுதிடும்னு முடிய விரிச்சுப் போட்டுகிட்டு வந்து நின்னிருக்கா. இவனுக்கு பயத்துல கழிஞ்சுருச்சுன்னா பாத்துக்கயேன்... அவ மந்திரக்காரில்லா சும்மா எல்லாம் போவமிடியாது...” வெற்றிலையை வாயில் ஒதுக்கிக்கொண்டே எச்சில் தெறிக்கப் பேசினார் மாரியப்பன்.

“சும்மா போவமுடியாதுன்னா ஒமக்கு ரவைக்குப் படுக்கைல ஒண்ணத்தையும் முடிக்காமலே உறக்கம் வருதுல்லா... அதுக்கு வைத்தியம் இருக்கான்னு பொட்டம்மைக்கிட்ட கேட்குதியளா...” எனக் கிண்டலாகக் கேட்டாள் கொடிமரம்.

“ஏ வெக்கங்கெட்ட மூதி... ஒனக்கிருக்கற வாயிக்கு அது ஒண்ணுதான் கொறச்சலாக்கும்...பட்டாணிப்பயல வேற ரெண்டு மூணு நாளா காங்கல பட்டைய அடிச்சுப்புட்டு எங்கயாவது மல்லாந்தாலும் மல்லாந்திருப்பான் செரி செரி நான் போயி தர்மகர்த்தா வூட்ல சொல்லிட்டு வாரேன் அவிய வந்து கேட்கட்டும்” என்றபடி சட்டையை எடுத்து மாட்டிக்கொண்டு கிளம்பினார்.

தர்மகர்த்தாவிடம் துர்நாற்றம் பற்றிய புகாரளிக்கப்பட்டதும் அவரும் இன்னும் சிலரும் பொட்டம்மையின் வீட்டிற்கு வந்தனர். வெகு நேரம் அழைத்தும் பொட்டம்மை கதவைத் திறக்காததால் கதவை உடைக்க வேண்டும் என முடிவெடுத்தார் தர்மகர்த்தா.

“ஏல எவ்வளவு நேரந்தான் இந்த நாத்தத்துக்குள்ள நிக்க... மாரியப்பன் வீட்ல போயி கடப்பார வாங்கிட்டுவால” அவர் சொன்னதும் ஒருவன் ஓடிச்சென்று கடப்பாரையுடன் திரும்பினான்.

கதவு உடைத்து உள்ளே சென்றவர்கள் திகைத்து நின்றனர். அங்கே ஓர் உடல் அழுகிய நிலையில் கிடந்தது.

பொட்டம்மை கொலை ஊர் முழுவதும் பேசுபொருள் ஆனது. அதைக் கேட்கும் போதெல்லாம் சந்தோசமாய் இருந்தது செவ்வந்திக்கு.

பேச்சி காணாமல் போனதற்கும் பொட்டம்மைதான் காரணமாக இருக்குமோ என அடிக்கடி நினைக்கத் துவங்கினாள் செவ்வந்தி. அன்று தன்னைத் தாக்க வந்த பொட்டம்மையின் மீது சந்தேகம் வலுத்துக் கொண்டே வந்தது. தன்னைத் தாக்க வந்தது போல பேச்சியைத் தாக்கியிருக்கக் கூடும் என்று அனுமானித்தவள், அதை பொட்டம்மையிடமே கேட்டுவிடுவது என்று முடிவு செய்தாள். பொட்டம்மையின் உருவம் ஞாபகத்துக்கு வந்ததும் தன்னுடல் அதிர்வதை உணர்ந்தாள். பேச்சி இப்போது தன்னுடன் இருந்தால் எவ்வளவு தைரியம் சொல்வாள் என்பதை நினைத்தவுடன் அவளது உடல் அதிர்வு நின்று உடம்பெங்கும் தைரியம் படர்ந்தது போலிருந்தது.

அன்றிரவு ஒரு வெட்டரிவாளை எடுத்துக்கொண்டு பொட்டம்மா வீட்டுக்குச் சென்றாள். பட்டாணி இருக்கிறானா என அவளது கண்கள் தேடியது. அவன் இல்லை என்பதை உறுதி செய்தவுடன், படலையைத் திறந்துகொண்டு உள்நுழைந்து வீட்டின் கதவைத் தட்டினாள். கதவைத் திறந்த பொட்டம்மை இவளை எதிர்பார்க்கவில்லை. சட்டென உள்ளே நுழைந்தவள் தன் இடுப்பில் சொருகியிருந்த வெட்டரிவாளை உருவி அவனது கழுத்தருகே வைத்துக்கொண்டு "என்னை ஏம்ல கவுட்டையால அடிச்சுக் கொல்லப்பாத்த" என்றபடி அழுத்தத் தொடங்கினாள்.

பொட்டம்மையாக ஊரை ஏமாற்றியவன் இதைச் சற்றும் எதிர்பார்க்கவில்லை. ஆனாலும் உடன் சுதாரித்து பலம் கொண்டு செவ்வந்தியை எட்டி உதைத்தான். நிலைதடுமாறி அந்த அறையின் மூலையில் விழுந்தாள்.

கையிலிருந்த அரிவாள் நழுவி தூர விழுந்தது. ஆவேசத்துடன் எழுந்தவன் "தேரில தப்பிச்சு என் வீட்ல வந்து சாவ வந்திருக்க பாத்தியா.." என்றவன் அவளது தலைமுடியைப் பற்றி இழுத்து கழுத்தை நெரிக்க ஆரம்பித்தான்.

மூச்சுவிட முடியாமல் தவித்தவளின் கைகள் ஏதேனும் பொருள் சிக்குகிறதா எனத் துழாவியதில் தேங்காயொன்று சிக்கியது. அந்தத் தேங்காயால் பொட்டம்மையின் மண்டையில் ஓங்கி அடித்தாள். வலி தாளாமல் விழுந்தவனின் தலையிலிருந்து ரத்தம் வழியத் துவங்கியது.

எழுந்து வெட்டரிவாளை எடுத்தவள் பாய்ந்து பொட்டம்மையின் கழுத்தில் வைத்து அழுத்திப் பிடித்துக்கொண்டாள்.

திமிறிக்கொண்டு எழ முயன்றவனின் கழுத்தில் வெட்டரிவாள் கீறியதில் ரத்தம் துளிர்விட ஆரம்பித்தது.

"சொல்லுல நீதானல எம் பேச்சிய கொன்னு பொதச்ச நாயி... இப்ப சொல்லுதியா இல்ல ஒஞ்சங்க அறுக்கவா..." தன் மார்பில் அமர்ந்து கழுத்தில் அரிவாளுடன் சத்தமிட்ட செவ்வந்தியைக் கண்டவன் இனி மறைக்க ஒன்றுமில்லை என்பது போல வாயைத் திறந்தான்.

"ஆமா நாந்தான் கொன்னேன். நான் தான் ஆட்ட திருடுனேன். பேச்சி நான் ஆம்பிளனும் கண்டுகிட்டா ஆட்ட திருடிட்டுப் போனதையும் பாத்துபுட்டா. அதான் கொன்னு பொதைச்சிட்டேன்"

"ஒன் வேசங் கலஞ்சதுக்கு எம் பேச்சிய கொன்னுப்புட்டில்லா..." என்றவள் அவனது வாயைப் பொத்திப் பிடித்துக் கொண்டு அரிவாளால் அவனது கழுத்தை அறுத்தாள். பீச்சி அடித்த இரத்தம் அந்த அறையெங்கும் சிதற துடிதுடித்தடங்கியது அவனது உயிர்.

அந்த வீட்டை விட்டு வெளியே வந்தவள் வீட்டின் பின்புற வாய்க்காலில் அரிவாளை ரத்தம் போகக் கழுவிவிட்டு, தன் உடலெங்கும் தெறித்திருந்த ரத்தக்கறையையும் கழுவிக்கொண்டு வீட்டை நோக்கி நடந்தாள்.

பேச்சியின் பெரியப்பா நாகர்கோவிலில் ஜவுளிக் கடை வைத்திருந்தவர் பேச்சி காணாமல் போன செய்தி கேட்டு ஊருக்கு வந்திருந்தார். பேச்சியின் அப்பாவைக் கூட்டிக்கொண்டு சாயர்புரத்-திலிருக்கும் காவல் நிலையத்தில் புகாரொன்றைக் கொடுத்துவிட்டு வெளியே வந்தார். எதிரிலிருக்கும் இளநீர்க் கடையில் இரண்டு செவ்விளனியை வாங்கி ஒன்றைப் பேச்சியின் அப்பாவிடம் கொடுத்தார்.

"இத மொத குடி, பேச்சி கெடச்சிருவா" என்றவர் தானும் ஒரு

இளநீரைக் குடித்துவிட்டுக் கடைக்காரரிடம் "வழுக்கை வெட்டித்தா தம்பி" என்றார்.

"பேச்சி கெடச்சிருவ்வால்லண்ணே" தழுதழுத்த குரலில் கேட்டார் பேச்சியின் அப்பா.

"இப்பத்தான கம்ப்ளெயிண்டு குடுத்திருக்கம் கண்டுபிடிச்சுருவாவ நீ கலங்காத செரியா?"

"அன்னிக்கு எம் பொஞ்சாதி பேச்சி இன்னும் வூட்டுக்கு வரல போயிப் பாத்துட்டு வாங்கன்னா நாந்தான் போகாம ஒக்காந்துட்டேன். ஒரு வேள நா போயிருந்தா கெடச்சிருப்பாளோன்னுட்டு மனசு கெடந்து அடிச்சிக்குதுண்ணே"

"அதையெல்லாம் மண்டையில போட்டுக் கொழப்பிக்கிடாத சீக்கிரம் கெடச்சிருவா நா இப்படியே கௌம்புதேன் ரெண்டு நாளு கழிச்சு வாரேன். அதுக்குள்ள பேச்சி கெடச்சிக்கிடுவா பாரு" தம்பிக்கு நம்பிக்கையூட்டிவிட்டு அங்கிருந்து கிளம்பிச்சென்றார் பெரியப்பா.

வீட்டுற்கு வரும் வழி முழுவதும் பேச்சி கிடைத்துவிட வேண்டும் என்கிற பரிதவிப்புடனே நடந்து கொண்டிருந்தார்.

வீட்டிற்கு வந்ததும் வீட்டின் பின்புறமிருந்து தன் மனைவியின் அழுகுரல் கேட்டதால் அங்கே ஓடியவர், தலையில் கைவைத்தபடி கிணற்றடியில் அமர்ந்திருப்பவளின் அருகே சென்று,

"ஏம்ளா என்னாச்சு இங்க ஒக்காந்து அழுதுகிட்டு கெடக்க?" என்றார்.

"நா என்னத்தன்னு சொல்லுவேன் பேச்சி ஆச ஆசயா வளர்த்த ஆட்டுக்குட்டி கிணத்துக்குள்ள தவறி விழுந்து செத்துப்போச்சுங்க" சொல்லிவிட்டு ஓவென்று பெருங்குரலெடுத்து அழுதாள்.

செய்வதறியாது அசைவற்று நின்றார் பேச்சியின் அப்பா.

ஊரில் ஆடு திருட்டு நின்றது எதனால் என்பது செவ்வந்தியைத் தவிர யாருக்கும் தெரியவில்லை. ஆடு திருடிய ஆவி திருப்தியடைந்து நம் ஊரைக் கடந்துவிட்டது என்றனர் சிலர். பொட்டம்மையின் மறைவுக்குப் பின் கொஞ்சகாலம் விசாரித்த போலீஸ், எந்தத் தடயமும் சிக்காததால் கேசை கிடப்பில் போட்டது. பொட்டம்மை வாழ்ந்த வீடு நிரந்தரமாகப் பூட்டப்பட்டது.

செவ்வந்தி கொஞ்சம் கொஞ்சமாக நடந்த துர்நிகழ்வுகளை மறந்து தன் புதிய வாழ்க்கைக்குப் பழகிக் கொண்டிருந்தாள். அவள் கணவன் ஒரு நாள் இரவு வீட்டிற்கு பைபிளுடன் வந்தான்.

"இனிமே நாம வேதக்காரவிய. நம்ம வாழ்க்க சந்தோசமா மாறனும்னா நாம யேசப்பாவக் கும்பிடனும், வாராவாரம் வேதக் கோவிலுக்கு போவம்" என்றான். இவள் ஏனென்று கேட்கவுமில்லை அதற்கு மறுப்பும் சொல்லவில்லை. எல்லா சாமியும் ஒண்ணுதான் என மனதிற்குள் சொல்லிக்கொண்டாள். பேச்சியை நினைத்து இவள் வரைந்த சித்திரமும் இயேசுவின் படத்தருகே வைக்கப்பட்டது. அவளது பேச்சியும் தெய்வமானாள்.

17: கண்ணி

“அண்ணாச்சியே சொல்லிட்டாரு இனி என்னம்ல கவல... தங்கம் ஒனக்குத்தான். இன்னிக்கு ரவைக்கு மொசலு பிடிக்கறோம்... நாளைக்கி மொசக்கறியும் சாந்தாகட புரோட்டாவும் திங்கறோம்...” முயல் பிடிப்பதற்கு கம்பிகளை வளைத்து கண்ணி செய்துகொண்டே செல்லக்குட்டியிடம் சொன்னான் பாதாள முனி.

“வெரசா கட்டுல கண்ணிய... மொசக்கறி தின்னு நாளாச்சில்லா...” அவனருகே வந்து உட்கார்ந்தபடி சொன்னான் அசரியா.

“இந்தா முடிஞ்சுதுல... நல்லா சக்குன்னு இறுக்கிக் கட்டிபுட்டேன். ஒரு மொசலும் தப்பமிடியாதுல்லா...”

“ஆமா இப்படித்தான் போன தடவ சொன்ன... மொசலு உருவிட்டுப் போயிருச்சு. இந்த வாட்டி தப்பிச்சிருச்சின்னா பொறவு ஒம்பேரு பாதாள முனி இல்லல... குட்டி எலின்னுதான் கூப்பிடுவம்” சொல்லிவிட்டுச் சத்தமாகச் சிரித்தான் அசரியா.

“ஏம்ல குட்டி என்ன சத்தத்தையே காணம்... கலியாணத்துக்கு என்ன பந்தி போடலாம்னு யோசிக்கியோ... எதப் போட்டாலும் போடுடே... ஆனா பட்டாணியும் கோஸு கூட்டும் மட்டும் வேண்டாம். ஏ எவங் கலியாணத்துக்குப் போனாலும் சடங்கு

வீட்டுக்குப் போனாலும் இதத்தானல போடுறாவ... வாயில வெக்க ஆவுதா சை..." முயல் கண்ணியைக் கட்டி முடித்து எழுந்த பாதாள முனி சாரத்தில் ஒட்டியிருந்த மண்ணைத் தட்டிக்கொண்டே சொன்னான்.

"நம்ம சுகந்தராஜூ கல்யாணத்தோட பட்டாணி கொறச்சு வச்சதுக்கு நாலு நாளா பொலம்பிக்கிட்டு கெடந்தது மறந்துருச்சு போல பாதாளத்துக்கு..." சொல்லிவிட்டுச் சிரித்த செல்லக்குட்டி தொடர்ந்தான்.

"பந்தில நல்ல கெடாக் கறியப் போட்ருவோம்... போன மாசம் முத்தையா வீட்டுக் கல்யாணத்துல போட்டாவல்லா... அது மாரி போட்றுவோம்... என்ன சொல்லுத அசரியா"

"கண்டிப்பா கெடாக்கறிதான் செல்லம். நாப்பது கெடா வெட்டுனாத்தாம்ல சரியா இருக்கும். தங்கராணி அண்ணங்காரனும் அந்த மிக்கேலு பயலுமே நாலு பந்தி திம்பானுவல்லா..."

மூவரும் பேசிக்கொண்டே தேரிக்குள் நுழைந்தார்கள். "நல்ல இடமாப் பாத்து வெக்கணும் டே... இல்லாட்டி மொயலுவ மாட்டாது" எனச் சொல்லிக் கொண்டே கண்ணியைக் கட்டினான் பாதாள முனி.

காட்டு முயல்கள் அதிகம் நடமாடும் இடங்களை அதன் தடத்தை வைத்துக் கண்டுபிடித்து அதனருகே கண்ணிகளைக் கட்டினார்கள். வரிசையாகப் பத்து வட்டவடிவக் கம்பிகள் ஒன்றுடன் ஒன்று உரசியபடி இருக்கும். தரையில் சிறு புற்களைத் தின்றபடி வரும் முயலின் தலை இந்த வட்டக்கம்பிகளுக்குள் சிக்கிக்கொள்ளும். அதை விடுவிக்கப் போராடும்போது அந்த வட்டவடிவக் கம்பிகள் குறுகிக் குறுகி முயலின் கழுத்தில் சுருக்காகப் பற்றிக்கொண்டு முயலைக் கொன்றுவிடும்.

"மொத்தம் எட்டு கண்ணி வெச்சிருக்கம். நாலு மொசலு மாட்டுச்சுன்னா வச்சுத் திங்கலாம்..." கடைசிக் கண்ணியை வைத்துவிட்டு எழுந்த அசரியா அதைச் சரியாக வைத்திருக்கிறோமா எனப் பார்த்தபடியே சொன்னான்.

“ரெண்டு பருசா கெடச்சாலும் போதும்லா... போனதடவ மாட்டிச்சில்லா நல்லா பருசா அது மாதிரி” என்றான் செல்லக்குட்டி.

“சரி வாங்க போவம் பொறவு வந்து பாப்பம்...” சாரத்தை மடித்துக் கட்டிக்கொண்டு சைக்கிளைத் தள்ளிக்கொண்டே சொன்னான் பாதாள முனி. வழியில் தென்படும் முந்திரிமரத்தில் மஞ்சள் நிறக் கொல்லாம் பழங்கள் பழுத்துத் தொங்கின. அவற்றைப் பறித்து, “கொல்லாம் பழம் திங்காமத் தேரிய விட்டுப் போவமிடியாதுல்லா” என்றவாறு பழத்தைத் தின்றுகொண்டே நடந்தான் அசரியா.

“கொல்லாங்கொட்டைய மட்டும் இங்கயே போட்டுருங்கடே...” என்றான் பாதாள முனி.

“ஏம்ல இங்கயே போடணும்? நா வீட்டுக்கு எடுத்துட்டுப் போயி சுட்டுத் திங்கலாம்ன்னுட்டுலா நெனச்சேன்...”

“ஏல நீ என்ன மடச்சாம்புராணி மாதிரிப் பேசுத... பழத்தத் தின்னா பிரச்சினையில்ல. கொட்டைய எடுத்துட்டுப் போனோம்னு வெய்யி... ரோந்துக்குவார ரேஞ்சரு எவன் கண்ணுலயாவது மாட்டினோம்னா பொறவு பைனக் கட்டும்பான். அது வெளங்குமால?”

முந்திரிப்பழங்களைத் தின்பதற்குத் தடையில்லை. ஆனால் முந்திரிக்கொட்டையை எடுத்துச்சென்றால் அது சட்டப்படிக் குற்றம் என்பதை அசரியாவுக்கு நினைவூட்டினான் பாதாள முனி. அசரியாவும் கையில் வைத்திருந்த முந்திரிக்கொட்டைகளைத் தூர எறிந்துவிட்டு நடக்க ஆரம்பித்தான்.

மூவரும் தேரியை விட்டு ஊருக்குள் நுழைந்தபோது கனகாம்பரம் மூச்சிரைக்க ஓடி வந்தாள். ஏதோ விபரீதம் எனப் புரிந்துகொண்ட செல்லக்குட்டி, “ஏ என்னாச்சு கனகு ஏன் இப்படி ஓடியாற?” பதற்றத்துடன் கேட்டவனிடம்,

“தங்கம் கெணத்துல விழுந்துட்டா. நல்லவேள அவ போட்ட சத்தம் கேட்டு பக்கத்து வீட்டு இசக்கி அண்ணன் உடனே குதிச்சி காப்பாத்திட்டாவ. ஆனா அந்தக் கிறுக்கி தண்ணி நெறயா குடிச்சிட்டாபோல. வவுத்த அமுக்கி தண்ணிய எடுக்கறதுக்குள்ள எங்க உசிரே போயிருச்சு” மூச்சுவாங்க சொன்னாள் கனகாம்பரம்.

செல்லக்குட்டி உடனே சைக்கிளில் ஏறி வேகமாக ஊரை நோக்கி ஓட்டத்துவங்கினான். அசரியா, பாதாள முனியின் சைக்கிளை உருட்டிக் கொண்டே கனகாம்பரத்திடம் கதையைக் கேட்டுக்கொண்டே ஊர் நோக்கி நடந்தார்கள். தங்கத்திற்கு எதுவும் ஆகிவிடக்கூடாது என்று கடவுளை வேண்டிக்கொண்டே விரைந்து சென்றான் செல்லக்குட்டி.

ஊரைவிட்டு விரட்டப்பட்ட சந்தோசராஜும் அவனது அம்மாவும் நான்கு வருடங்கள் வேறொரு ஊரில் வசித்தார்கள். ஒரு நாள் டவுன் ஆஸ்பத்திரிக்கு உறவுக்காரனைப் பார்க்க வந்த ஒண்டிமுத்து அங்கு ஒரு படுக்கையில் சந்தோசத்தை எலும்பும், தோலுமாய் கண்டு அதிர்ந்தான்.

செவ்வந்திக்குத் திருமணமான செய்தியை சந்தோசத்திடம் சொன்னான் ஒண்டி. அதன் பின்னர் வந்த நாட்களில் சந்தோசம் பித்துப்பிடித்தவன் போலானான். உடல் மெலிந்து நோயில் விழுந்தவன் தூக்கத்தில் மரணித்தான். வாழ்வதற்கு வழியில்லாமல் நின்ற சந்தோசத்தின் அம்மாவையும் குழந்தையையும் அதே ஊருக்கு மீண்டும் அழைத்து வந்தான் ஒண்டிமுத்து. சந்தோசத்தின் அம்மா ஊருக்கு வந்த விஷயம் தெரிந்தவுடன் ஓடிச்சென்று பார்த்தாள் செவ்வந்தி.

"எங்க ஒங்க மவன இப்ப வரச்சொல்லுதியளா இல்லயா..." சந்தோசத்தை பார்க்கும் ஆவலில் குடிசைக்குள் அவனைத் தேடின அவளது கண்கள்.

"யப்பு அவம்போயி சேந்துட்டான்..." சொல்லிவிட்டுத் தரையில் உட்கார்ந்து தலையில் அடித்துக்கொண்டு ஓவென்று அழுதாள் அம்மா.

சில நிமிடங்கள் அவளால் எதுவும் பேச இயலவில்லை. சிலையாகி உட்கார்ந்தவளின் கண்களிலிருந்து நிற்காமல் கண்ணீர் வழிந்துகொண்டிருந்தது.

அப்போதுதான் அங்கே விளையாடிக்கொண்டிருந்த குழந்தையைப் பார்த்தாள்.

“யப்பு அது ஒம்புள்ளதான்” அழுதுகொண்டே சொன்னாள் அம்மா.

குழந்தையை அள்ளி எடுத்து முத்தமிடத் தோன்றியது செவ்வந்திக்கு. சந்தோசத்தின் மரணச்செய்தியிலிருந்து மனம் அவ்வளவு சீக்கிரம் மீண்டுவிட இயலவில்லை.

“அவன கட்ட உயிர விடுத அளவுக்கு வந்துட்ட” எனப் படுத்திருக்கும் தங்கராணியிடம் கேட்டுக்கொண்டிருந்தாள் அம்மா.

“யாரோ என்னைத் தள்ளிவிட்டுட்டாங்கம்மே... நானா விழல” என்றாள் தங்கம்.

“ஏ என்னளா சொல்லுத... நம்ம வீட்டுக்குள்ள எவம்ல வருவான்... எனக்கொன்னும் வெளங்கலியே...”

“அதான் எனக்குந் தெரியல... குடத்துல தண்ணிய ரொப்பிட்டு நிமிந்தா யாரோ பின்னால இருந்து சடாருன்னு தள்ளிட்டாவ...”

“தள்ளுனது எவன்னு மட்டும் தெரியட்டும். அவன வெட்டிக்கூறு போடுதேன்...” கோபத்தில் கத்தினாள் அம்மா.

“பெரிம்ம சொன்னப்போ நான் கெணத்துல விழுந்து சாவுதேன்னு சொன்னேன் ஆனா நான் விழலம்மே” என்றாள் தங்கராணி.

விசயம் அறிந்து அவள் மாமன், அத்தை, பெரியம்மா, பெரியப்பா என அனைவரும் வந்தனர். தங்கராணியின் வீட்டருகே வந்ததும் தயங்கி, காத்துக் கொண்டிருந்தான் செல்லக்குட்டி.

“வளவுப்பக்கமா வா செல்லக்குட்டி நான் அவள அங்க கூட்டியாரேன்” என்று சொல்லி விட்டு உள்ளே போனாள் கனகாம்பரம்.

கனகாம்பரம் தங்கராணியுடன் வந்தாள். தங்கராணியைப் பார்த்தவுடன் அருகில் சென்ற செல்லக்குட்டி "தங்கம் ஒணக்கொண்ணும் ஆவலியே" என்றபடி அவளைக் கட்டிக்கொண்டான்.

அப்போது வளவுக்கு வந்த தங்கராணியின் அம்மா, தன் மகளும் செல்லக்குட்டியும் கட்டிக்கொண்டு நிற்பதைப் பார்த்துவிட்டாள்.

"ஏ எடுபட்ட சிறுக்கி கெணத்துல விழுந்து முழுசா ஒரு மணி நேரங்கூட ஆவல அதுக்குள்ள அந்தப் பயலோட கொஞ்சிக்கிட்டுல்லா நிக்க அடி செருப்பால" என்றவள் அங்கே கிடந்த வெளக்கமாரை எடுத்துக்கொண்டு செல்லக்குட்டியை நோக்கி ஓடி வந்தாள். இனி இங்கே நின்றால் பெரும் பிரச்சினையாகிவிடும் என்று சுதாரித்த செல்லக்குட்டி "தங்கம் ஒண்ணும் பயப்படாத நா இருக்கேன். பொறவு பாப்பம்" என தங்கராணியிடம் சொல்லிவிட்டு அங்கிருந்து அகன்றான்.

அம்மா ஓங்கி அடித்ததில் கன்னம் வீங்க நின்றிருந்தாள் தங்கராணி.

"ஏ சில்லாட்ட முண்ட எவ்வளவு தெனவெடுத்திருந்தா அந்தப் பயல வளவுக்கு வரச் சொல்லியிருப்ப மொவன்னு கூடப் பாக்கமாட்டேன் கொன்னு கொய்யா மரத்தடில உரமாப் பொதச்சுப்புடுவேன்" உறுமிக்கொண்டிருந்தாள் அம்மா.

அப்போது வீட்டிற்குள் நுழைந்த தங்கவேலு என்ன நடக்கிறதென்று புரியாதவனாய் விழித்தான்.

"யோல வேலு, என்ன முழிக்குத? ஒந்தங்கச்சி என்னக் காரியம் இன்னிக்கி செஞ்சா தெரியுமா?"

"என்ன செஞ்சாம்மே கெணத்துக்குள்ள விழுந்துட்டான்னு கேள்விப்பட்டுதான் ஓடியாரேன் நீ என்னத்துக்கு இப்படி பத்ரகாளி மாரி நிக்க?"

“கெணத்துல எப்படிளா விழுந்தேன்னு கேட்டா யாரோ தள்ளிவிட்டுட்டாவங்கா சரி புள்ள பொழச்சதே போதும்ன்னுட்டு யேசப்பாவுக்குத் தோத்திரம்னு நான் ஜெபம் பண்ணிக்கிட்டு கண்ணைத் தொறந்து பாக்கேன் ஆளக் காங்கல வளவுப்பக்கம் போனா அங்க அந்த செல்லக்குட்டிப்பயல கட்டிப்புடிச்சுக்கிட்டுல்லா நிக்கா வெக்கங் கெட்ட மூதி...அதான் ஓங்கி ஒன்னு வெச்சேன்” அம்மாவின் வார்த்தைகள் ஒவ்வொன்றும் அனலாய் வந்து விழுந்தன.

“என்னது அந்த வந்தேறி நாயி வூட்டுக்குள்ள வந்தானா?” என்றவன் ஓடிச்சென்று தங்கராணியின் முடியைக் கொத்தாகப் பிடித்தான்.

“சீ சாதி வெறி பிடிச்ச வெறிநாயே கைய எடுக்கியா இல்ல ஒலக்கைய எடுத்து ஒம் மண்டையப் பொளக்கவா?” என்றபடித் திமிறினாள் தங்கராணி.

“யார் மண்டைய யாரு பொழக்கான்னுட்டு பாப்பம்” என்றவன் தங்கராணியை வேகமாகத் தள்ளியதில் நிலை தடுமாறி சுவற்றில் தலை மோத மயங்கிச் சரிந்தாள்.

18: சித்திரப்பூ

செல்லக்குட்டி வசிக்கும் ஊரிலிருந்து ஏழு கிலோமீட்டர் தொலைவிலிருக்கும் ஊரில்தான் வெட்சி வசித்தாள். அவள் வசிக்கும் ஊர் வறட்சிக்குப் பெயர் போனது. வருடத்தில் வெகு சில நாட்களே மழை பெறும் பூமி அது. வெட்சிக்கு உடன் பிறந்தவர் யாருமில்லை. அவளது அம்மாவும் வெட்சியின் பத்தாவது வயதில் இறந்து போனதால் அப்பாதான் வெட்சிக்கு எல்லாமுமாக இருந்தார். தான் வீட்டில் இல்லாத நேரம் வெட்சி தனியாக இருக்கக்கூடாது என்பதால் நாய்க்குட்டி ஒன்றைக் கொண்டுவந்தார். வெட்சிக்கும் அந்த நாய்க்குட்டியை உடனே பிடித்துப்போனது. எப்போதும் அந்த நாய்க்குட்டியுடனே இருப்பாள், அதற்குத் தன் தட்டிலிருந்து கொஞ்சம் பழைய சோற்றை எடுத்துத் தரையில் வைப்பாள். அது ஆசையுடன் சாப்பிடுவதைக் கண் கொட்டாமல் பார்த்துக்கொண்டிருப்பாள்.

பின்னொரு மழை நாளில் அவளது வீட்டைத் தேடி வந்தது வெண்ணிறப் பூனையொன்று. அதையும் வெட்சிக்குப் பிடித்துப்போனது. நாயுடனும் பூனையுடனுமே வெட்சியின் பொழுதுகள் கழிந்தன.

வெட்சிக்குப் பதினெட்டு வயதானதும் அவளுக்கு மாப்பிள்ளை

பார்க்க ஆரம்பித்தார் அப்பா.

பலத்த காற்று வீசிக் கொண்டிருந்தது. சட்டை பட்டனைப் போட முயன்றுகொண்டிருந்தான் தங்கவேலு. காற்றில் சட்டை படபடத்தது. ஒருவழியாக சட்டையை மாட்டிக்கொண்டு அருகில் கிடந்த சிறிய பாறையில் உட்கார்ந்து பீடி ஒன்றைப் பற்றவைத்தான். எதிரில் கலைந்த உடையைச் சரி செய்தபடி எதிர்க்காற்றில் நின்றிருந்தாள் சித்திரப்பூ. எதிர்க்காற்றில் நிற்கும் சித்திரப்பூவின் அழகை ரசித்தபடி பீடியைத் தூர எறிந்துவிட்டு அவள் இடுப்பைப் பிடித்து தன் பக்கமாக இழுத்தான்.

“விடுங்க. நேரமாச்சு நா போவணும்...” செல்லமாக சிணுங்கினாள் சித்திரப்பூ.

“இன்னும் ஒன் கழுதைக மேஞ்சி முடிச்சிருக்காது. அதுக்குள்ள எங்க ஓட பாக்க...” என்றபடி அவளை இழுத்துத் தன் மடியில் உட்காரவைத்து கன்னத்தில் முத்தமிட்டான் தங்கவேலு.

“நெசமாவே நேரமாச்சு. எங்க ஐயா வீடு திரும்பியிருப்பாவ... நாந்தான் போயி ரவைக்கு சோறு பொங்கணும். தாமசமாச்சின்னா ஏசிப்புடுவாவ” படக்கென எழ முற்பட்டவளை மீண்டும் இழுத்தணைத்தான்.

“ஏளா ஒனக்கு ஏதாவது வேணும்னா தயங்காம எங்கிட்டக் கேளு செரியா?” வியர்வை வழிகின்ற அவளது முதுகில் முத்தமிட்டபடியே கிறக்கத்தில் கேட்டான் தங்கவேலு.

“ரொம்ப நாளா ஒரு ஆச. ஆனா ஒங்ககிட்டக் கேக்க ஒதறுதுல்லா...” அவள் தயங்கினாள்.

“சும்மா கேளு புள்ள. நான் ஒன்னியக் கடிச்சா திங்கப் போறேன்...” அவன் பிடியிலிருந்து தன்னை விடுவித்துக்கொண்டு எழுந்தவள், மரத்தடியில் கிடக்கும் அவனது தோல் செருப்பின் அருகில் சென்று நின்றபடி இவனைத் திரும்பிப் பார்த்தாள்.

“ஒரே ஒருவாட்டி ஒங்க செருப்பப் போட்டுப் பாத்துக்கிடவா” தயங்கித் தயங்கி அவள் கேட்கும் முன்பே சட்டென்று அந்தப் பாறையிலிருந்து எழுந்தவன் வேகமாக ஓடிச்சென்று அவள் முடியைக் கொத்தாகப் பிடித்தான்.

“ஏளா கூடப்படுத்தா கழுத கன்னுக்குட்டி ஆயிரும்னு நெனச்சியா செருக்குயுள்ளா... எவ்வளவு தகிரியமிருந்தா எஞ்செருப்பப் போடுவன்னு எங்கிட்டயே சொல்லுவ” கத்திவிட்டு மண்ணில் தள்ளினான். அனல் தகிக்கும் அந்த செம்மணல் பூமியில் சித்திரப்பூ விழுந்த சத்தம் கேட்டு சற்றுத் தள்ளி மேய்ந்துகொண்டிருந்த எருமையொன்று ஒரு முறை காதசைத்துவிட்டு மீண்டும் மேயத்துவங்கியது.

சித்திரப்பூ அழுதுகொண்டே கழுதை மேய்க்க வைத்திருக்கும் தடியை எடுத்துக்கொண்டு செம்மணல் குவிந்திருக்கும் மேட்டில் ஏறினாள். அந்த மணல் மேட்டின் மறுபுறம் மேய்ந்துகொண்டிருந்தன அவளது கழுதைகள். அவற்றைப் பத்திக்கொண்டு ஊரை நோக்கி நடக்க ஆரம்பித்தாள்.

அவள் போகும் திசையைப் பார்த்துக்கொண்டே சற்று முன் அவர்களுக்குள் நிகழ்ந்த கலவியை நினைத்துப் பார்த்தான். பின் எதுவும் நடந்துவிடவில்லை எனும் பாவனையுடன் விசிலடித்துக்கொண்டே அங்கிருந்து ஊரை நோக்கி நடக்கத் துவங்கியவன் தேரியின் குறுக்கே செல்லும் தார்ச்சாலைக்கு வந்தான். அந்தச் சாலை அமைத்து இரண்டு வருடங்கள்தான் ஆகின்றன. பேருந்து செல்வதற்காக அமைக்கப்பட்ட சாலையல்ல அது. தேரிக்குள் அங்கொன்றும் இங்கொன்றுமாக தோட்டங்கள் வரத் துவங்கியிருந்த காலமது. தோட்டத்தின் உரிமையாளர்கள் திருநெல்வேலியிலோ சென்னையிலோ வசித்தார்கள். சொந்த ஊர் கோவில் கொடைக்கு அவர்கள் வருடத்திற்கு ஒருமுறை வரும் போது இந்தத் தோட்டங்களில் ஒன்றிரண்டு நாட்கள் தங்கிச் செல்வது வழக்கம்.

தோட்டங்கள் அதிகமானதற்கு மற்றோர் காரணம், தேரிப்பகுதியின் சுத்தமான நிலத்தடி நீர். அது விவசாயம் செய்வதற்கு ஏற்றதாக இருப்பதால் தோட்டங்கள் பெருகிவிட்டன என ஊருக்குள் பேசிக்கொள்வார்கள். அந்தத் தோட்டங்களின் முதலாளிகளே

ஒன்று சேர்ந்து இந்தத் தார்ச்சாலையை அமைத்தார்கள்.

தார்ச்சாலை வந்தபின் ஊரிலிருந்து டவுனுக்குச் செல்லும் நேரம் குறைந்துவிட்டதால் ஊரில் வண்டி வைத்திருப்பவர்களும் இந்தச் சாலையையே அதிகம் பயன்படுத்தத் துவங்கி இருந்தனர். அந்தச் சாலை வழியே ஊரை நோக்கி நடந்துகொண்டிருந்தான் தங்கவேலு. அவனைக் கடந்து சென்றன இரண்டு லாரிகள். அவை தேரியின் மிகப்பெரிய தோட்டமான தொம்மை அண்ணாச்சியின் தோட்டத்திற்குள் நுழைந்தன.

வெட்சியின் அப்பா செல்லக்குட்டியின் ஆச்சியை வந்து பார்த்தார். வெட்சியின் ஜாதகத்தையும் கொண்டு வந்திருந்தார். ஆச்சிக்கு அவர் பேசிய விதம் பிடித்திருந்தது. தான் முதலில் வந்து வெட்சியைப் பார்ப்பதாகக் கூறினாள். மிராசுப்பழம் ஜோசியரிடம் வெட்சியின் ஜாதகத்தையும் செல்லக்குட்டியின் ஜாதகத்தையும் காண்பித்தாள் ஆச்சி. இரண்டு ஜாதகங்களையும் பார்த்துவிட்டு நல்ல பொருத்தம் இருக்கிறது திருமணம் நடத்தலாம் என்றவுடன் வெட்சியின் வீட்டிற்குச் சென்று பார்த்தாள் ஆச்சி. ஆச்சிக்கு வெட்சியைப் பார்த்ததும் பிடித்துப்போனது. தாயில்லா பிள்ளையானாலும் நாயையும், பூனையையும் அவள் கவனித்துக்கொண்டது ஆச்சிக்கு மனநிறைவைத் தந்தது.

செல்லக்குட்டியிடம் வெட்சியைப் பற்றிய பேச்சை எடுத்தாள் ஆச்சி. திருமணமே வேண்டாம் என்றிருந்தவனை கொஞ்சம் கொஞ்சமாகப் பேசி சம்மதிக்க வைத்தாள் ஆச்சி.

ஊர்க்காவல் அம்மன் கோவிலில் செல்லக்குட்டிக்கும் வெட்சிக்கும் எளிய முறையில் திருமணம் நடந்தது. அவனது சேக்காளிகள் அசரியாவும், பாதாள முனியும் உடனிருந்து பார்த்துக்கொண்டார்கள். பெண்ணும் மாப்பிள்ளையும் ஆச்சியின் காலில் விழுந்து எழுந்தார்கள்.

"ஊருகாவல் அம்மன் சாட்சியா கலியாணம் பண்ணியிருக்கிய

யப்பு... இனி ஒரு கொறயும் வராது. நல்லா இருக்கணும்" என்றவாறு தன் இடுப்புச்சேலையிலிருந்து திருநீறு எடுத்துப் பூசிவிட்டாள்.

"அதெல்லாம் நல்லா இருப்பாவ யாச்சி... நாங்க இருக்கோம்லா. நாங்க பாத்துக்கிடுதோம்" என்றான் அசரியா.

"தேரில புதுசா ஒரு தோட்டம் வந்திருக்காம்... அதுல காவலுக்கு ஆள் எடுக்காவன்னு சுகந்தா பய சொன்னான். போயி பாக்கலாமுன்னு இருக்கேன்" என்றான் புதுமாப்பிள்ளை செல்லக்குட்டி.

"ஊருக்குள்ள எது நடந்தாலும் நம்ம சுகந்தராஜுக்குதான் மொதல்ல தெரியுது... அதான் எப்பிடின்னு வெளங்க மாட்டிக்கி" என்றான் பாதாள முனி.

"குலத்தொழில பண்ணணும்னுதான் ஆச. ஆனா இதுல கெடைக்கிற சல்லில கஞ்சி குடிக்கவே சரியாப்போவுது.ஒரு புதுத்துணிதான் போட முடியுதா இல்ல வீட்டுக்குன்னு பண்டபாத்திரம்தான் வாங்க முடியுதா... இப்ப பெஞ்சாதி வேற வந்துட்டா டிகிரி படிச்சும் என்ன புண்ணியம்... அந்த ஐவுளிக் கடைல கடைப்பையனா எத்தன வருசம் நிக்க முடியும் சொல்லு? அதான் தோட்டத்துல போய் தோட்டவேலையத் தெரிஞ்சுக்கிட்டா ஒரு தோட்டம் போட்டாவது பொழைக்கலாம்னு பாக்கேன்..." பாதாள முனியின் தோளில் கைபோட்டபடியே சொன்னான் செல்லக்குட்டி.

"ஏம்ல அப்ப ஆச்சியும் கழுதைகளும் இங்க கெடப்பாவளா... இது என்னல புதுசா தோட்டம் கீட்டம்ங்க" ஒன்றும் புரியாதவனாய் கேட்டான் அசரியா.

"ஒரு வருசமோ ரெண்டு வருசமோதான்... கொஞ்சம் சல்லி சேர்ந்த பொறவு ஆச்சிய எங்கூடக் கூட்டிக்கிட்டுப் போயிருவேன். அதுவர நீங்க பாத்துக்கிட மாட்டியளா..."

"அப்பச் சரி. அந்தத் தோட்டத்து வேலைக்கு நீ போ. நாங்கதான் ஊருக்குள்ள கெடக்கோமுல்லா... ஆச்சிய நாங்க பாத்துக்கிடுதோம்" செல்லக்குட்டியின் தோளில் கைபோட்டபடிச் சொன்னான் அசரியா. டிகிரி படித்த பிள்ளை தோட்டவேலைக்குச் செல்வதா எனக் கலங்கிய ஆச்சியை சமாதானப்படுத்தினான் செல்லக்குட்டி.

யாரோ ஒருவருக்காக காலம் முழுவதும் வேலை பார்த்துக் கஷ்டப்படுவதற்கு பதில் ஒன்றோ இரண்டு வருடங்கள் பிறரிடம் வேலைபார்த்து பின் சொந்தமாகத் தோட்டநிலம் வாங்கிவிட்டால் எவரிடமும் கை கட்டி வேலை பார்க்க வேண்டியதில்லை என தன் கனவை ஆச்சிக்குப் புரியவைத்தான்.

செல்லக்குட்டிக்குப் புதிதாய் முளைத்த தோட்டத்தில் காவல் வேலை கிடைத்தது. அங்கேயே தங்கிக்கொள்ள ஒரு குடிசையையும் போட்டுக்கொடுத்தார்கள். ஏழு ஏக்கரில் அமைந்திருந்தது அந்தத் தோட்டம். மாங்கன்றும் தென்னங்கன்றும் அதிகமாய் நட்டிருந்தார்கள். அவை தவிர நெல்லி,கொய்யா மரக்கன்றுகளும் நட்டிருந்தார்கள்.

தோட்டத்தின் மூலையில் மோட்டார் வைத்து அங்கிருந்து மரக்கன்றுகளுக்குப் பாத்தி கட்டி நீர் பாய்ச்சினார்கள்.

வாழைத்தோட்டத்தில் சில மாதங்கள் வேலை செய்திருந்த அனுபவத்தால் செல்லக்குட்டிக்கு இங்கே பெரிய கஷ்டமில்லாமல் போனது. தினம் மரக்கன்றுகளுக்கு நீர் பாய்ச்சுவதும், இரவு தோட்டத்திற்குக் காவல் இருப்பதுமாய் அவனது நேரம் கழிந்தது.

செல்லக்குட்டி வேலை பார்க்கும் தோட்டத்திற்கு அடிக்கடி தண்ணீர் லாரிகள் வந்துபோகும். எதற்காக லாரிகள் வருகின்றன, தண்ணீர் எங்கே செல்கிறது என்கிற எவ்விதக் கேள்வியையும் செல்லக்குட்டி உரிமையாளரிடம் கேட்டதில்லை. அவன் வேலைக்குச் சேர்ந்த நாள் அன்றே சொல்லியிருந்தார் தோட்டத்தின் முதலாளி முத்துச்சாமி அண்ணாச்சி.

"தம்பி... தோட்டத்த நல்லா பாத்துக்கிடணும்டே... ரவைக்குக் கொஞ்சம் கண்ணயர்ந்தா பொறவு எவனாவது உள்ள புவுந்து மோட்டாரத் தூக்கிப்புடுவானுவ. ரெண்டு ராஜபாளையம் குட்டி சொல்லி வச்சிருக்கேன். அடுத்த வாரம் வந்திரும்... அதுகளுக்கு மூணு வேளையும் வடிச்சுக் கொட்டிப்புடாத... உச்சிக்கு ஒரு தடவ

மட்டும் சோத்தைப் போடு. ராத்திரி சும்மா சிங்கம் மாறில்லாடே நிக்கும். வெளங்குதாடே...” சார்மினார் சிகரெட் ஒன்றைப் பற்றவைத்தபடிக் கேட்டார் அண்ணாச்சி.

“நாம் பாத்துக்கிடுதேன் அண்ணாச்சி. நீங்க நிம்மதியாப் போ-யிட்டுவாங்க” சாரத்தை இறக்கிவிட்டு அண்ணாச்சி முன்பு கை கட்டி நின்றபடிச் சொன்னான் செல்லக்குட்டி.

“சரிடே... குடிசைக்குள்ள சோத்தப் பொங்கறப்போ பாத்துப் பொங்குங்கடே. நெருப்பு கிறுப்பு பிடிச்சுதின்னா இந்த வெக்கைக்கு சரசரன்னு மொத்தமா எரிச்சுப்புடும். போன மாசங்கூட தொம்மை அண்ணாச்சி தோட்டத்துல ஒரு குடிசை எரிஞ்சி போச்சில்லா... சரி நான் வாரேன்” சொல்லிவிட்டுக் கிளம்ப யத்தனித்தவர், “அப்புறம் இன்னொரு விசயம்டே... தூத்துக்குடில இருந்து தண்ணீ லாரி வரும். கேட்டைத் திறந்து வுட்டுரு. ட்ரைவருங்ககிட்ட வம்பளக்காத என்ன?”

“சரி அண்ணாச்சி” தலையாட்டினான் செல்லக்குட்டி.

அண்ணாச்சி சென்றபின் செல்லக்குட்டியிடம் வந்தாள் அவன் மனைவி வெட்சி.

“அண்ணாச்சி என்ன சொல்லுதாவ...”

“ஏதோ தண்ணீ லாரி வருமாம்... என்ன ஏதுன்னு ட்ரைவருங்ககிட்ட வம்பளக்காதன்னுட்டாவ... நாம என்னத்துக்கு அவியகிட்ட வம்பளக்கணும். நம்ம சோலியப் பாக்கவே நேரம் சரியா இருக்கு. ரொம்ப பசிக்கு நீ சோத்தை எடுத்து வெய்யி... நான் கை அலம்பிட்டு வாரேன்...”

தண்ணீர்த் தொட்டியில் கை கால்களைக் கழுவிவிட்டுக் குடிசைக்குள் சென்றவனுக்கு வெட்சியின் கைப்பக்குவம் பசியைக் கிளறியது. அவளோடு உணவருந்த உட்கார்ந்தான் செல்லக்குட்டி.

இரவுப்பூச்சிகளின் சத்தத்தில் அந்தத் தேரிக்காட்டுத் தோட்டம் நிரம்பியிருந்தது.

19: தொம்மை

தொம்மை அண்ணாச்சி பருத்த உடல்காரரர். எப்பொழுதும் நெற்றியில் திருநீறு பூசியிருப்பார். வெள்ளை வேட்டியும் சட்டையுமாய் ஜவ்வாது வாசத்துடன் கம்பீரமாக இருப்பார். அவருக்கு நான்கு வாழைத்தோட்டங்களும் ஐந்தாறு வயக்காடுகளும் இருந்தன. வசதிக்குக் குறைவில்லை. ஊருக்குள்ளிருக்கும் காரைவீடுகளில் பம்பாய்க்காரரர் வீட்டைப் போன்றே பெரிய வீடு உடையவர். இரண்டு வெண்ணிற அம்பாசிடர் கார் வைத்திருந்தார். பேசும்பொழுது அடிக்கடி ‘முருகா’ என்பவர். திருச்செந்தூர் கோவிலுக்கு அதிகமாய் நன்கொடை வழங்கியவர்.

தொம்மை அண்ணாச்சிக்கு எந்தக் கெட்டப்பழக்கமும் கிடையாது. புகையிலையோ மூக்குப்பொடியோ போடுபவர்களைக் கண்டால் கோபம் வந்துவிடும்.

“ஏம்ல இப்படிக் கண்டதையும் ஒடம்புக்குள்ள ஏத்திக்கிடுதிய... வெவரங்கெட்ட பயலுவளா” என்று வைதுவிட்டு, “இந்தக் கிறுக்குப்பயலுவளுக்கு நல்ல புத்திய கொடு முருகா” என்றவாறு வானத்தைப் பார்த்துக் கையெடுத்துக் கும்பிடுவார்.

அதனால் ஊருக்குள் கள்ளைக் குடித்துவிட்டு சலம்பித் திரியும் பெரிசுகள் கூட அவரைக் கண்டால் தோளில் கிடக்கும் துண்டால்

வாய்பொத்தி நடப்பார்கள்.

தொம்மை அண்ணாச்சியின் வீட்டிற்கு தங்கவேலுவைக் கூட்டிச் சென்றாள் செவ்வந்தி.

"என்னம்மா செவ்வந்தி வராதவ வந்திருக்க... என்ன விசயம்?" சாய்வு நாற்காலியிலிருந்து எழுந்தவாறே கேட்டார் தொம்மை அண்ணாச்சி.

"யண்ணாச்சி... இதான் எம்மவன் தங்கவேலு. எங்கயாவது வேலைக்குப் போன்னு சொன்னா கேட்காம காலக் கிளப்பிட்டு ஊருக்குள்ள திரியுதான்... ஒரு வேலைக்கு கீலைக்கு போனாத்தான கலியாணம் காட்சின்னு பாக்க முடியும். அதான் ஒங்ககிட்ட கூட்டியாந்தேன்"

"இவருதான் உள்ளூரு சண்டியரா... என்ன வேலை வேணுமாம் தொரைக்கு?"

"நீங்க தேரிக்காட்டுல தோட்டம் வாங்கியிருக்கியன்னு சொன்னாவ. அங்க ஏதாவது வேலை இருந்தா குடுங்க அண்ணாச்சி. ஊரவிட்டுக் கொஞ்சம் தள்ளி இருந்தாத்தான் சரிப்பட்டு வருவான்."

"அது செரி... தேரி தோட்டத்துல தினக்கூலிக்கு முப்பது ஆளுவ வருவாவ. அவியள மேப்பார்வை பாக்க சூப்பர்வைசர் ஒரு ஆளு தேவைப்படுது... ஒம்மவன் தோதுப்படுவானான்னுதான் யோசிக்கேன். வெளயாட்டுத்தனமா இருந்தான்னா சரி வராதுல்லா... என்ன சொல்லுத?"

"உங்க தோட்டம்னு தெரிஞ்ச பொறவும் வெளயாட்டுத்தனமா இருந்தா பனைமரத்துல கட்டி தோல உரிச்சுபுடுவியன்னு அவனுக்கு நல்லாத் தெரியும் அண்ணாச்சி. போனவருசம் கோட்டாளமுத்த உரிச்ச கத ஊருக்கே தெரியுமுல்லா..."

"முருகா முருகா... நாம என்ன வேணும்முன்னா கட்டி வெக்கோம்... கோட்டாளமுத்து பய வாழத்தாரக் களவாண்டு மாட்டிக்கிட்டான். இன்னும் ஊரு அத மறக்கல போலல்லா" சொல்லிவிட்டு வயிறு குலுங்கச் சிரித்தார். தங்கவேலு பவ்யமாக செவ்வந்தியின் அருகே நின்று கொண்டிருந்தான்.

"என்னடே ஒழுங்கா வேல பாப்பியா?" சற்று கனத்த குரலில் தங்கவேலுவிடம் கேட்டார் தொம்மை அண்ணாச்சி.

"ஒழுங்காப் பாப்பேன் அண்ணாச்சி" தலையைக் குனிந்தபடியே சொன்னான் தங்கவேலு.

"அப்பச் சரி. யம்மா செவ்வந்தி நாளைக்கே ஒம்புள்ளையத் தோட்டத்துக்கு வரச்சொல்லிரு. கூலி எல்லாம் அப்புறமாப் பேசிக்கிடலாம்... மொத ஒழுங்கா வேலை பாக்கானான்னு பாப்பம். செரியா?"

"நீங்க சொன்னா சரிதான் அண்ணாச்சி... ரொம்ப சந்தோசம்"

அண்ணாச்சியைக் கும்பிட்டுவிட்டு தங்கவேலுவுடன் தன் வீட்டை நோக்கி நடந்தாள் செவ்வந்தி.

"யம்மே என்னத்து நீ செம்மறி ஆடு மாரி அவரு சொல்லுறதுக்கெல்லாம் தலைய ஆட்டுத... கூலி எவ்வளவுன்னு தெரியாம எப்படி வேலைக்கி சேர?" சாரத்தை மடித்துக் கட்டிக்கொண்டே செவ்வந்தியிடம் கேட்டான் தங்கவேலு.

"ஒனக்கு ஒண்ணியும் தெரியாது வேலு. இப்பவே கூலியப் பத்தி பேசுனா வேலையே போயிரும். ஒன்னப் பத்தித் தெரிஞ்சும் வேல கொடுக்கறதே பெரிசு... ஒழுங்கா வேலைக்கிப் போனமா வந்தமான்னு இரி. அந்த மிக்கேலுகூட சேந்தீன்னா வெளங்காமப் போயிருவே சொல்லிப்புட்டேன்" சொல்லிவிட்டு அவனது பதிலை எதிர்பாராமல் நடந்தாள் செவ்வந்தி.

"யோல மிக்கேலு... இந்த ஒலகத்துலயே ஒன்னியப் பிடிக்கிற ஒரே ஆளு நாந்தாம் போல... ஹாஹா" மெதுவாகத் தனக்குத்தானே பேசிச் சிரித்தபடி செவ்வந்தியைத் தொடர்ந்தான் தங்கவேலு.

தங்கவேலு தொம்மை அண்ணாச்சியின் தேரி தோட்டத்தில் வேலைக்குச் சேர்ந்து ஒருவாரம் ஆகியிருந்தது. மதிய உணவுக்கான

தூக்குச்சட்டியை ஒரு வயர்க்கூடையில் வைத்து தங்கவேலுவிடம் கொடுத்தனுப்புவாள் செவ்வந்தி. தினமும் காலை சைக்கிளில் தேரித்தோட்டத்துக்குப் போய்விடுவான். அங்கே கூலி வேலை செய்யும் ஆட்கள் ஒழுங்காக வேலை செய்கிறார்களா இல்லையா என்பதை உடனிருந்து கவனித்துக்கொள்வான். அந்தத் தோட்டம் தங்கவேலு எதிர்பார்த்ததை விட மிகப்பெரியதாக இருந்தது. கூலியாட்கள் தோட்டத்தைச் சுற்றிலும் இரும்பு முள்வேலி அமைக்கும் வேலையில் இருந்தார்கள்.

அதிலொருவரிடம் பேச்சுக்கொடுத்தான் தங்கவேலு.

“ஏண்ணே எதுக்கு இரும்பு வேலி போடுதிய... ஒட மரத்தை வெட்டித்தான் ஊருக்குள்ள இருக்கற தோட்டம் தொரவுல வேலி போட்டிருக்காவ... இங்க என்ன புதுசா இரிக்கி?”

“இதென்ன ஒரு ஏக்கர் பூமியா தம்பி... நூறு நூந்தம்பது ஏக்கரா இருக்கும்னு பேசிக்கிடுதாவ... ஒடைமர முள்ளை வெச்சி வேலி போட்டா ரொம்ப நாளைக்கி நெலைக்காதுல்லா... அதான் இரும்பு வேலி போடுதோம்” முகத்தில் வழியும் வியர்வையைத் தலையில் கட்டியிருக்கும் வெள்ளைத் துண்டைக் கழற்றித் துடைத்தபடியே பேசினார் அந்தக் கூலியாள்.

“அதுவுஞ் சரிதான். ஒடமர வேலி போட்டா இப்பல்லாம் ஆடுமாடே தாவிக் குதிச்சு நாசம் பண்ணிடுதுவ... இதுவேற நூறு ஏக்கரா இருக்கும்ங்கறிய... இரும்பு வேலிதான் சரியா இருக்கும்ணே. சரி சரி நீங்க வேலயப் பாருங்க நாஞ் செத்த நேரம் கழிச்சு வாரேன்” சொல்லிவிட்டு அங்கிருந்து நேராகப் பெண் கூலியாட்கள் வேலை செய்யும் பகுதிக்கு வந்தான்.

அவர்கள் லோடு லாரியில் வந்திறங்கிய கிளிமூக்கு மாமரக்கன்றுகளை நட்டுக்கொண்டிருந்தார்கள். அப்போதுதான் அந்தப் பெண்கள் கூட்டத்தில் சித்திரப்பூவும் வேலை செய்து கொண்டிருப்பதைப் பார்த்தான் தங்கவேலு. நேராக அவளிடம் சென்றவன், “ஏளா.. நீ என்ன இங்க வேல பாக்க? வெளுக்கத் துணியில்லயா இல்ல வாய்க்கால்ல தண்ணியில்லயா?” ஏளனமாகக் கேட்டுவிட்டு சிரித்தான்.

இவன் குரல் கேட்டதும் நிமிர்ந்து பார்த்தவள் எதுவும் பேசாமல் மீண்டும் குனிந்து மரக்கன்று நடுவதற்குக் குழி வெட்டிக்கொண்டிருந்தாள்.

“ஓ பதிலு பேசமாட்டியளாக்கும்... அன்னிக்கு செருப்பத் தொட்டதுக்கு கத்திப்புட்டம்லா அதான் மொகரையத் திருப்பிக்கிற... சரி சரி அந்தா அந்த வேப்பமர யணலுக்கு வா. அங்க வச்சிப் பேசிக்கிடலாம். இங்க நிக்க ஆவல வெயிலு மண்டையப் பொளக்கு...” சொல்லிவிட்டு வேப்பமரத்தடிக்கு சென்றான்.

சித்திரப்பூ அதற்கும் பதிலிடாமல் குழி தோண்டுவதில் மும்முரமாக இருந்தாள். குழியைத் தோண்டி அதற்குள் மாமரக்கன்றை வைத்து மண்ணைத் தள்ளிவிட்டு மூடினாள். பின் எழுந்து வேப்பமரத்தடிக்குச் சென்றாள். அங்கே பொறுமையிழந்து நின்றிருந்தான் தங்கவேலு.

“ஏளா சொன்ன ஒடனே வர முடியாதோ? ஒம்பாட்டுக்கு வார... நான் தான் இங்க சூப்பர்வைசரு தெரியுமுல்லா” சிடுசிடுத்தான் தங்கவேலு.

“அன்னிக்கி ஒங்க செருப்ப ஒரே ஒரு வாட்டி போடலாமான்னு கேட்டதுக்கு கூடப்படுத்தா கழுத கன்னுக்குட்டி ஆயிரும்னு நெனச்சியான்னுட்டு எம் முடியப் பிடிச்சு மண்ணுல தள்ளி உட்டிய... கூடப் படுக்குறதுக்கு மின்னாடி கழுதையா கன்னுக்குட்டியான்னு கண்ணுக்குத் தெரியலையோ... நானுண்டு என் சோலியுண்டுன்னு வீட்டுக்கும் வாய்க்காலுக்கும் துணி தொவைக்கப் போயிட்டு வந்திட்டிருந்தேன். பின்னாலயே தொரத்தித் தொரத்தி வந்து கட்டுனா ஒன்னைத்தான் கட்டிக்கிடுவேன்னு சொல்லிச் சொல்லியே என்னைய ஏமாத்தி ஒங்க ஆசைக்கு இணங்க வெச்சிய... அப்ப கழுத கன்னுக்குட்டியா ஒங்க கண்ணுக்குத் தெரிஞ்சிருக்கு. தொட்டபொறவு எல்லாம் போச்சு... போனது போகட்டும்னு மனசுக்குப் பிடிச்ச சோலியையும் உம்மையும் தலை மொழுவிட்டு இந்த வேலைக்கு வந்தா இங்கயும் வந்து எஞ் சாதியப் பத்திதான் கேவலமாப் பேசுதிய... இவ்வளவு சாதி வெறி பிடிச்சு அலையுதியளே நீங்க எல்லாம் சோத்தைத் திங்கீயளா இல்ல வேற எதையும் திங்கீயளா?”

மடமடவென்று பேசிவிட்டு மீண்டும் மரக்கன்று வைப்பதற்குக் குழி தோண்டப் போய்விட்டாள் சித்திரப்பூ.

இப்படிப் பேசுவாள் என்பதைச் சற்றும் தங்கவேலு எதிர்பார்க்கவில்லை. அவனுக்குக் கோபம் பொத்துக்கொண்டு வந்தது. ஓடிச்சென்று அவள் முடியைப் பிடித்து தரதரவென்று இழுந்துவந்து நாலு மிதி மிதிக்கவேண்டும் எனத் தோன்றியது. தொம்மை அண்ணாச்சியின் இடம் இது. இங்கே வைத்து அடித்தால் நம் தோலை அவர் உரித்துவிடுவாரே என்கிற பயமும் ஏற்பட்டது. அங்கும் இங்கும் நடந்தபடி உறுமிக்கொண்டிருந்தான்.

அப்போது கேட்டிற்கு வெளியே லாரிகள் வருவது தென்பட்டது. ஓடிச்சென்று கேட்டைத் திறந்துவிட்டான். ஒவ்வொரு லாரியாக வரிசையாகத் தோட்டத்திற்குள் சென்றன. முதல் லாரியிலிருந்து கீழே குதித்தான் ஆறடி உயரமுள்ள புவியரசு. கன்னங்கரேலென்றிருந்தான். வாயில் சிகரெட் புகைந்துகொண்டிருந்தது. தங்கவேலுவை அருகில் அழைத்தான்.

“என்ன தம்பி... நீதான் புது சூப்பர்வைசரா?”

“ஆமாண்ணே. அண்ணாச்சி லாரிக வரும்ன்னாக... நான் ஏதோ ஒண்ணு ரெண்டு வரும்னு நெனச்சேன்... பத்துக்கு மேல இருக்கும் பொலுக்கு...”

“அட ஆமாடே ஒத்தையா ரெட்டையா வந்துட்டுப் போற வேலையா இது. சரி நீ கெளம்பு நாம் பாத்துக்கிடுதேன்...”

“ண்ணே... பொறத்தால வேலி போடுற வேல நடக்கு ஆளுவ நிக்காவ...”

“ஓ இன்னும் வேலி போட்டு மிடியலயாடே... சரி அவியளப் போவச்சொல்லிட்டு நீயும் கெளம்புடே... செரியா”

“சரிண்ணே... இந்தா சொல்லிட்டு வாரேன்” சொல்லிவிட்டுத் தோட்டத்திற்குள் ஓடிச்சென்று கூலியாட்களைக் கிளம்பச்சொன்னான்.

அவர்கள் அகன்றதும் புவியரசுவிடம் வந்தான் தங்கவேலு.

"அண்ணே ஆளுவள அனுப்பிச்சாச்சு... நான் மட்டும் இருந்துக்கிடவா?"

"நீ என்னத்துக்குடே இருக்கணும்?"

"இல்ல இத்தன லாரில வந்துருக்கிய... அதான் என்ன செய்யப்போறியன்னு பாக்கலாமுன்னு..." என்று இழுத்தான்.

"தம்பி ஒழுங்கா கிளம்பிடு... தொம்மை அண்ணாச்சிக்குத் தெரியும். நாங்க என்ன செய்யுதோமினுட்டு... நீ போயிட்டு நாளைக்கி வா"

சரியென்றுவிட்டு தயக்கத்துடன் தோட்டத்தை விட்டுக் கிளம்பினான் தங்கவேலு. தார்ச்சாலைக்கு வந்து ஊரை நோக்கி சைக்கிளை மிதித்தான். எதிரே கனரக வாகனம் ஒன்று அவனைக் கடந்து சென்றது.

20: ரெக்கை

தங்கவேலு வழக்கம்போல தேரி தோட்டத்துக்கு சைக்கிளை மிதி-த்துக்கொண்டிருந்தான். எதிர்க்காற்று பலமாக வீசியதில் பெடலை அழுத்தமாக மிதித்தும் சைக்கிள் மெதுவாகவே முன்னகர்ந்து கொண்டிருந்தது. அப்போது அவனைக் கடந்து வேகமாக சென்ற ஜீப்பில் இரண்டு பாரஸ்ட் ஆபீஸர்கள் இருந்தனர். ஜீப் சற்று தொலைவில் சாலையோரம் நின்றது. அதிலிருந்து இறங்கிய இரு ஆபிசர்களும் சாலையையிலிருந்து இடது பக்கத்தில் தேரிக்குள் குதித்து வேகமாக ஓட ஆரம்பித்தனர்.

சைக்கிளை ஜீப்பிற்கு பின்னால் சற்று தொலைவில் நிறுத்திவிட்டு ஒரு பீடியை எடுத்துப் பற்ற வைத்துக்கொண்டான் தங்கவேலு.

“வக்காலி இன்னிக்கி எவஞ் சிக்குதானோ தெரியல நமக்கென்ன சொகமா ஒரு பீடியை இழுத்துப்புட்டு பொறவு தோட்டத்துக்குப் போவம்” என்று தனக்குள் பேசிக்கொண்டே அவர்கள் ஓடிய திசையைப் பார்த்துக்கொண்டிருந்தான்.

தேரியும் அதன் நிலப்பரப்பிலிருக்கும் சர்கார் பகுதிகள் வனத்துறைக்கு உட்பட்டது என்பதால் அவ்வப்போது ரோந்து வரும் ரேஞ்சர்கள் தேரியில் அத்துமீறி அங்கே வசிக்கும் விலங்குகள் மற்றும் பறவைகளை வேட்டையாடும் கும்பலைப் பிடித்துவிடுவர். இன்றும்

அப்படியானதொரு நிகழ்வுதான் நடந்திருக்க வேண்டும். யார் பிடிபடுகிறார்கள் என்று பார்த்துவிடுவோம் என்று நினைத்தபடியே காத்திருந்தான் தங்கவேலு.

பதின் பருவச் சிறுவர்கள் இருவரைப் பிடித்திழுத்துக்கொண்டு தார்ச்சாலைக்கு வந்தனர் ரேஞ்சர்கள்.

“மொயலு அடிக்கிற வயசால ஒனக்கு, ஒழுங்கா ஒண்ணுக்கடிக்கத் தெரியுமால?” என்றபடி சிறுவனொருவனின் மண்டையில் ஒரு போடு போட்டார் ரேஞ்சர்.

“சார் மொசலு பிடிக்க வர்ல சார் கொல்லாம்பழம் பொறக்கத்தான் சார் வந்தம்” அழுதுகொண்டே சொன்னான் சிறுவன்.

“எங்க நீ பொறக்குன கொல்லாம்பழத்த காட்டு பாப்பம்?”

“ஒங்க ஜீப்பு சத்தம் கேட்டதும் பயந்துபோய் மரத்தடிலயே போட்டுட்டம் சார்”

“அடேயப்பா நீங்களால பயப்படுறவிய? போனவாரம் கவுதாரிய கூண்டு வச்சுப் பிடிச்சு தேரிக்குள்ளயே ஒக்காந்து உப்பு மிளகு தடவி வறுத்து தின்னுரிக்கிய ட்ரவுசர அவுத்துட்டு அந்தால ஓடுலன்னு சொன்னாத் தாம்ல சரிப்பட்டு வருவிய” குரலை உயர்த்தினார் ரேஞ்சர்.

“சார் அது நாங்க இல்ல சார்... கட்டாலங்குளத்துக்கார பயலுவ”

“பொய்யுக்கு மேல பொய்யா சொன்னன்னு வெய்யி தோல உரிச்சுப்புடுவேன்” மிரட்டினார் மற்றொரு ரேஞ்சர்.

பீடி முடிந்து தூர எறிந்தபின்னும் சுவாரஸ்யமாய் நடப்பதை வாய் பிளந்து பார்த்துக்கொண்டு நின்றான் தங்கவேலு.

“ஆமா சார் நாங்க மொசலு பிடிக்கலாம்ன்னுட்டுதான் தேரிக்குள்ள இறங்கினோம். ஆனா எதுவும் அம்புடல. பொறவு எதுக்கு எங்கள இழுத்துட்டு வந்திய?” சிறுவர்களின் ஒருவன் சற்று குரலை உயர்த்தினான்.

“அடி செருப்பால ஒங்க அப்பன் வீட்டு தோட்டத்துல போயி என்னத்தையும் பிடில சின்னக்கூவ ஒனக்கெல்லாம் பேசிக்கிட்டு இருந்தா செரியா வராது வந்து பைனக் கட்டுல, எடுல நூறு ருவாய்” கடுகடுத்தார் ரேஞ்சர்.

“சார் சார் மன்னிச்சிக்கிடுங்க வேணுமின்னா இன்னும் ரெண்டு அடி அடிங்க வாங்கிட்டு அந்தாக்க ஓடிப்புடுதோம் இனி தேரிப்பக்கம் தல வச்சுப் படுக்கமாட்டம் சார் அவனொரு லூசுக்கிறுக்கன் அவன் சொல்லுறதக் காதுல வாங்காதீய” என்றான் மற்றொரு சிறுவன்.

“இதாம்ல கடைசி வார்னிங். இனி தேரிக்குள்ள எவனாவது மொயலு பிடிக்கேன் மயிலு முட்டைய எடுக்கேன் முந்திரிக்கொட்டைய பொறக்க வந்தேன்னு வந்தியன்னு வெய்யி கொட்டைய பிதிக்கிப்புடுவேன். ஓடுங்கல களவாணி நாய்களா” என்றபடி இருவரையும் துரத்தினார் ரேஞ்சர்.

விட்டால் போதும் என்று இரு சிறுவர்களும் ஓட்டம் எடுத்தனர்.

“சே பொசுக்குன்னு உட்டுப்புட்டா எப்படி இன்னும் நாலு சாத்து சாத்தி அனுப்புனாதான மனசுக்கு ஒரு இதமா இருக்கும். என்ன ரேஞ்சரோ என்ன ஆபீசரோ நானெல்லாம் ஆபிசரா இருந்தா இந்நேரம் அவனுங்க ரெண்டு பேரையும் அப்படியே கொத்தா தூக்கிட்டுவந்து பனமரத்துல கட்டிவெச்சி தோலை உரிச்சிருப்பேன்லா சுத்த வெவரங்கெட்ட ஆபிசருங்க” என்று மனசுக்குள் நினைத்துக்கொண்டு, பனை ஓலைகள் சரசரக்கும் சத்தத்தைக் கேட்டபடி சைக்கிளை தொம்மையார் தோட்டம் நோக்கி மிதித்தான் தங்கவேலு.

தங்கவேலு தொம்மை அண்ணாச்சியின் தேரி தோட்டத்தில் வேலைக்குச் சேர்ந்து நான்கு வாரங்கள் ஆகியிருந்தன. மொத்தத் தோட்டத்தையும் வலம் வந்தவன், அதன் நீள அகலத்தைக் கண்டபின், ‘இம்மாம் பெரிய தோட்டத்திலா நாம் வேலை பார்க்கறோம்‘ என்று பெருமையாக அடிக்கடி நினைத்துக்கொள்வான்.

ஆனால் வாரம் ஒருமுறை தோட்டத்திற்குள் வந்து செல்லும் புவியரசுவின் மீதும் அவனது லாரிக்கூட்டங்களின் மீதும் மட்டும் அவனுக்குக் கோபம் அதிகமிருந்தது. தன்னை ஏன் புவியரசு மதிப்பதில்லை என்பதும் இதைப் பற்றிய பேச்சை எடுத்தால், “அத ஏம்ல நோண்டுத... ஒஞ்சோலி கூலிய மேய்க்கத்தான். லாரிய இல்ல” எனத் தன் வாயை மூடிவிடும் தொம்மை அண்ணாச்சியின் செயலும் அவனுக்கு வியப்பளித்தன.

வேலி போடும் வேலை முடிந்துவிட்டதால் கூலியாட்கள் மற்ற தோட்ட வேலைகளில் ஈடுபட்டிருந்தனர். ஒழுங்காக வேலை செய்கிறார்களா எனப் பார்த்துக்கொண்டே நடந்தவனின் கண்கள் சித்திரப்பூவைத் தேடின. அவள் தினமும் வருவதில்லை. அன்று மடமடவென்று பொரிந்து தள்ளிவிட்டுப் போனவள் அதன் பின் ஒரு வாரம் கழித்துதான் வேலைக்கு வந்தாள். தங்கவேலு அவளிடம் பேச்சுக்கொடுக்க அருகில் சென்றால் சித்திரப்பூவுடன் வேலைக்கு வந்திருக்கும் செந்தூர்கனி இடையில் வந்துவிடுவாள்.

“யோல தங்கவேலு.... நிதம் அந்தப் புள்ளகிட்ட சீண்டிக்கிட்டே அலையாத... ஒங்கம்மைக்கிட்ட சொல்லிப்புடுவேன் பாத்துக்க” என்பாள்.

செந்தூர்கனிக்கு வயது ஐம்பதுக்கும் மேல் இருக்கும். தங்கவேலு வசிக்கும் அதே தெருவில் வசிப்பவள். தங்கவேலு மூக்கொழுகியபடி சைக்கிள் டயரை ஓட்டிக்கொண்டு அலைந்த காலம் முதலே செந்தூர்கனியைத் தெரியும். அவள் அம்மாவிடம் சொல்லிவிட்டால் வீட்டில் சோறு கிடைக்காது என்பதால் அவள் இருக்கும்போது சித்திரப்பூவை சீண்ட மாட்டான்.

என்றாவது ஒருநாள் சித்திரப்பூ சிக்காமலா போய்விடுவாள் என்று நினைத்தபடியே தோட்டத்தை வலம் வந்து கொண்டிருந்தான். அவன் நினைத்தது போலவே ஒருநாள் செந்தூர்கனி அக்கா மேலுக்கு முடியாததால் வேலைக்கு வரவில்லை. சித்திரப்பூ தனியாக வந்திருந்தாள். தோட்டத்திற்கு உள்ளே யாருமற்ற இடமொன்றில் பெரிய குழியை வெட்டச்சொன்னான். அவள் பதிலேதும் பேசாமல் அவன் சொன்ன இடத்தில் மண்வெட்டியால் குழி தோண்டினாள். அந்த இடத்தில் அவ்வளவு எளிதில் தோண்ட முடியவில்லை.

நீர்த்தொட்டியிலிருந்து ஒரு வாளியில் நீர் பிடித்துவந்து அந்த இடத்தில் ஊற்றினாள். ஈரம் பாய்ந்ததும் மண்வெட்டி இலகுவாக உள்ளிறங்கியது.

அப்போது அவளிடம் பேச்சுக்கொடுத்தான் தங்கவேலு.

"என்னளா அன்னிக்கு பெரிய இவ மாரி பேசிப்புட்டு ஓடிட்ட... செந்தூர்கனி அக்கா இருக்காவன்னு ச்சும்மா உட்டேன்... இன்னிக்கி வகையா சிக்கினியில்லா... இப்ப நீ என்ன செய்யுதன்னா அந்தா கெடக்கு பாரு எஞ் செருப்பு... அத எடுத்து ஒந்தலையில வச்சிக்கிட்டு வந்து என் கால்ல விழுந்து மன்னிச்சிடுங்க எசமான்னு சொல்லுத. புரியுதா சிறுக்கிமுண்ட?"

சித்திரப்பூவிடம் கேட்டுவிட்டு அங்கிருந்த பனைமரமொன்றில் சாய்ந்து கொண்டான் தங்கவேலு. ஒரு புழுவைப் போல அலட்சியமாய் அவளைப் பார்த்தபடி இருந்தான். மண்வெட்டியை வைத்துவிட்டு கையில் அப்பியிருந்த செம்மண்ணைத் தட்டி விட்டுக்கொண்டே அவனை ஏறிட்டுப் பார்த்தாள்.

பின் அமைதியாகத் தலைகுனிந்து நின்றாள். வெக்கை பூமியின் வெம்மையைப் பழகியிருந்தன அவளது பாதங்கள். ஆனாலும் பூமி கொதித்துக்கொண்டிருந்தது. இந்த பூமியும் தன் மனதைப் போலவே கொதிக்கிறதே என்றெண்ணியபடி அசைவற்று நின்றிருந்தாள். அப்போது நான்கைந்து மயில்கள் அவர்கள் நின்றிருந்த இடமருகே வந்தன.

தேரிக்கு மயில்கள் வருவது வாடிக்கை. தேரித்தோட்டங்களில் மேய்ந்துகொண்டு முட்டையிட்டு பல்கிப் பெருகும். மயிலைப் போல தனக்கும் இறக்கை இருந்தால் எவ்வளவு நன்றாக இருக்கும்... இவனைப் போன்ற நாயைக் கண்டால் உச்சிமண்டையில் ஒரு கொத்து கொத்திவிட்டு உடனே பறந்துவிடலாமே என்றெல்லாம் அவளுக்குள் எண்ணங்கள் ஓடின.

"ஏம்ளா நாஞ் சொன்னது கேக்கிலியா இல்ல திமிரா நிக்கியா... ஒண்ணும் பேசாம நட்டாம நிக்க? இப்ப செருப்ப எடுத்துட்டு வாறியா இல்ல கூலிய முடிச்சுவுட்டு உன் சோலிக்கு வேட்டு வெக்கவா?"

‘ஒண்ணு எஞ்சாதிய கேவலப்படுத்துவ இல்ல ஒன் அதிகாரத்த பயன்படுத்துவ... நீ சொல்றதுக்கெல்லாம் நாந் தலையாட்டணுமா’ என்று கேட்க நினைத்தவள், இந்தக் கூலியும் கிடைக்காமல் போனால் என்ன செய்வது என்று நினைத்தவாறே அவனது செருப்பு கிடந்த இடத்திற்கு சென்றாள். செருப்பை எடுத்து செவிட்டில் அடிக்க வேண்டும் எனத் தோன்றியது.

அது ஒரு செம்மண்மேடு. அந்த மேட்டின் உச்சிக்கு ஏறி செருப்பை எடுக்கச் செல்வதுபோல போனவள் அங்கிருந்து ஓட ஆரம்பித்தாள். பத்தடி தூரம் ஓடியவள் கல்லொன்றில் இடறி நிலை தடுமாறி மேட்டிலிருந்து உருள ஆரம்பித்தாள்.

“யம்மே” அவள் போட்ட சத்தம் கேட்டு திடுக்கிட்ட தங்கவேலு இழுத்துக்கொண்டிருந்த பீடியைத் தூர எறிந்துவிட்டு மேட்டை நோக்கி ஓடினான்.

மணல் மேட்டிலிருந்து உருண்டவள் விராலி செடியொன்றைப் பிடித்துக்கொண்டு எழ யத்தனிக்கையில் அவள் பாதம் பதிந்த இடத்திலிருந்த மணலும் வேகமாக சரிந்தது. மீண்டும் உருண்டு சென்றவள் அடிவாரத்தில் கிடந்த பாறையில் வேகமாக மோதியதில் தலையிலிருந்து இரத்தம் கசிய ஆரம்பித்தது. வெக்கை மிகுந்த அந்த செம்மண் பூமியில் வாடிய செம்பருத்திபோல சுருங்கிக் கிடந்தாள் சித்திரப்பூ.

ஓடிவந்த தங்கவேலு அருகில் சென்று அவளை உசுப்பிப் பார்த்தான். எவ்வித அசைவுமில்லை. அவள் மார்பில் காதை வைத்து இதயத்துடிப்பின் ஓசை இருக்கிறதா எனக் கேட்டவன் நிசப்தத்தில் உறைந்து அவள் அருகிலேயே உட்கார்ந்தான். பயத்தில் மூச்சு வாங்கியது. என்ன செய்வதென்று தெரியாமல் வெகு நேரம் அந்த இடத்திலேயே உட்கார்ந்திருந்தான். பின் சுதாரிந்து எழுந்தவன் அருகில் யாராவது இருக்கிறார்களா எனத் தேடினான். அது தோட்டத்தின் உட்பகுதி. அந்தப் பரந்து விரிந்த தோட்டத்தில் அவனும் சித்திரப்பூவும் இருந்த இடத்திலிருந்து கண்ணுக்கு எட்டிய தூரம் வரை அரவமில்லை.

சூரியன் மறையத் துவங்கியது. இன்னும் சற்று நேரத்தில் இருட்டிவிடும். வேகமாக ஓடிச்சென்று மண்வெட்டியும்

கடப்பாரையும் எடுத்து வந்தான். ஒரு பெரிய குழியைத் தோண்டி இறந்துகிடந்த சித்திரப்பூவை அதற்குள் உருட்டி விட்டான். பொத்தென்று குழிக்குள் விழுந்தது உடல்.

21: ஒத்தப்பனை

இரவுப் பூச்சிகளின் சத்தம் அதிகமாக இருந்தது. தோட்டத்தின் முகப்பிலிருந்து நூறடி தொலைவில்தான் குடிசை போட்டிருந்தான் செல்லக்குட்டி. குடிசைக்கு வெளியே எரிந்துகொண்டிருந்த குண்டுபல்பைச் சுற்றிலும் பூச்சிகள் பறந்து கொண்டிருந்தன. தோட்டத்து வாசலில் யாரோ கூப்பிடும் சத்தம் கேட்டது.

"யாருவே அது... இரும் வாரேன்" கஞ்சிக்கலயத்தில் வைத்த கையை எடுத்து கை கழுவிவிட்டுத் தோட்டத்தின் வாசலுக்கு வந்தான். அங்கே பாதாள முனியும், அசரியாவும் நின்று கொண்டிருந்தனர்.

"என்ன குட்டி எங்க குரலும் மறந்துபோச்சோ... யாருன்னு கேக்க?"

வாசற்கதவைத் திறந்து தோட்டத்திற்கு வெளியே வந்த செல்லக்குட்டியிடம் கேட்டான் அசரியா.

"குடிசைக்குள்ள இருந்தம்லா அதான் கேக்கல... பாத்து எவ்வளவு நாளாச்சு மக்கா நல்லா இருக்கியளா" அவர்கள் இருவரின் தோளிலும் கைபோட்டுக்கொண்டு தோட்டத்திற்குள் கூட்டிச்சென்றபடியே கேட்டான் செல்லக்குட்டி.

"நாங்க நல்லாதாம்ல இருக்கோம். நீதான் எப்படி இந்தத்

தேரி வெக்கயத் தாங்கிட்டுக் கிடக்கியோன்னு பாத்துட்டுப் போலாம்னு வந்தம்" தோட்டத்திலிருந்த நாய்க்குட்டியை தடவிக் கொடுத்துக்கொண்டே பேசினான் பாதாள முனி. அது அவனை முகர்ந்து பார்த்துவிட்டு கத்தியது.

"எனக்கொண்ணும் குறச்சல் இல்ல. சோலிய பாக்கவே நேரமில்ல. மொத மாசம் கொஞ்சம் கஷ்டமா இருந்துச்சு... உச்சிக்கு வியர்த்துக்கொட்டும். இப்பப் பழகிடுச்சு... அண்ணாச்சி இந்த ராஜபாளையக்குட்டிய வாங்கி உட்டதுக்குப் பொறவு தனியா இருக்கிற எண்ணமே இல்ல... என்னைய விடு... ஊர்ல ஆச்சி நல்லா இருக்காவளா... கழுதைங்க நல்லா இருக்கா அதச்சொல்லு மொத..." கேட்டுக்கொண்டே மண்பானையிலிருந்து தண்ணீர் மொண்டு இருவருக்கும் கொடுத்தான்.

"ஆச்சி நல்லா இருக்காவ... கழுதைகளும் நல்லாத்தான் இருக்கு. இந்தா இத ஒங்கிட்ட கொடுக்கச் சொன்னாவ" ஒரு மஞ்சப்பையை செல்லக்குட்டியிடம் கொடுத்தான் அசரியா.

அதனுள் ஒரு சிறிய பனையோலைப் பெட்டி இருந்தது. அதனுள் ஏணிப்படி மிட்டாய் இருந்தது. கொஞ்சம் திருநீறும் ஒரு தாளில் சுற்றி வைக்கப்பட்டிருந்தது. திருநீறை எடுத்து எல்லோருக்கும் பூசிவிட்டுத் தானும் நெற்றியில் பூசிக்கொண்டான். அவனுக்கு ஏணிப்படி மிட்டாய் பிடிக்கும் என்பதால் மறக்காமல் அதை வாங்கி அனுப்பிய ஆச்சியை நினைத்துக்கொண்டே அதிலொன்றை எடுத்து வாயில் போட்டுக்கொண்டான்.

"தேரி முழுக்க ஏகப்பட்ட தோட்டம் வந்துருச்சு. இத்தன வருசமா வறண்ட பூமியாக் கிடந்த இடம் திடீர்னு தோட்டக்காடா எப்படி மாறுச்சுன்னுதான் தெரியமாட்டிக்க்கி..." கால்களில் கடிக்கும் கொசுக்களை அடித்துக்கொண்டே சொன்னான் பாதாள முனி.

"தேரி பாக்கதாம்ல வறண்ட பூமி. மண்ணுக்கடியில நிலத்தடி தண்ணி சும்மா தேனால்லா இனிக்கி... அதான் தோட்டம் போட்டு காசு பாக்காவ" என்றான் அசரியா.

"அப்ப வெளங்குன மாதிரிதான்... எல்லாத் தண்ணியையும் போரப்போட்டு உறிஞ்சு எடுத்துட்டா நிலத்தடி நீரும்

உப்புத்தண்ணியாப் போவும்லா... ஒரு நா பஞ்சம் வந்து தண்ணீ இல்லாம நிக்கத்தாம்ல போறோம்..."

"சாதிவெறி புடிச்சு அலையற ஊருக்குள்ள சாவறத விட தண்ணீ இல்லாம இந்த செம்மண் பூமில சாவறது பெருமைதாம்ல எனக்கு" சலித்துக்கொண்டான் செல்லக்குட்டி.

"வெள்ளிக்கிழம அதுவுமா ஏஞ்சாவுறத பத்திப் பேசுதிய... செத்த நேரம் நல்ல விசயத்த மட்டும் பேசுதியளா... இந்தத் தோட்டம் எல்லாம் வர்றதுக்கு மின்னாடி ஊருக்குள்ள எத்தன பேரு வேலை இல்லாம திரிஞ்சாவ. இப்பப் பாருங்க ஊருக்காரவ பாதிப்பேரு தேரித்தோட்டத்துலதான் வேல பாக்காவ... இது நல்ல விசயம்தான" காப்பிக்கு கருப்பட்டியை நுனுக்கிக்கொண்டே பேச்சில் கலந்துகொண்டாள் வெட்சி.

"ஆமா அதுவும் நெசந்தான். ஊருக்குள்ள காவாலியா திரிஞ்ச தங்கவேலுகூட நம்ம தொம்மை அண்ணாச்சி தோட்டத்துலல்லா சூப்பர்வைசரா சேந்திருக்கான். அம்மாம் பெரிய தோட்டத்துக்கு சூப்பர்வைசர்னா சும்மாவா... சிங்கப்பூர் சட்டையும் ஜிகுஜிகு சாரமும் கட்டிக்கிட்டுல்லா ஊருக்குள்ள லாந்தரான்... அவனுக்கு கூட ஏதோ பொண்ணு பாக்கிறதா கேள்வி" பீடி ஒன்றைப் பற்றவைத்தபடி தங்கவேலு புராணம் பாடினான் அசரியா.

வெகுநேரம் பேசிக்கொண்டிருந்துவிட்டு அவர்கள் இருவரும் விடைபெற்றனர். அவர்களை வழியனுப்பிவிட்டு குடிசைக்குத் திரும்பினான் செல்லக்குட்டி.

கஞ்சியைக் குடித்துவிட்டு உறங்க ஆரம்பித்தவனுக்கு விசித்திரமான கனவுகள் வந்தன.

ஒத்தப்பனை மரமொன்றின் அடியில் ஒரு பெண் உட்கார்ந்திருக்கிறாள், அவளது முகத்தில் கண்கள் மூக்கு இதழ்கள் எதுவுமில்லை. முகம் தட்டையாக இருந்தது. கண்கள் இருக்கவேண்டிய இடத்திலிருந்து கண்ணீர் மட்டும் வழிந்துகொண்டே இருந்தது. அவள் நீல நிறத்திலிருந்தாள். இரு கைகளையும் வானை நோக்கி ஏந்தியபடி உட்கார்ந்திருக்கிறாள். வானத்தில் மிதந்து சென்ற இரு மேகங்கள் அவளது தலைக்கு

மேலே அசைவற்று நின்றுகொண்டன.

திடுக்கிட்டு விழித்தவனுக்கு உடலெங்கும் வியர்த்திருந்தது. இது என்ன கனவு இதன் அர்த்தம் என்ன எதுவும் புரியவில்லை. இதற்கு முன்பு இப்படியொரு கனவு வந்ததேயில்லை என்பதால் வெகு நேரம் குழம்பிப்போய் உட்கார்ந்திருந்தான். பின் எழுந்து டார்ச் லைட்டை எடுத்துக்கொண்டு குடிசையை விட்டு வெளியே வந்தான்.

நிலா வெளிச்சம் தோட்டம் முழுவதும் பரவியிருந்தது. சற்று தூரத்தில் இரண்டு முயல்கள் தென்பட்டன. இவனைக் கண்டதும் ஓட்டமெடுத்தன. காற்று மிதமாய் வீசிக் கொண்டிருந்தது. தோட்டத்திற்குள் கொஞ்ச தூரம் நடந்தவன் ஏதோ தோன்றியவனாய் டார்ச்லைட்டை உயர்த்தி வேலிப்பக்கமாய் அடித்தான். தொலைவில் ஆட்கள் நடமாடுவது போலிருந்தது. இந்த நேரத்தில் யாராக இருக்கும் என்று யோசித்தபடியே வேலியின் அருகில் வந்து பார்த்தான்.

அவன் வேலை பார்க்கும் தோட்டத்தின் பின்புறம் வரை நீண்டிருந்தது தொம்மை அண்ணாச்சியின் தோட்டம். இரண்டு தோட்டத்திற்கும் இடைப்பட்ட தூரம் இருநூறு அடிகள்தான் இருக்கும். தொம்மை அண்ணாச்சியின் தோட்டத்தில் லாரிகளில் மண்ணை ஏற்றிக்கொண்டிருப்பது தெரிந்தது. ஒவ்வொரு லாரியாக மணலை ஏற்றுவதும் அங்கிருந்து கிளம்பிச்செல்வதுமாக இருந்தன.

ஏன் இவ்வளவு மணலை எடுக்கிறார்கள்? எதற்காக இந்த நள்ளிரவு நேரத்தில் எடுக்க வேண்டும்? பலவிதமான கேள்விகள் செல்லக்குட்டியை மொய்க்கத் துவங்கின. எந்தக் கேள்விக்கும் வாழ்க்கை உடனே பதிலை அளித்துவிடுவதில்லை. ஒன்றும் புரியாதவனாய் குடிசை நோக்கி நடக்க ஆரம்பித்தான்.

தொம்மை அண்ணாச்சியின் தோட்டத்தை விட்டு கடைசி லாரி வெளியேறிய போது அவர்கள் மணலை அள்ளிய இடத்தருகே ஓர் ஒற்றைப் பனைமரமும் அதனடியில் இருள் உருவம் ஒன்றும் திடீரென்று தோன்றி மறைந்தது போலிருந்தது.

22: புலியரசு

தங்கவேலு இரண்டு நாட்கள் வீட்டை விட்டு வெளியே வரவில்லை. யாரிடமும் எதுவும் பேசவுமில்லை. செவ்வந்தி எவ்வளவு கேட்டும் பதிலேதும் சொல்லாமல் விறைத்த பார்வையுடன் விட்டத்தையே பார்த்துக்கொண்டிருந்தான்.

"எந்தக் கொள்ளிக்கண்ணு பட்டுச்சோ தெரியலையே.... எம்மவன் பேயறஞ்ச மாரி கெடக்கானே... யேசப்பா இது என்ன சோதனன்னு தெரியலயே..." புலம்பித் திரிந்தாள் செவ்வந்தி.

அவனுக்குக் கண்கள் திறந்தபடி இறந்து கிடந்த சித்திரப்பூவின் முகம் பெரியதாகி அவனது அறையை ஆக்கிரமித்துக்கொண்டது போலிருந்தது. இரவில் உறங்க முடியவில்லை. சோறு தண்ணீர் உள்ளிறங்கவில்லை. இரண்டு நாட்களில் உடல் வற்றி கண்கள் ஒளியிழந்து காணப்பட்டான். மூன்றாம் நாளிலிருந்து கொஞ்ச கொஞ்சமாக பழைய நிலைக்குத் திரும்பினான்.

"யேசப்பா எம்மவன மீட்டுக்கொடுத்திட்டிய தோத்திரம் ஐயா..." என்றபடி அவனுக்கு வாய்க்கு ருசியாக நெத்திலிக் கருவாடு சமைத்துக் கொடுத்தாள் செவ்வந்தி.

"யய்யா இப்பவாது சொல்லுய்யா... என்ன நடந்துச்சு" பரிவுடன்

கேட்ட அம்மையிடம் நடந்தவை அனைத்தையும் விவரித்தான்.

சற்று நேரம் அமைதியாய் இருந்தாள். பின் எழுந்து சென்று இயேசுவின் படத்தருகே இருந்த சித்திரத்தை எடுத்துவந்து அவனிடம் காண்பித்தாள்.

"இது யாரு படம்னு தெரியுதாய்யா?"

"ம் தெரியும்மா... ஒஞ்சேக்காளி பேச்சியோட படம்தான..."

"ஆமாய்யா, அவ புதைஞ்ச இடமும் சித்திரப்பூ புதைஞ்ச இடமும் தேரிக்காடுதான். இன்னிக்கும் பேச்சி தேரிக்காட்டுலதான் சுத்திக்கிட்டு இருப்பான்னு நா நம்புதேன். நீ யாரையும் கொன்னு பொதைக்கல... அதனால கவலைப்படாம வேலைக்கிப் போ. பேச்சி ஒன்னிய காவ காத்துக்கிடுவா சரியா?" அவனுக்கு தைரியமூட்டி வேலைக்கு அனுப்பி வைத்தாள்.

சைக்கிள் தோட்டத்திற்குள் நுழைந்ததும் நேராக சித்திரப்பூவைப் புதைத்த இடம் நோக்கிச் சென்றான். அங்கே அவள் உருண்டு விழுந்த மணல் முகட்டைக் காணவில்லை. அந்த இடம் முழுவதும் நிறையக் குழிகள் வெட்டப்பட்டு ஒரு வறண்ட குளம் போல காட்சியளித்தது. ஓடிச்சென்று சித்திரப்பூவைப் புதைத்த இடத்தைத் தேடினான். அப்படி ஒரு இடம் இருந்ததற்கான எவ்வித அடையாளமுமின்றி அந்த இடமே மாறியிருந்தது. விக்கித்து செய்வதறியாது நின்றவனை சற்று தொலைவில் மேய்ந்துகொண்டிருந்த மயில்கள் தலையுயர்த்திப் பார்த்தன.

புவியரசுவின் அலுவலகம் தூத்துக்குடியிலிருந்து மதுரை செல்லும் நெடுஞ்சாலையின் ஓரத்தில் இருந்தது. தொம்மை அண்ணாச்சியின் தோட்டத்தில் மண் அள்ள வழக்கமாகச் செல்பவன் நேற்று உடல் அசதியால் போகவில்லை. அது மிகப்பெரிய தவறோ என்று யோசித்தபடியே இருந்தது அவன் மனம். லாரிகள் மணலை அள்ளிவிட்டு நேராக மணலை வாங்கும் வியாபாரிகளின் இடத்திற்கு போவதுதான் வழக்கம். மாறாக இன்று அதிகாலை ஒரு

லாரி மட்டும் இவனது அலுவலகத்திற்கு வந்து நின்றது. காலை எட்டு மணிக்கு அலுவலகம் திறக்க வந்தவன் லாரியைக் கண்டு திடுக்கிட்டவனாய் அதன் ஓட்டுனரைத் தேடினான். லாரியை ஓட்டி வந்தவன் பதற்றத்துடன் காணப்பட்டான். முகமெல்லாம் வியர்த்திருந்தது.

"யோல செல்வராசு... லாரிய யாவாரி இடத்துக்குக் கொண்டு போவாம இங்க என்னத்துக்குல ஓட்டிவந்தீய" சற்றுக் கடுகடுத்த குரலில் கேட்டான் புவியரசு.

"அந்தக் கருமத்த நீங்களே வந்து பாருங்கண்ணே" என்றபடி லாரியின் பின்புறம் புவியரசைக் கூட்டிச்சென்று லாரியில் ஏறினான். அவனைத் தொடர்ந்து மேலே ஏறிய புவியரசு அந்த லாரியை நிரப்பியிருந்த மணலுக்கு நடுவே ஏதோவொன்று தார்ப்பாயில் சுற்றி வைத்திருப்பதைக் கண்டான்.

"என்னத்தல சுத்தி வச்சிருக்கிய?"

"செத்த நேரம் மூக்கப் பொத்திக்கிடுங்க அண்ணே நாத்தம் தாங்கல..." என்றபடி சுற்றி வைக்கப்பட்டிருந்த பாயை விரித்துக் காண்பித்தான் செல்வராசு. அதனுள்ளே சிதைந்த கோலமாய்க் கிடந்தாள் சித்திரப்பூ. திடுக்கிட்ட புவியரசு தடுமாறி பின்வாங்கினான்.

"என்ன யழவுல இது... மணல கொண்டுவரச்சொன்னா பொணத்த கொண்டு வந்திருக்கிய?" மூக்கைப் பொத்திக்கொண்டே கேட்டான் புவியரசு.

"நேத்து ராத்திரி தொம்மை அண்ணாச்சி தோட்டத்துல மண்ணைத் தோண்டுறப்போ இது கெடச்சிதுணே... அங்கேயே பொதச்சுட்டு வந்துடலாம்னுதான் மொத நெனச்சோம். ஆனா நாளைக்கி எவனாவது இதக் கண்டுபிடிச்சா நம்மளதான சந்தேகப்படுவான்னுட்டு தூக்கிட்டு வந்துட்டோம். நீங்கதான் ஒரு வழி சொல்லணும்..."

"எவனோ கொன்னு பொதச்சத்துக்கு நாம பொறுப்பாவ முடியுமா... செரி செரி நீ மொத பாய நல்லா சுத்தி இறுக்கிக் கட்டு. நா என்ன செய்யலாமுன்னு யோசிக்கேன்..." என்றவன் லாரியை விட்டுக் கீழே

குதித்து சிகரெட்டுடன் அங்குமிங்கும் நடந்து கொண்டிருந்தான்.

புவியரசுவிற்கு அவன் அம்மா அடிக்கடி சொல்லும் வாசகம் நினைவுக்கு வந்தது.

"யய்யா புவி... பிச்சை எடுத்துக்கூட வவுத்த கழுவலாம். ஆனா இந்த மண்ணைத் திருடி விக்கிற பொழப்பு நமக்கு வேணாமுய்யா... அது பூமித்தாயோட மாரை அறுத்து விக்கிறதுக்கு சமம் ராசா..."

"ச்சும்மா புலம்பாதம்மே... நாம என்ன வருசக்கணக்காவா இதச் செய்யப்போறோம். இன்னிக்கு தேதிக்கு இதுலதான் சல்லி அதிகம். காத்து நம்ம பக்கம் அடிக்கி. ஆறு மாசமோ ஒரு வருசமோ அதுவரைக்கும்தான் இந்த யாவாரம் நிக்கும். அதுக்குள்ள வர்ற வரை லாபம்ன்னுட்டு போவவேண்டியதுதான். ஒனக்கு இதெல்லாம் புரியுமாக்கும்..."

அம்மாவிடம் அப்படிச் சொன்னாலும் உள்ளுக்குள் உறுத்தல் இருந்துகொண்டே இருந்தது. என்றாவது மாட்டிக்கொண்டால் என்ன செய்வது எனவும் அடிக்கடி தோன்றும். இதில் கிடைக்கும் அதிகப் பணம் அவனது கண்களை மறைத்தது. ஆனால் இப்படி ஒரு பிணம் மண்ணுக்குள்ளிருந்து கிடைக்கும் என்பதைக் கனவிலும் புவியரசு எதிர்பார்க்கவில்லை. வெகு நேரம் யோசித்துவிட்டு செல்வராசுவிடம் வந்தான்.

"யோல செல்வராசு... லாரிய நேரா நம்ம மீளவிட்டான் குடோன்ல கொண்டுபோய் விட்டுட்டு நீ கெளம்பு. யாருக்கிட்டயும் இதப் பத்தி மூச்சு உட்டுராத. ஏலேய் எடுபடி ஒனக்கும் சேத்துதாம்ல சொல்லுதேன்... இதப் பத்தி வாயத் திறந்துராதிய. விசயம் வெளிய போச்சு தோல உரிச்சு மத்தளம் கட்டிப்புடுவேன் சொல்லிப்புட்டேன்..."

"சரிண்ணே... குடோனுக்கு கொண்டு போயிடுறேன். பொணம் இப்படியே இருந்தா நாத்தம் ஊரக்கூட்டிப்புடும். அதான் லாரில மண்ணையும் ரொப்பிட்டு வந்தேன். அதத் தோண்டி உள்ளப்போட்டு பொதச்சி வச்சிப்புடுறோம். என்ன சொல்லுதிய?

"இன்னிக்கி எவன் மொவத்துல முழிச்சேனோ பொணத்தத் தூக்கிட்டு

அலையவேண்டிய சோலிமயிராப் போச்சு... என்னத்தையாவது செய்யி. நா போயி தொம்மை அண்ணாச்சியப் பாத்துட்டு வாரேன்" சலிப்புடன் சொல்லிவிட்டுத் தன் புல்லட்டை எடுத்துக்கொண்டு தொம்மை அண்ணாச்சியின் வீட்டிற்குப் புறப்பட்டான் புவியரசு.

"நெசமாத்தான் சொல்லுதியா... முருகா இது என்ன புதுச்சோதன" ஆடிப்போய் அப்படியே சாய்வு நாற்காலியில் உட்கார்ந்து விட்டார் தொம்மை அண்ணாச்சி.

"ஆமா அண்ணாச்சி நெசந்தான்... நீங்கதான் இதுக்கு ஒரு வழி சொல்லணும்" என்றான் புவியரசு.

"நா என்னத்தச் சொல்ல... மண்ணு விசயத்த செய்யுறதுக்கே ஆயிரம் கெணத்தத் தாண்டியிருக்கு. இது எவன் பாத்த சோலின்னு தெரியலையே... கூலி வேலைக்கு வாரவன் தெனமும் ஒரே ஆளா வருவான் எவன்னு கண்டுபிடிக்க? கொன்னதுதான் கொன்னான் எந்தோட்டத்துலயா பொதைக்கணும்..." தலையில் கைவைத்தபடிப் புலம்பினார் அண்ணாச்சி.

"எவன் கொன்னான்னு சீக்கிரம் கண்டுபிடிக்கலன்னா நம்ம வண்டவாளம் சீக்கிரம் தண்டவாளம் ஏறிடும் அண்ணாச்சி. செத்தவ வயசுப்புள்ள. அப்பனாத்தா தேட ஆரம்பிச்சா நேர நம்ம தோட்டத்துலதான் வந்து நிப்பாவ... பொறவு ஒரு கைப்புடி மண்ணைக்கூட அள்ள மிடியாதுல்லா..."

"அதுவுஞ் சரிதான். நான் நம்ம சூப்பர்வைசர் தங்கவேலு பயலவுட்டு விசாரிக்கச் சொல்லுதேன்..."

"அவனா? ஆளப் பாத்தா ஆக்கங்கெட்ட கூவ மாரில்லா இருக்கான்..."

"அது நமக்கும் வசதிதான்டே... வெவரம் தெரிஞ்ச பயல விட முட்டாப்பயதான் கேள்வி கேக்காம நில்லுன்னா நிப்பான்... ஒக்காருன்னா ஒக்காருவான்டே..."

"நீங்க சொன்னா சரிதான் அண்ணாச்சி. நான் பொணத்த எங்கயாவது கொண்டு போயி பொதச்சுப்புடுதேன்."

"ம் செரி. அதச் செய்யி மொத. கவனமா இருடே... விசயம் வெளிய போச்சுன்னா மொத்தமும் நாசம் ஆயிடும் பாத்துக்க...நா எதுக்கும் நம்ம இன்ஸ்பெக்டர் சுடலைமுத்து காதுல விசயத்தப் போட்டு வெக்கேன், நாளப்பின்ன ஏதாவது பிரச்சன வந்தா அண்ணாச்சி நீங்க மொதல்லயே சொல்லியிருக்கலாமுல்லம்பான்"

சரியென்று தலையாட்டிவிட்டு புல்லட்டில் ஏறினான் புவியரசு.

23: வேட்டை

சித்திரப்பூவின் அப்பா பச்சைமுத்து எப்போதும் குடித்துவிட்டு வாய்க்கால் ஓரமோ வரப்பிலோ விழுந்து கிடப்பார். சித்திரப்பூதான் தேடி அலைந்து கண்டுபிடித்து வீட்டிற்குக் கூட்டிக்கொண்டு வருவாள்.

“கிறுக்கு மூதி குடிச்சேல்லா தெருவுல கெடக்கான்... வயசு புள்ளய வூட்ல வச்சிக்கிட்டு செய்யிற காரியமா இது வெளங்குனமாரிதான்...”

“வண்ணாந்தாழி மாரி பெருத்துப்போச்சு வவுரு. இன்னும் குடிய நிப்பாட்டின பாட்டைக் காணோம்...”

ஊர் மக்களின் வாய்க்கு பச்சைமுத்துதான் அவல். ஆனால் எதுவும் அவர் காதில் ஏறாது. ஐந்தடிக்கும் குறைவான உயரம். பெரிய தொப்பை. இடுப்பு வேட்டியில் பொடிமட்டை. அருகில் சென்றால் நாத்தமெடுக்கும் சாராயவாடை. கழுதைகளில் துணி மூட்டைகளை ஏற்றிக்கொண்டு வாய்க்காலுக்குப் போவார். துவைத்து, உலர்த்திய துணிகளை மூட்டையாகக் கட்டிக்கொண்டு குடிசைக்குத் திரும்புவார். உலர்ந்த துணிகளில் தேய்க்க வேண்டியவற்றை வாயில் சுருட்டைப் புகைத்துக்கொண்டோ அல்லது மூக்குப்பொடியைப் போட்டுக்கொண்டோ இஸ்திரிப் பெட்டிக்கான தணலை தேர்ந்தெடுத்து இடுக்கியால் அதை இஸ்திரிப் பெட்டிக்குள்

வைத்துத் துணிகளை தேய்த்து அடுக்கி மூட்டையில் கட்டுவார். அதைத் தலையில் சுமந்து கொண்டு ஒவ்வொரு வீடாகச் சென்று கொடுத்துவிட்டுக் கிடைக்கும் பணத்தில் நன்றாகக் குடித்துவிட்டு எங்காவது விழுந்து கிடப்பார்.

சித்திரப்பூ காணாமல் போய் இரு நாட்கள் ஆகியும் அவளைத் தேடும் எண்ணம் கூட அவரது மங்கிய புத்திக்குத் தோன்றவில்லை. சித்திரப்பூவின் அம்மா பாதயாத்திரையாக திருச்செந்தூர் போ-யிருந்தாள்.

இரண்டு முறை சித்திரப்பூவைத் தேடி வந்தும் அவள் வீட்டிலேயே இல்லை என்பதால் முதல் முதலாக சந்தேகப்பட்டது செந்தூர்கனி தான்.

குடித்துவிட்டு மல்லாந்து கிடந்த பச்சைமுத்துவை எழுப்ப முயன்றாள்.

"ஏ பச்ச சித்திரப்பூவக் கண்டியா... ரெண்டு நாளா வாரேன் புள்ள வீட்லயே இல்ல. எங்க போறன்னு ஒங்கிட்ட சொல்லிட்டுப் போனாளா?" மெதுவாய் எழுந்தவருக்கு சித்திரப்பூவைக் காணவில்லை என்று செந்தூர்கனி சொன்னதும் தான் புத்தி தெளிந்தது.

இடுப்பு வேட்டியை சரிசெய்துகொண்டே, "ஒண்ணுஞ் சொல்லலியே... சேர்வைகாரன் மடத்துல அவிய அத்த வீடு இருக்குல்லா... அங்க போயிருப்பாளோ?"

"ஆமா நா ஒங்கிட்ட கேட்டா நீரு எங்கிட்ட கேளும். சுத்த வெவரங்கெட்ட ஆளுவே நீரு... வயசுப்புள்ளய காங்கலன்னு கொஞ்சமாவது பொறுப்பிருக்கா? ஒம்மகிட்ட பேசிப் பிரயோசனமில்ல... நா போயி சேர்வைகாரன்மடத்துல பாத்துப்புட்டு வாரேன்... நீரு ஊருக்குள்ள தேடும்" செந்தூர்கனி படபடப்புடன் பக்கத்தூருக்குக் கிளம்பிச் சென்றாள்.

பச்சைமுத்துவுக்கு என்ன செய்வதென்று தெரியவில்லை. அவருக்கும் சித்திரப்பூ என்றால் உயிர்தான். ஒத்தையாப் பொறந்தாலும் எங்குலத்தோட இளவரசி என்று அவள் பதின்ம வயது வரை

ஓயாது சொல்லிக்கொண்டே இருந்தவர்தான். குடிப்பழக்கம் என்று வந்ததோ அன்றிலிருந்து அவருக்கும் சித்திரப்பூவுக்குமான உறவு வெகு தூரம் சென்றுவிட்டிருந்தது.

சித்திரப்பூ தொம்மை அண்ணாச்சியின் தோட்டத்திற்கு வேலைக்குப் போய் வந்ததும் அவருக்குத் தெரியாது. தள்ளாடியபடியே ஊருக்குள் சென்று வருவோர் போவோரிடமெல்லாம் சித்திரப்பூவைப் பற்றி விசாரிக்க ஆரம்பித்தார்.

செல்லக்குட்டி வேலை பார்க்கும் தோட்டத்தில் பழ மரங்கள் நன்றாக வளர்ந்தன. மாமரங்களும், கொய்யா மரங்களும் காய்க்கத் துவங்கின.

அதிலொரு மாமரத்தில் அணில் கூடு கட்டியிருந்தது. மரங்களுக்கு நீர் பாய்ச்சிவிட்டு வரும்போது அதனைக் கவனித்தான் செல்லக்குட்டி.

ஓடிச்சென்று அவன் வெட்சியைக் கூட்டி வந்து காண்பித்தான்.

"கூட்டைப் பாத்தியா புள்ள என்னமா கட்டி வெச்சிருக்குதுக..."

"மழ வந்தா கூடு நனைஞ்சிராதா..." கூட்டை அண்ணாந்து பார்த்தபடியே கேட்டாளவள்.

"வெளிய பாக்கதான் நாறு நாறா இருக்கு. உள்ளுக்க தண்ணியே போவாத மாரி கட்டியிருக்கும். நடுவால புசுபுசுன்னு மெல்லிசா பஞ்சு மாரி இருக்கும் அதுலதான் அவிய ரெண்டுபேரும் ஒறங்குவாவ..."

"சொகமான கூடு போல..."

"அததுகளுக்குன்னு ஆண்டவன் கொடுத்திருக்கான். நமக்கு நம்ம குடிசயும் ஒம் மடியும் மாரி" சொல்லிவிட்டு அவளைப் பார்த்துக் கண்ணடித்தான்.

"ச்சீ மாமனுக்கு ரொம்பதான் ஆச" சொன்னவள் வெட்கப்பட்டுக்

குடிசையை நோக்கி ஓடினாள்.

அந்த 'மாமன்' என அவள் சொன்னதும் உச்சி குளிர்ந்துவிட்டது அவனுக்கு. ஆயிரம் முறையாவது மாமான்னு சொல்லுடி என அவன் கொஞ்சிக் கெஞ்சியபோதும் மசியாதவள் இன்று அந்த வார்த்தையைச் சொன்னதும் சொக்கித்தான் போனான்.

சரசரவென்று இரண்டு அணில்களும் மாமரத்தின் கிளைகளைச் சுற்றி வந்தன. மழைக்கு முளைத்திருந்த புற்களைப் பிடுங்கி கூடையில் போட்டுக்கொண்டு மனதுக்குப் பிடித்த பாடலொன்றின் வரிகளை முணுமுணுத்துக் கொண்டிருந்தான் செல்லக்குட்டி. அப்போது முத்துசாமி அண்ணாச்சியின் வண்டிச் சத்தம் கேட்டவுடன் ஓடிச்சென்று தோட்டத்தின் வாசற்கதவைத் திறந்துவிட்டான்.

"என்னடே வேலை எல்லாம் எப்படிப் போவுது?" வண்டியிலிருந்து இறங்கியபடியே கேட்டார் அண்ணாச்சி.

"நல்லாப் போவுது அண்ணாச்சி. வாழக்கன்னு போட்டாச்சு... வேலியோரம் தென்னங்கன்னும் போட்டாச்சி... கிழக்க நாப்பது நார்த்தை நட்டியாச்சு... நெல்லியும் மாவும் வெரசா வளருதுக... பொறத்தால மோட்டார் ரூம்புக்குப் பக்கத்துல சப்போட்டாவும் நல்லா வந்திருக்கு. நீங்க ஒரு எட்டு வாறியளா போய் பாத்திட்டு வந்திடுவம்?"

"அதான் வாயாலயே தோட்டத்த சுத்திக் காமிச்சிட்டியே... பொறவு நா வந்து என்னத்தப் புதுசாப் பாக்க. நீ கெட்டிக்காரப் பயடே... நா ஒன்னை நம்புதேன்... தாகமா இருக்கு கொஞ்சம் தண்ணீ எடுத்துவா..."

"இந்தா வாரேன்" சொல்லிவிட்டுக் குடிசைக்குள் ஓடியவன் கையில் மோருடன் வந்தான்.

"இந்த மோரைக் குடிங்க அண்ணாச்சி. வெக்கைக்கு இதமா இருக்கும்"

"அதுவுஞ் செரிதான்" மோரை வாங்கிக் குடித்துவிட்டு அருகில் கிடந்த பிரம்பு நாற்காலியில் உட்கார்ந்தார்.

“ஒரு விசயம் கேள்விப்பட்டேன். அதான் ஒன்னியப் பாத்து சொல்லிப்புட்டுப் போவலாம்னு வந்தேன். ஊருக்குள்ள ஒரு வயசுப் புள்ளய காங்கலியாம்... அவ அப்பன் ஒரு குடிகார தாயிளி. புள்ள காணாம போனதே தெரியாம குடிச்சிட்டு மல்லாந்துட்டான் போல. எப்ப காணாம போச்சோ எங்க போச்சோன்னு தெரியல... ஆனா அவ தொம்மை அண்ணாச்சி தோட்டத்துல ஒண்ணுரெண்டு நாளு கூலிக்கு நின்னதா கேள்வி. இனி நம்ம தோட்டத்துக்குக் கூலிக்கு யாரு வந்தாலும் இந்த நோட்டுல பேரு, வந்துட்டுப்போன தேதி எல்லாம் எழுதி வாங்கிக்க. பொறவு எதுவும் பிரச்சின வந்துச்சுன்னா நம்மள யாரும் கேள்வி கேட்டுரக்கூடாது பாரு... அதுக்குதான் செரியா?”

“சரி அண்ணாச்சி நா பாத்துக்கிடுதேன்” நோட்டை வாங்கி பத்திரப்படுத்திக்கொண்டான்.

“சரிடே எனக்கு உப்பளத்துல சோலி கெடக்கு நா கிளம்புதேன்...” சொல்லி விட்டு வண்டியிலேறிப் போய்விட்டார்.

இவர்கள் பேசியதைக் கேட்ட செல்லக்குட்டியின் மனைவி ஓடி வந்தாள்.

“வயசுப் புள்ளய காங்கலங்காவ... யாரா இருக்கும்?”

“அதான் ஒண்ணும் வெளங்கல. குடிகார அப்பன்னு சொன்னாவ... ஊருக்குள்ள முக்கால்வாசி பேரு குடிச்சிபுட்டு லாந்தரவந்தான்... சரி பாதாள முனி வரும்போது கேப்பம். பொறத்தால தண்ணீ பாய்க்கணும்... நா போறேன். நீ சோத்தைப் பொங்கிவை” சொல்லிவிட்டுத் தோட்டத்தின் பின்புறத்தை நோக்கி நடந்தவனுக்கு அன்று தொம்மை அண்ணாச்சியின் தோட்டத்தில் வந்து போன லாரிகளின் ஞாபகம் வந்தது. கலக்கத்துடன் தொம்மை அண்ணாச்சியின் தோட்டமிருந்த திசையைப் பார்த்தபடியே வெகுநேரம் நின்றிருந்தான்.

தொம்மை அண்ணாச்சி கடும் கோபத்திலிருந்தார். தங்கவேலு

எதுவும் பேசாமல் அவர் முன் நின்று கொண்டிருந்தான்.

“நம்ம தோட்டத்துல ஒரு பொணம் கெடந்திருக்கு நீ தோட்டத்தப் பாத்துக்கிட்ட லட்சணம் இதுதானாலே? நா பாட்டுக்கு கேட்டுக்கிட்டே நிக்கேன்... நீ இஞ்சி தின்ன கொரங்கு மாரி மூஞ்ச வச்சிக்கிட்டு நட்டாம நிக்க... வக்காலி ஒரு வேள நீதான் கொன்னு பொதச்சியோ?”

“ஐயோ அண்ணாச்சி நாங்கொல்லல... அதுவாத்தான்” என்று இழுத்தான் தங்கவேலு.

“என்னல இழுக்க? அதுவாத்தான் குழிய தோண்டி உள்ளுக்க படுத்துகிடுச்சோ?”

தங்கவேலு நடந்தது அனைத்தையும் ஒன்று விடாமல் சொன்னான். சொல்லி முடிக்கும்போது அவன் உடல் லேசாய் நடுங்குவதை அண்ணாச்சி கவனித்தார்.

“முருகா... கெரகம் புடிச்ச சிறுக்கி இப்படியா தடுமாறிச் சாவணும். இளஞ்சாவு பாவம் எம் மண்ணை என்ன பாடு படுத்தப் போவுதோ தெரியலையே...”

அண்ணாச்சிக்கு வியர்த்துக் கொட்டியது. துண்டால் முகத்தைத் துடைத்துக்கொண்டே அவன் அருகில் வந்தார்.

“அந்தப் புள்ள அன்னிக்கி வேலைக்கு வரும்போது நம்மூர்க்கார கூலிவ யாராவது இருந்தாவளால?”

“இல்ல அண்ணாச்சி. அன்னிக்கு எல்லாமே வெளியூர்க் கூலிகதான். சித்திரப்பூ மட்டுந்தான் நம்மூரு.”

“காப்பாத்திட்ட முருகா காப்பாத்திட்ட... சரில ஊருக்குள்ள அந்தப் புள்ளயக் காங்கலன்னு தேட ஆரம்பிச்சிருப்பாவ... அவளையும் வயசுப்பய ஒருத்தனையும் பாளயங்கோட்ட பஸ் ஸ்டாண்டுல மாலையுங் கழுத்துமா பாத்ததா கொளுத்திப்போடு. தீய விட வெரசா வதந்தீ பரவும்ல... பொறவு ஒரு பய தேடமாட்டான். ஓடுகாலிய எவம்ல தேடுவான் என்ன சொல்லுத?”

தங்கவேலுவுக்கு சித்திரப்பூவின் முகம் ஞாபகத்தில் வந்தது. அவளை முதன் முதலாக வாய்க்கால் ஓரமாய் பார்த்தது, அவள் பின் அலைந்து திரிந்தது, அவளது அந்த தெத்துப்பல் சிரிப்பு எல்லாம் இப்போது ஞாபகத்தில் வந்தது. பேயறைந்தது போல மிரட்சியுடன் நின்று கொண்டிருந்தான். அவன் தோள் தொட்டு உலுக்கினார் அண்ணாச்சி.

"ஏல என்ன பதில காணோம்"

"சரி அண்ணாச்சி கொளுத்திப் போடறேன். ஆனா ஒரு சிக்கல் இருக்கு"

"முருகா... இதுல என்னல சிக்கல்?" பொறுமையிழந்து கேட்டார் அண்ணாச்சி.

"நம்ம செந்தூர்கனி அக்கா இருக்காவல்லா... அவியதான் சித்திரப்பூ கூலிக்கு வரும்போதெல்லாம் கூட வருவாவ. ஆனா அவ செத்த அன்னிக்கு மட்டும் வரல. அவியளுக்கு சந்தேகம் வந்தா நேரா இங்கதான் வருவாவ பாத்துகிடுங்க..."

"ஏ அவ பெரிய வாய்க்காரி ஆச்சே... உலுக்கி எடுத்துப்புடுவாளே. முருகா இன்னும் என்ன யழவெல்லாம் பாக்கணுமோ தெரியலையே..." புலம்ப ஆரம்பித்தார் அண்ணாச்சி. ஒரு புறம் கோபமும் மறுபுறம் இயலாமையும் அவரை வதைத்தன. வாசல் அருகே இருக்கும் வேப்ப மரத்தில் எட்டி உதைத்தார். அங்குமிங்கும் நடந்தார். சற்று நேரம் யோசித்துவிட்டு தங்கவேலுவிடம் வந்தார்.

"செந்தூர் கனியை நா பாத்துக்கிடுதேன். நீ போய் கொளுத்திப்போடுற சோலியப் பாரு" சொல்லிவிட்டு அவனை அனுப்பி வைத்தார்.

அவன் போனதும் வீட்டிற்குள் வந்து போனை எடுத்து புவியரசின் எண்ணைச் சுழற்றினார்.

24: தொலைதல்

இரண்டு மாதங்களாய் சித்திரப்பூவைப் பற்றி பேசாத வாயில்லை.

“கழுத மேய்க்கிற சிறுக்கிக்கு வந்த வாழ்வப் பாத்தியா பாளையங்கோட்டைல இல்ல எவனயோ பிடிச்சுப்புட்டா...”

“பதினெட்டு வயசு ஆவறதுக்குள்ள அவசரத்த பாத்தியா ஓடுகாலிக் கழுதைக்கு...”

“வவுத்துல வாங்கிட்டு வந்து நிக்காம இருந்தா செரிதான். ஓடுனவ திரும்புனா வெளங்குமாக்கும்...” செவ்வந்தி தலையில் அடித்துக்கொண்டு அழுதாள்.

“வயசுப்புள்ளயப் பத்தி இப்படிக் கொளுத்திப் போடலாமா... அந்த தொம்மைக்குத்தான் புத்தி இல்லாம போச்சுன்னா ஓம்புத்தி எங்கல போச்சு” என்றபடி தங்கவேலுவை நாலுமுறை அறைந்தாள்.

“அவள ஓங்கையால நீ கொல்லலன்னாலும் அவ செத்ததுக்கு நீயும் ஒரு காரணம். அந்தப் பாவத்தை போக்கத்தான் வேதக்கோயிலுக்கு தெனமும் நடையா நடக்கேன். இப்ப அவளை ஓடுகாலியாக்கி ஊருக்காரவ ஊத்தவாயிக்கு அவல கொடுத்துப்புட்ட. இந்தப் பாவம் ஒன்னிய சும்மா விடாது” அம்மையை இப்படி அழுது அவன்

பார்த்ததில்லை. எதிலும் துணிந்து நிற்பவள் இந்த விஷயத்தில் உடைந்து போனது அவனுக்கு வருத்தத்தைத் தந்தது.

"யம்மே எனக்கு வேற வழி தெரியல... அண்ணாச்சி பேச்சைத் தட்டவும் முடியல... சரி நா ஒண்ணு கேக்கேன். அதுக்கு மொத பதில சொல்லு..."

செவ்வந்தி நிமிர்ந்து என்ன கேட்கப் போகிறான் எனக் குழப்பத்துடன் அவனைப் பார்த்தாள்.

"நீ அடிக்கடி சொல்லுவியே இந்த உலகத்துல சரி தப்புன்னு எதுவுமே இல்ல... எல்லாம் நம்ம பார்வைலதான் இருக்குன்னு. சித்திரப்பூ விசயமும் அப்படித்தாம்மே... அவளே மண்ணுக்குள்ள போயிட்டா. செத்தபொறவு சுடுகாடா இருந்தா என்ன இடுகாடா இருந்தா என்ன? ஓடுகாலி முண்ட ஓடுனவளாவே இருக்கட்டும். அவ சாதிக்காரப் பயலுவ நாலு நாளு தண்ணியடிச்சுட்டு பொலம்புவானுவ..பொறவு கழுத மேய்க்க போயிருவானுவ சிலேபி மீனு வாங்கிட்டு வந்திருக்கேன் நீ வறுத்து வெய்யி நாங் குளிச்சிட்டு வாரேன்" கடகடவெனப் பேசிவிட்டு அவளது பதிலை எதிர்பாராமல் துண்டை இடுப்பில் கட்டிக்கொண்டு கிணத்தடிக்குப் போனான் தங்கவேலு.

செவ்வந்தி சிலையாக உட்கார்ந்திருந்தாள். கண்களிலிருந்து நிற்காமல் வழிந்து கொண்டிருந்தது கண்ணீர். தங்கவேலுவுக்கு எங்கிருந்து இந்த சாதிவெறி வளர்ந்தது என்பதை நினைத்துப் பார்த்தாள். அவளது அப்பா கண்ணாடிக்காரரின் முகம் ஞாபகத்தில் உதித்தது.

செவ்வந்தியின் அப்பா கண்ணாடிக்காரர் தன் வீட்டை விட்டு வெளியே எங்கோ போவதற்குக் கிளம்பிக்கொண்டிருந்தார். சிலோன் ரேடியோவில் புதுப்பாடல்கள் நிகழ்ச்சி ஒலிபரப்பாகிக்கொண்டிருந்தது. "யாருக்காக இது யாருக்காக" டி.எம்.எஸ்ஸின் குரலில் வசந்தமாளிகை திரைப்படப்பாடலைக் கேட்டுக்கொண்டே சட்டையை எடுத்து மாட்டினார்.

“பாட்டுன்னா அது டி.எம்.எஸு தான் பக்திப் பாட்டு பாடுறதும் செரி, சினிமாப் பாட்டு பாடுறதும் செரி” அவருக்குள் பேசிக்கொண்டே சீப்பை எடுத்து கண்ணாடி முன் நின்று தலைவாரிக்கொண்டார்.

வீட்டுப் படிக்கட்டில் இறங்கி வெளிக்கதவை நோக்கி அவர் நடக்கும்போது துணி எடுப்பதற்குக் கதவருகே வந்து நின்று குரல்கொடுத்தார் பச்சைமுத்து.

“நேரங்கெட்ட நேரத்துல துணி எடுக்க வாரதே ஒனக்குப் பொழப்பா போச்சு பச்ச” அவரது குரலில் கோபம் எட்டிப்பார்த்தது.

“இந்தாலதான் வாய்க்காவுக்குப் போவணும் மொதளாளி அதான் ஒங்க வூட்டுத் துணியும் வாங்கிட்டுப்போலாமின்னு வந்தன்..மன்னிச்சுக்கிடுங்க சாமி” கைகட்டி தலைகுனிந்து பவ்யமாக நின்றிருந்தார் பச்சைமுத்து.

“வாயி மட்டும் நல்லாப் பேசுத, போன வாரம் என் சட்டைய ஒழுங்கா இஸ்திரி போடாம கசங்கலால்லா குடுத்திருக்க...செரி செரி வீட்டுக்காரிகிட்ட துணிய வாங்கிட்டு சீக்கிரம் இடத்த காலி பண்ணு, எனக்கு சோலி கிடக்கு” என்றவர் மீண்டும் வீட்டிற்குள் சென்று நாற்காலியில் அமர்ந்துகொண்டார்.

பச்சைமுத்துவிடம் துணி மூட்டை கொடுத்தனுப்பிவிட்டு வீட்டுக்குள் வந்த செவ்வந்தியின் அம்மா பித்தளை செம்பில் தண்ணீர் எடுத்துவந்து கண்ணாடிக்காரரிடம் கொடுத்தார். தண்ணீரை அண்ணாந்து குடித்துவிட்டு எழுந்தவர் தன் வெள்ளைத் துண்டைத் தோளில் போட்டுக்கொண்டு படிக்கட்டில் இறங்கினார். அவர் மனது சலனமடைந்திருந்தது.

“ஒரு நல்ல காரியத்துக்குப் போவும்போதா பச்ச வரணும், இன்னிக்கு யாரு மொகத்துல முழிச்சேனோ தெரியல, போற சோலி உருப்பட்ட மாரிதான்” என்று மனதிற்குள் நினைத்தபடியே வீட்டை விட்டு வெளியே வந்தார்.

அவர் வெளியே வருவதற்கும் செவ்வந்தி தன் ஆறு வயது மகனுடன் அவர் வீட்டிற்குள் நுழைவதற்கும் சரியாக இருந்தது. செவ்வந்தியைப் பார்த்தவுடன் அவர் முகம் மலர்ந்தது.

“வாம்மா என்ன திடீர்னு மாப்பிள வரலயா?” அவளிடம் பேசிக்கொண்டு தங்கவேலுவின் கையைப் பிடித்திழுத்து தன் கால்களுடன் சேர்த்துக்கட்டியபடி குனிந்து அவனது கன்னத்தில் முத்தமிட்டார். தாத்தாவின் அடர்மீசை பட்டவுடன் நெளிந்தான் சிறுவன்.

“அவிய அசனத்துக்குப் போயிருக்காவ” சொல்லிவிட்டு வீட்டிற்குள் போய்விட்டாள். கண்ணாடிக்காரருக்கு ஒன்றும் புரியவில்லை. அசனத்துக்கு எதுக்கு மாப்பிள்ளை போகவேண்டும்? அது வேதக்காரர்கள் போவதல்லவா? ஒன்றும் புரியாதவராய் தங்கவேலுவைக் கூட்டிக்கொண்டு வீட்டிற்குள் வந்தார்.

“என்னம்மா சொல்லுத, அசனத்துக்கு எதுக்கு மாப்பிள போவணும்? கிறுக்கு புடிச்சிப்போச்சா?”

“நீங்கதான கட்டிவெச்சிய, நீங்களே போயிக் கேளுங்க, திடீர்னு ஒருநாள் வீட்டுக்கு பைபிளும் கையுமா வந்தாவ, இனி நாம வேதக்காரவியன்னுட்டு இயேசு படத்தக் கொண்டுவந்து மாட்டிவச்சாவ, நா எதுவும் கேட்டுக்கிடல”

கண்ணாடிக்காரருக்குக் கண்கள் சிவந்துவிட்டது. செவ்வந்தியின் அம்மாவிடம் திரும்பினார்.

“ஒந்தம்பி செய்யுத காரியத்தப் பாத்தியா, இசக்கியம்மன கும்பிட்டவன் இன்னிக்கு இயேசப்பனப் கும்பிடப் போயிட்டானாம், மொவ கீழ்சாதிக்காரன் கொடுத்தத வவுத்துல வாங்கிட்டு வந்து நின்னா, மருமவன் திருநீறு வேணாமுன்னுட்டு அப்பம் திங்க போயிட்டான், காலங்காலமா நெஞ்சை நிமித்திக் கிட்டு ஊருக்குள்ள திரிஞ்ச குடும்பம் இனி அந்தப் பச்சமுத்து மாரி தலையத் தொங்கப் போட்டுக்கிட்டு தான் ஊருக்குள்ள லாந்தனும் போல, இவ அன்னிக்கு வவுத்தத் தள்ளிக்கிட்டு வந்தப்பவே நாண்டுக்கிட்டு நின்னிருந்தா இந்த யழவல்லாம் பார்த்திருக்க வேண்டியதில்ல” கத்திவிட்டு வெளியே போய்விட்டார். தங்கவேலு அவர் பின்னால் ஓடினான். செவ்வந்தி இதென்ன புதுசா என்பது போல வளவுக்குப் போய் அங்கிருக்கும் ஆட்டுக்குட்டிகளைப் பார்த்துக்கொண்டிருந்தாள்.

“தாத்தா நானும் ஒங்க கூட வாரேன்” என்றபடி அவரது

இடக்கையைப் பற்றிக்கொண்டான் தங்கவேலு.

“வாய்யா, நீயாவது தாத்தா பேச்சக் கேப்பியா இல்ல ஒங்க ஆத்தா மாரி இனம் தெரியாத இடத்துல சகவாசம் வெச்சிக்குவியா?”

“கல்கோனா வாங்கித்தாங்க நீங்க என்ன சொன்னாலும் கேப்பன்”

“கல்கோனா, ஆரஞ்சு மிட்டாய், தேன் மிட்டாய் எல்லாம் வாங்கித்தாரேன், ஒனக்கில்லாத பண்டமா ராசா” என்றவர் அவனைத் தூக்கிக்கொண்டு பெரியசாமி கடையை நோக்கிச் சென்றார். அவன் கேட்டது அனைத்தும் கிடைத்தது. அவன் ஆர்வமுடன் கல்கோனாவை வாயில் போட்டு அதக்கிக்கொண்டான்.

“ஏதோ கேட்டியளே என்னது தாத்தா அது?”

“அதுவா, அந்தா நிக்கி பாரு பசுமாடு, அதுக்கு புருஷன் காளமாடாதான் இருக்கணும், கழுதையா இருக்கக்கூடாதுல்லா..”

தங்கவேலுவின் பிஞ்சு மனதிற்குள் கண்ணாடிக்காரரின் விஷம் தோய்ந்த வார்த்தைகள் உட்புக முயன்றுகொண்டிருந்தன. அவனது கவனம் முழுவதும் மிட்டாயின் மீதே இருந்ததைக் கண்டவர்,

“செரி ஒனக்கிதெல்லாம் இப்ப வெளங்காது, நீ மிட்டாயத் தின்னு” சொல்லிவிட்டு அவனைக்கூட்டிக்கொண்டு அம்மன் கோவிலை நோக்கி நடக்க ஆரம்பித்தார். அவன் எதுவும் புரியாமல் கையிலிருக்கும் ஆரஞ்சு மிட்டாயின் பிசுபிசுப்பை உணர்ந்தபடி அவருடன் நடந்துகொண்டிருந்தான்.

தங்கவேலுவிற்கு பதிமூன்று வயதிருக்கும்போது நடந்தவொரு நிகழ்வு அவனது மனதின் ஆழம்வரை வேரூன்றிவிட்டது.

செவ்வந்தியின் வீட்டிற்குக் கண்ணாடிக்காரரும் அவரது மனைவியும் வந்திருந்தனர். தாத்தாவையும் ஆச்சியையும் பார்த்த சந்தோஷத்தில் குதித்துக்கொண்டிருந்தான் தங்கவேலு.

“தாத்தாவப் பார்த்த ஒடனே ஒரே குதியாட்டமா இருக்குல்லா” என்றபடி சமைத்துக்கொண்டிருந்தாள் செவ்வந்தி.

“யக்கோவ்” வாசலில் குரல் கேட்டது. செவ்வந்திக்கு அது பச்சைமுத்துவின் குரல் என்பது தெரிந்ததும் தன் கணவனுடைய சாரத்தை விரித்து வெளுக்க வேண்டிய துணிகளை அதன் மேல் போட்டு ஒரு மூட்டையாகக் கட்டிக்கொண்டு வாசலுக்கு வந்தாள். வாசலில் நான்கு படிகள் இருந்தன. முதல் படியிலிருந்து இவள் துணி மூட்டையுடன் இறங்குவதைக் கண்ட பச்சைமுத்து நான்காவது படியில் ஏறி மூட்டையை வாங்குவதற்குக் கைகளை நீட்டினான். செவ்வந்தி மூட்டையை அவனிடம் கொடுத்த யத்தனித்தபோது அவளுக்குப் பின்னாலிருந்து கத்திக்கொண்டே வந்தார் கண்ணாடிக்காரர்.

“செருக்குயுள்ளா எவ்வளவு தகிரியமிருந்தா படியில கால வெப்ப” என்றவர் ஓங்கி பச்சையின் மார்பில் மிதித்ததில் தடுமாறி கீழே விழுந்தார் பச்சைமுத்து. செவ்வந்தி துணி மூட்டையுடன் அசைவற்று நின்றிருந்தாள். அவளுக்கு அப்பாவின் குணம் தெரியுமென்றாலும் அவள் இதைச் சிறிதும் எதிர்பார்க்கவில்லை.

பச்சைமுத்து தன் இடமார்பைப் பிடித்துக்கொண்டு மெல்ல எழுந்து நின்றார். கண்களிலிருந்து நிற்காமல் வழிந்த கண்ணீர் அவர் மார்பில் விழுந்து தெறித்தது. கண்ணாடிக்காரரின் கோபம் அத்துடன் அடங்கவில்லை. வாசற்படி அருகே கிடந்த தன் செருப்பை எடுத்து பச்சைமுத்துவை இரண்டு முறை அடித்து வீட்டை விட்டுத் துரத்தினார்.

“இன்னிக்கு நீ துணி எடுத்துக் கிழிச்சதெல்லாம் போதும் போயிட்டு நாளைக்கு வா.. வாசல்ல நின்னு துணி எடுக்க வந்திருக்கேன் தாயீன்னு கேளு.. எம்மொவா மூட்டையத் தூக்கிப்போடுவா பொறக்கீட்டுப் போ..” பச்சைமுத்து போகும்வரை கத்திக்கொண்டே இருந்தார் கண்ணாடிக்காரர். அக்கம் பக்கத்தினர் கூடிநின்று வேடிக்கை பார்த்தனர்.

நடந்தவை அனைத்தையும் பார்த்துக்கொண்டிருந்த சிறுவன் தங்கவேலுவின் மனதில் தான் ஒசத்தி, பச்சைமுத்து கீழ்மையானவர் என்கிற விஷம் தோய்ந்த சாதிச்செடி மெல்லத் துளிர்விட

ஆரம்பித்தது.

செந்தூர்கனியால் சித்திரப்பூ ஓடிப்போனதை ஏற்றுக்கொள்ள முடியவில்லை. தங்கவேலு இல்லாத நேரம் பார்த்து செவ்வந்தியின் வீட்டிற்கு வந்தாள். வாசல் தெளிக்க சாணியைக் கரைத்துக்கொண்டிருந்தாள் செவ்வந்தி.

“என்ன செந்தூரு இந்தப் பக்கம்? வராதவ வந்துருக்க?”

“ஒங்கிட்ட ஒரு சேதி கேக்க வந்தேன் செவ்வந்தி...”

சாணிக்கரைசலிருக்கும் வாளியைக் கீழே வைத்துவிட்டு என்ன என்பதுபோல் செந்தூர்கனியைப் பார்த்தாள் செவ்வந்தி.

“அந்தச் சித்திரப்பூ புள்ள எவங்கூடயோ ஓடிப்போயிட்டான்னு ஊருக்குள்ள பேசிக்கிடுதாவல்லா... ஆனா அதுல எனக்கு நம்பிக்கையே இல்ல. ஏன்னா அது ரொம்ப தங்கமான புள்ள. இத ஏன் ஒங்கிட்ட சொல்லுதேன்னா தொம்மை அண்ணாச்சி தோட்டக்கூலிக்கு போவறப்ப அந்தப் புள்ளகிட்ட ஒம்மவந்தான் வம்பிழுத்துக்கிட்டே கெடப்பான்...

அதான் ஒனக்கேதாவது சேதி தெரியுமான்னு கேக்க வந்தேன்...”

“வயசுப்பய வயசுப்புள்ள பொறத்தால போவத்தான்

செய்யிவான்... அதுக்காவ அவள காங்கலன்னா எனக்கு என்ன சேதி தெரியும்னு நெனச்சு வந்து இங்க நிக்க?” சற்று எரிச்சலுடன் கேட்டாள் செவ்வந்தி.

“வயசு புள்ளல்லா ஒண்ணுகெடக்க ஒண்ணு ஆயிடப்புடாதுன்னுதான் கேக்க வந்தேன்... ஒம் மவந்தான் அவள பாளையங்கோட்டையில மாலையுங் கழுத்துமா பாத்ததா சேதி... வேற யாரும் பாக்கல்ல. அது நெசந்தான்னு என்னால நம்ப முடியல...”

“அது செரி. உன் நல்ல நேரம் எம்மவன் இங்கன இல்ல. அவ

அப்பன் ஆத்தாவப் போயி புள்ளய தேட சொல்லு. அதவிட்டுட்டு இங்க வந்து முசுமுசுங்க...சீக்கிரம் எடத்த காலி பண்ணு எனக்குச் சோலி கெடக்கு" என்றவள் சாணி வாளியை எடுத்துக்கொண்டு வாசல் தெளிக்க முற்பட்டாள்.

"ஒரு நாள் இல்ல ஒரு நாள் உண்மை வெளியில வரும். அப்ப நீ கும்புடற யேசப்பனும் நான் கும்பிடற ஆண்டியப்பனும் காப்பாத்த வரப்போறதில்ல... ஒம்மவன் சொன்னது பொய்யின்னா வாயி அழுகிச் சாவான்" சொல்லிவிட்டு விறுவிறுவென்று போய்விட்டாள் செந்தூர்கனி.

அவள் அப்படிச் சொன்னது செவ்வந்தியின் மனதை வருத்திக்கொண்டே இருந்தது. தன் மகனுக்கு எதுவும் ஆகிவிடக்கூடாது என்றே வேண்டிக்கொண்டிருந்தாள். ஆனாலும் மனதுக்குள் ஏதோ நிகழப்போகிறது என்கிற எண்ணம் மேலெழுந்தபடியே இருந்தது.

25: நிலாக்கதை

கௌதாரிக் கூட்டமாய் மேய்ந்துகொண்டிருப்பதைப் பார்த்தாள் செல்லக்குட்டியின் வெட்சி. தவிட்டு நிறத்தில் கருமை நிற வரிகளை உடலெங்கும் கொண்ட அந்தப் பறவைகள் புதர்ச்செடிகளோரம் வேகமாய் ஓடிக்கொண்டும் சப்தம் எழுப்பிக்கொண்டுமிருந்தன.

அந்திப்பொழுதில் வேலியோரம் அவற்றின் நடமாட்டம் அதிகமிருக்கும். குடுகுடுவென அங்குமிங்கும் அவை ஓடுவதும் செடி செத்தைகளைக் கிளறுவதும் பார்த்துக்கொண்டே இருக்கத்தோன்றும். மழைக்காலத்தில் தோட்டமே பசுமையாகக் காட்சியளித்தது. புல் பூண்டு வளர்ந்து செம்மண் தரையே தெரியாதபடிப் பச்சையாக இருந்தது.

செல்லக்குட்டிக்குத்தான் அதிக வேலை. களை பிடுங்குவதும் அதைத் தொழுவத்தில் வளர்க்கும் ஆடுகளுக்குப் போடுவதுமாய் இருப்பான். வெட்சிக்கோ இந்தப் பசுமை பிடித்திருந்தது. அவள் பொட்டல் காட்டுக்காரி. உடைமரத்தையும் பனைமரத்தையும் வறண்ட பூமியையும் கண்டு வளர்ந்தவள். இந்தப் பச்சைபூமி பிடித்ததில் ஆச்சர்யமில்லை.

இரவு உணவுக்குப் பின் குடிசைக்கு முன்புறம் பாயை விரித்து அவளும் செல்லக்குட்டியும் நிலாக்கதை பேசுவார்கள்.

“நேத்து காலைல வெளிக்குப் போவ தோட்டத்துக்குப் பொறத்தால போனம் பாருங்க... ரெண்டு பொட்ட மயிலும் ஒரு ஆண்மயிலும் நிக்கி. தோக விரிச்சாத்தான் மயிலு அழகா... மயிலு நடந்தாலே அழகுதான. அப்படியே சொக்கிப்போயி நின்னுப்புட்டேன்”

“கதுவாலி கூட்டத்த கவனிச்சியளா... ஏ யெப்பா என்னா ஓட்டம் ஓடுதுக... கீச்சு மூச்சுன்னு சத்தம் போடறதும் செத்தைய கிளருரதும்னு அதுக வாழ்க்க கொண்டாட்டம்தான் போல...”

“இன்னிக்கு ரெண்டு ரெட்ட வாலு குருவியும் ஒரு மீன்கொத்தியும் வந்துச்சுவ... இங்கதான் கொளம் குட்டன்னு எதுவுமில்லையே பொறவு எதுக்கு மீன்கொத்தி வந்துச்சுன்னு ஓடிப்போயி பாத்தன். ஏதோ புழு மாரி அது அலகுல நெளியுது... அப்படி இப்படி மண்டையத் திருப்பிச்சு அப்புறம் ஒரே எம்புல எம்பி பறந்தோடிடுச்சுல்லா...”

“பட்டுப்பூச்சி நிறைய தென்படுது நீங்க பாத்தியளா... பொசுபொசுன்னு செகப்பு கலருல அதப் பாத்தாலே மனசெல்லாம் நெறஞ்சமாரி இருக்கு...”

“நரி கிரி வந்துட்டுப் போச்சோன்னு ரோசன பண்ணிக்கிட்டே கெடந்தேன்... கால் தடத்த பாத்தா நரி மாரியும் இருக்கு வேற ஏதோ மாரியும் இருக்கு... பொறவுதான் தெரிஞ்சது அது விருவுத்தடம்னு. இங்கதான் எங்கயோ சுத்துதுக... எத்தன நாளைக்கின்னு பாப்போம்... ஊருக்குள்ள துப்பாக்கி வச்சிருக்கவுக எல்லாம் மொத அடிச்சு திங்கறது விருவுக தான... பாவம் அதுக்கு ஆயுசு எத்தன நாளோ...”

“அந்த மொட்டைப் பன மரப்பொந்துல பச்சக்கிளி சோடி இருக்குல்லா. நேத்து மரத்தடில கிளிமுட்ட ஓடுக கெடந்துச்சு... அதுக்குள்ள பெத்துக்கிட்டியளான்னுட்டு மரத்துல காத வெச்சிப் பாத்தேன். குஞ்சுக சத்தம் கேட்டுச்சு... பொறவு ‘குஞ்சுக பெருசாகற வரைக்கும் பொறுத்திரு, உளுத்துப் போயி சரிஞ்சிராத’ ன்னு அந்த மரத்தைத் தட்டிக்கொடுத்துட்டு ஓடியாந்துட்டேன்”

வெகுநேரம் அந்தத் தோட்டத்தில் தென்படும் பறவைகள் பற்றியோ விலங்குகள் பற்றியோ பேசிக்கொண்டே இருப்பாள். செல்லக்குட்டிக்கும் அவளிடம் அதுதான் அதிகம் பிடித்திருந்தது.

அவ்வப்போது தங்கத்தின் ஞாபகமும் வந்துபோகும். தங்கத்துக்கும் அணிலும் ஆட்டுக்குட்டிகளும் பிடிக்குமே அவள் இருந்திருக்க வேண்டிய இடமல்லவா இது என்று நினைப்பான். வந்தவளுக்குப் பிறகு போனவளை நினைப்பது சரியல்ல என்று தோன்றியவுடன் நினைவுக்குள்ளிருந்து வெளியே வந்துவிடுவான். அவள் எங்கே மறைந்தாள் என்று எண்ணாத நாள் இல்லை. ஒருநாள் அவள் அம்மையை அவளது வீட்டில் வைத்து ஏசியதும், தங்கவேலைக் கட்டி வைத்து அடித்ததும் நினைவுக்கு வந்தது.

தங்கராணி திடீரென்று காணாமல் போனது செல்லக்குட்டியால் தாங்கிக் கொள்ள முடியவில்லை. நாட்கணக்கில் தேடியும் அவளைக் கண்டுபிடிக்க முடியவில்லை.

ஒரு நாள் அந்தியில் நேராக தங்கராணியின் வீட்டுக்குப் போனவன் திரியலில் உழுந்து திரித்துக்கொண்டிருந்த தங்கராணியின் அம்மாவிடம்,

"தங்கத்தக் கொன்னு பொதச்சியளா இல்ல காட்டேரியா அவரத்தத்த ஆத்தாளும் மவனும் சேந்து குடிச்சிப்புட்டியளா எனக்கு இப்ப நிசம் என்னன்னு தெரியணும்" என்று உரத்த குரலில் கத்தினான். அக்கம் பக்கத்தினர் செல்லக்குட்டியின் குரல் கேட்டுக் கூடிவிட்டனர்.

"யோல எங்க வந்து குரல உயர்த்துத? மவங்காரன் வீட்ல இல்லாத நேரமா வந்து சண்டித்தனம் பண்ணாக் கேட்க ஆளு இல்லன்னுட்டு நெனச்சியோ?" தங்கராணியின் பக்கத்துவீட்டு இசக்கி சாரத்தை மடித்துக் கட்டிக்கொண்டு செல்லக்குட்டியை நோக்கி வேகமாய் வந்தார். அதற்குள் அங்கே வந்த அசரியா செல்லக்குட்டியை இழுத்துக்கொண்டு வெளியேறினான். கூட்டம் கலைந்து சென்றது.

அசரியாவின் சைக்கிளில் செல்லக்குட்டி ஏறியதும் சத்தம் போட்டான் அசரியா.

"குட்டி, தங்கராணி அம்மைகிட்ட கத்தி ப்ரயோசனமில்ல.. பேசாம

தங்கவேலுப் பயலப் புடுச்சி கம்பத்துல கட்டிவெச்சி உரிச்சா உண்மையக் கக்கிப்புடுவான். தங்கச்சி காணாம போன மாதிரியா இருக்கான்... வெள்ளக்கார தொர மாரில்லா கறுப்புக்கண்ணாடி போட்டுகிட்டு அந்த மிக்கேலுகூட லாந்தரான்..."

"அதாம்ல செரி... அவன உரிச்சோம்னு வெய்யி தங்கராணி எங்கன்னு தெரிஞ்சுரும்..."

இருவரும் தங்கவேலுவை உலுக்குவது என முடிவு செய்தார்கள். ஒருநாள் இரண்டாம் ஆட்டம் முடிந்து வீடு திரும்பிக்கொண்டிருந்தவனைக் கொத்தாக தூக்கிக்கொண்டு தேரிக்குள் போனார்கள். அங்கிருந்த பனைமரத்தில் கட்டிவைத்து விடிய விடிய அடித்தார்கள். எவ்வளவு அடித்தும் தனக்கு எதுவுமே தெரியாது என்பதை மட்டும் மீண்டும் மீண்டும் சொல்லிக்கொண்டிருந்தான். அதிகாலை ரத்தம் சொட்டச் சொட்ட கந்தலாகக் கிடந்தவனை அள்ளிக்கொண்டுபோய் வீட்டின் முன் போட்டுவிட்டு நகர்ந்தார்கள்.

ஒரு வாரம் எழுந்து நிற்கக் கூட முடியாமல் கிடந்தான் தங்கவேலு.

கொஞ்ச நாட்களில் தங்கராணியை அந்த ஊரே மறந்து போனது. செல்லக்குட்டிக்கும் இனி தங்கராணியைக் காணமுடியாது எனத் தோன்ற ஆரம்பித்தது. ஆச்சியின் வற்புறுத்தலில்தான் திருமணத்திற்கு ஒத்துக்கொண்டு வெட்சியைக் கட்டினான் செல்லக்குட்டி.

நாட்கள் நகர்ந்தன. முத்துசாமி அண்ணாச்சியின் தோட்டத்தைச் செழிப்பாக வைத்திருந்தான் செல்லக்குட்டி. அடிக்கடி வந்து போகும் லாரிகள் அவர் தோட்டத்திலிருந்து நீரை உறிஞ்சி எடுக்கும்போது மட்டும் வெட்சியிடம் புலம்புவான்.

"ஊரு தண்ணிய விட தேரிக்காட்டுத் தண்ணிதான் தேனா இனிக்கி. ஆனா இப்படி லாரில உறிஞ்சுட்டுப்போனா நல்ல தண்ணி எம்புட்டு நாளைக்கு இனிக்கும்... அண்ணாச்சி ஏந்தான் இதுக்கு ஒத்துகிட்டாவளோ தெரியலயே வெட்சி"

"ஆமா நீங்க தண்ணிய எடுக்கறதுக்கே சங்கடப்படுதிய... அங்க தொம்மை அண்ணாச்சி தோட்டத்துல வருசம் பூரா மண்ணை அள்ளிக்கிட்டுப் போறாவ. இதெல்லாம் எங்க போயி முடியுமோ தெரியல" அவனுடன் சேர்ந்துகொண்டு வெட்சியும் கவலைப்படுவாள்.

பிற வாகனங்கள் போய் வருவதற்குப் போடப்பட்ட சாலையில் தினமும் தண்ணீர் லாரிகளும், மணல் அள்ளிச் செல்லும் லாரிகளும் போய் வந்ததில் அந்தச் தார்ச்சாலை குண்டும் குழியுமாய் பல்லிளித்தது.

தொம்மை அண்ணாச்சி தன் அம்பாசிடர் காரை விற்றுவிட்டுப் புதியதாக ஒரு பென்ஸ்காரை வாங்கியிருந்தார். இந்தச் செய்தி காட்டுத்தீபோல சுற்று வட்டாரங்களில் பரவத்துவங்கியது.

"பிளசரு காரு என்னமா பளபளன்னு இருக்கி தெரியுமா... தொம்மையாருக்கு எங்க இருந்துதான் இவ்வளவு சல்லி வருதோ கடவுளுக்குத்தாம்ல வெளிச்சம்..."

"வாழைத்தார வெளிநாட்டுக்குகுல்லா அனுப்புதாராம்"

"ஏ அது காரா இல்ல கப்பலாடே... அம்புட்டு நீளமால்லா இருக்கி. தொம்மை அண்ணாச்சிக்கு மச்சம் எங்கயோ இருக்குடே..."

"சந்தனம் மிஞ்சிதுன்னு குண்டியில தேய்ச்சானாம்ங்கற கதையால்லா இருக்கு"

தொம்மை அண்ணாச்சியின் தொப்பையும் ஒரு சுற்றுப் பெருத்திருந்தது.

அவரது தோட்டத்தின் மண்தான் பாலற்ற மடுவைப் போல் வற்றி-யிருந்தது.

இரண்டு மாதங்கள் ஓடிப்போனது. சித்திரப்பூ ஊரைவிட்டு

ஓடிப்போனாள் எனும் வதந்தியைக் கூட மறந்துவிட்டு அவரவர் வேலைகளைப் பார்க்கத் துவங்கிவிட்டனர் ஊர்மக்கள். பச்சைமுத்து துணி எடுக்கவும் போகவில்லை. எப்போதும் குடித்துக்கொண்டே இருந்ததால் கழுதைகளுக்கும் உணவு வைக்கவில்லை. அவை பசியால் கனைத்துக்கொண்டே இருந்தன. திருச்செந்தூரிலிருந்து ஊர் திரும்பிய சித்திரப்பூவின் அம்மா பூந்துளசி உடைந்துபோனாள். சித்திரப்பூ ஓடிப்போனாள் என்பதை அவளால் நம்பவே முடியவில்லை. ஒரு நாள் அதிகாலை பச்சைமுத்து உத்திரத்தில் தூக்கிட்டு செத்துப்போனார். இடி விழுந்த வீடானது சித்திரப்பூவின் வீடு.

பூந்துளசி நான்கு நாட்களாக அசைவற்றுக் கிடந்தாள். செந்தூர்கனி எவ்வளவு முயன்றும் ஒரு வாய் சாப்பாடும் சாப்பிடவில்லை.

"துளசியக்கா இப்படிக் கெடந்தா சரியாகுமா... இந்த நீராகாரத்தையாவது குடிச்சுட்டுப் படுக்கா"

"பெத்தது போனதுக்கு அழுவவா கட்டினது தொங்குனதுன்னுட்டு அழுவவான்னு தெரியலையே எங்குலமே சாஞ்சு போச்சே செந்தூரு நா என்ன செய்வேன்..." தலையிலடித்துக்கொண்டு அழுதாள்.

நள்ளிரவு எழுந்தவள் செந்தூர்கனி அருகில் உறங்குவதைப் பார்த்தாள். மெல்ல எழுந்து வளவுப்பக்கம் போனவள் வானத்தில் தனியே இருக்கும் நிலாவைப் பார்த்தபடி சன்னமான குரலில் பாடத்துவங்கினாள்.

நீ பொறந்த நாலு மாசத்துல
காது குத்த போகையில
கண்ணு கலங்கி கோயில்
தூணுக்குப் பின்னால
ஒளிச்சி நின்னு அழுதாக...

நீ படிக்க வேணுமின்னு
நித்தம் நித்தம் உழைச்சாக
வேகாத வெயிலுல
வேர்வைசிந்தி இளைச்சாக

சிலேட்டு குச்சி திங்குற
வயசுல
அஞ்சுமையிலு அலைஞ்சி
அய்யனாரு கடையில
நோட்டுப் புத்தகம்
வாங்கியார நடந்தே போனாவுக...

அம்மன் கோவில் திருவிழாவுல
பலூனு வாங்கப் போன புள்ள
அரைமணி கழிச்சுவந்த நாளுல
அர உசிரா நின்னாவுக..
என்னாச்சோ ஏதாச்சோன்னு
சிங்கத்துக்கு அஞ்சாத
மவராசன் சின்னபுள்ள
உனக்காக செத்து பொழைச்சாக...

ரெட்ட ஜடை போடுற வயசுல
பொட்டப் புள்ள உனக்குப் பட்டுத்
தாவணி வாங்கியார நடந்தே
பட்டணம் போனவுக

வாசல்ல கோலம் போடப்போன
புள்ள மனசுல கோலம் போட்டு
போனானே ஒரு வெளங்காத பய..
சடங்கான சேதிய ஆத்தாக்கிட்ட
சொல்லாம அப்பங்கிட்ட
சொன்ன பாசங்கெட்ட புள்ள,
காதலிச்ச கருமத்த யாருகிட்டயும்
சொல்லாமக் காணாமப் போனியே!
எந்த சாதிப் பையனா இருந்தாலும்
பெத்தபுள்ள உம்பட்டு
மனசு பட்டுருக் கூடாதுன்னு
எம் மகராசா சம்மதிச்சிருப்பாகளே.
அவசரப்பட்டுப் போயிட்டியே...
அப்பனப் பார்க்க அவசரமா
எட்டரை மாசத்துல

எட்டி வந்த
நா பெத்த மரிக்கொழுந்தே!
ஊரெல்லாம் ஒண்ணா சிரிக்க,
ஓடிப்போன உன்னால உத்திரத்துல
தொங்கிட்டாக
எம் பொட்டு அழிஞ்சி போச்சே..
நாப்பது வருசம் நாயா
அலைஞ்சு எறும்பா சேர்த்துவச்ச
நாலு காணி நிலத்த சாகப்போற
நேரத்துல பொறக்க போற உம் புள்ளைக்கு
எழுதி வைச்சுபுட்டு போனாவுக...
அப்பஞ் சாவுக்கு வராத
வெக்கம் கெட்டபுள்ள..
ஆத்தா நா பாடையில போகுமின்னே
பத்திரம் தொலையும் முன்னே
பத்திரமா வந்திடடி

அந்தப் பாடல் முடியும் போது அவள் மனம் இலகுவாக இருந்தது போலிருந்தது. ஏதோ பெரிய கனம் அவளை விட்டு நீங்கியது போலவும் தோன்றியது. அவள் பாடலை அந்த நிலவும் இமைக்காமல் கேட்டுக்கொண்டிருந்தது. நான்கு நாட்களாய் உறங்காத பூந்துளசியின் கண்கள் அன்றுதான் உறக்கத்தைத் தழுவின.

செந்தூர்கனியும் பூந்துளசியும் போலீஸுக்குப் போனார்கள். சித்திரப்பூவைப் பற்றிய முழு விபரங்களையும் எழுதி வாங்கிக்கொண்டு அவர்கள் இருவரையும் வீட்டிற்கு அனுப்பி வைத்தார் சப்-இன்ஸ்பெக்டர் முத்துமணி. சித்திரப்பூவைப் பற்றி எந்தவொரு தேடுதலையும் செய்யக்கூடாது என்று இன்ஸ்பெக்டர் ஏற்கனவே முத்துமணியிடம் சொல்லிவைத்திருந்தார். முத்துமணிக்கான லஞ் சப்பணமும் தொம்மையாரிடமிருந்து வாங்கிக் கொடுத்திருந்ததால் முத்துமணி சித்திரப்பூவின் கேஸைக் கிடப்பில் போட்டுவிட்டார்.

பூந்துளசி வீட்டிற்கும் போலீஸ் ஸ்டேஷனுக்கும் நடையாய்

நடந்தும் சித்திரப்பூவைப் பற்றியோ அவள் இருக்கும் இடம் பற்றியோ எவ்விதத் தகவலும் அவளுக்குக் கிடைக்கவில்லை. மாதங்கள் விரைந்ததில் நம்பிக்கை இழந்த பூந்துளசி உடல் நலிந்து குடிசைக்குள் முடங்கிப்போனாள்.

26: கல்யாணச் சாவு

தங்கவேலு முடங்கியே கிடந்தது செவ்வந்திக்கு மிகவும் சோர்வைக் கொடுத்தது. விடியற்காலையில் அவனுக்காக கஞ்சி காய்ச்சிக் கொண்டிருந்தாள். விறகு எரிவதையே பார்த்துக் கொண்டிருந்தவளுக்கு சிதை எரிவது போல் ஒரு மாயை தோன்றியது. திடுக்கிட்டவள் "யேசப்பா" என்று மேல்நோக்கி அழைத்து திரும்பி மகனை நோக்கினாள். எம்மவளத் தான் பிரிச்சிப் போட்டே இவனையாது எனக்கு விட்டு வை என்று நினைத்தவளுக்குத் தவிர்க்க முடியாமல் செல்லக்குட்டியின் முகம் வந்து போனது. கண்ணீர் பெருகியது.

"யத்தே யத்தே" என வந்த பால்துரை தங்கவேலு படுத்திருப்பதைக் கண்டு

"என்ன மச்சான் மேலுக்கு சரியாவலையா இன்னும்?" என்று நெற்றி தொட்டுப் பார்த்தான்.

"வா துரை" என்றாள் செவ்வந்தி.

"யத்தே நேத்தே புடிச்சி நீ வருவன்னுட்டு இருக்காவ. இன்னும் வந்தபாடிலன்னு எங்க ஐயா கூட்டியாரச் சொன்னாவ"

“யாம்லே ஆச்சிக்கு ரொம்ப முடிலயா?”

“ஆமா உசிரு இழுத்துட்டு இருக்கு ராத்திரில இருந்து பெரியத்த அங்க தான் இருக்காவ. ஒன்னையும் தங்கவேலயும் ஐயா ஒடனே கூட்டியாரச் சொன்னாவ. நீ வந்து பால் ஊத்துனா தான் ஆச்சிக்கு ஆறும்னு சொன்னாவ”

“யம்மே நீயும் என்ன உட்டுட்டுப் போவப் போறியா” என்று அரற்றினாள் செவ்வந்தி.

“கதவச் சாத்திட்டுக் கிளம்புத்தே. மச்சான் எந்தி வா.. “ எனக்கிளப்பினான் பால்துரை.

அவர்கள் வீடடையும் போது கொஞ்சம் சொந்தங்கள் அக்கம்பக்கம் வெளியே அமர்ந்திருந்தனர். செவ்வந்திக்கு பகீரென்றது. திண்ணையோரமாய் இருந்த பேச்சியின் அம்மா இடுங்கிய கண்களால் நோக்கி “யாத்தா அம்புட்டு காடு தள்ளியா இருக்கே சட்டுனு வரப்புடாது” என்றாள்.

“ஐயோ எப்பயும் போல பொழைச்சி கிடப்பானு இருந்துட்டேனே யம்மா” என்று கதறியபடி உள்ளே ஓடினாள் செவ்வந்தி.

அங்கே கடைசி பால் கொடுத்துவிட்டு இவளும் தங்கவேலும் கொடுக்கக் காத்திருந்தார்கள். செவ்வந்தி அருகில் சென்று அவரது வலது கையை எடுத்து தன் கைகளுக்குள் பொதிந்துகொண்டாள். அம்மையின் உடல் வெம்மை தன் மேல் பட்டதும் செவ்வந்திக்குப் பொத்துக்கொண்டு அழுகை வந்தது. அடக்கிக்கொண்டாள். அம்மாவின் கைகள் எப்போதும் நம்முடன் உரையாடுபவை. அவை தரும் கதகதப்பும் அந்தக் கதகதப்பின் வழியே ஊடுருவும் அன்பும் வார்த்தைகள் விவரிக்க இயலாதது. அம்மாவின் கைகள்தான் நம் வாழ்வில் நாம் எதுவரை பயணிக்கிறோமோ அதுவரை உடன் வருபவை. அம்மாவுக்கு மட்டும்தான் கைகளாலும் பேசத்தெரியும். தன் பாவாடை சட்டைப் பருவத்தில் இதே கைகள்தான் வேண்டாதவற்றையெல்லாம் தன் தலைமீது சுமத்தியது என்பதும் செவ்வந்தியின் ஞாபகத்தில் மலர்ந்தது. ஆனாலும் அம்மாவின் கைகளுக்கு ஏதோவொரு காந்த சக்தி இருப்பதாக உணர்ந்தாள்.

செவ்வந்தி அழுது கொண்டே வாயில் பாலை விட்டாள். அவளைத் தொடர்ந்து தங்கவேலும் பால்துரையும் பாலை ஊற்றினார்கள். கடைவாயில் வழிந்து கொண்டிருந்ததை செவ்வந்திக்கு மூத்தவள் துடைத்து ஓ வெனப் பெருங்குரலெடுத்து அழுதாள். செவ்வந்தியைப் பார்த்த அம்மாவின் கண்கள் அப்படியே நிலைத்து விட்டது.

"ஐயோ அம்மா போய்டியளா" என்று ஒப்பாரி ஆரம்பமானது. வெளியே அப்போது தான் வந்து சேர்ந்த சிவப்புச் சட்டை அண்ணாச்சி சாவுக்கொட்டுக்கு சொல்லச் சொன்னார். பாடைக்கு ஏற்பாடு பண்ண இன்னொருவரைப் பணித்தார்.

செவ்வந்தியின் அக்கா "அம்புட்டு பாரத்தையும் எந்தலைல வச்சிட்டுப் போய்டியேம்மே நான் எங்க கொண்டி எறக்க" என்று கதறினாள்.

இனிமேல் தனக்குப் பிறந்த வீட்டு ஆதரவு தனது அக்காதான் என்று நினைத்துக்கொண்டாள் செவ்வந்தி. கல்யாணச் சண்டையில் இருந்தே அவளுக்கு அவள் அண்ணனுடன் ஒரு இடைவெளி உண்டாகி-யிருந்தது. மாமனைக் கட்டிக்கொள்ளக் கட்டாயப்படுத்தியது மட்டும் காரணம் அல்ல அவ்வப்போது அவள் மோசம் போனதைக் குத்திக் காண்பித்துப் பேசுவான் என்பதாலும்.

சொந்தங்களாலும், சுற்றங்களாலும் தெரு நிறைய ஆரம்பித்தது. தண்டோரா போடுபவன் இன்ன நேரம் தூக்குவார்கள் என்று தெருக்களில் சொல்லித்திரிந்தான். வீட்டு முன்புறம் ஓலைப் பந்தல் போட்டிருந்தார்கள். வாயில் கருவேல முள்ளைக் கவ்விக்கொண்டு கூரையை வேட்டியால் வேய்ந்துகொண்டிருந்தான் வெளுப்பான். உடையப்பட்டவர்கள் நீர்மாலைக்குப் போனார்கள்.

குடிமகன் ஒரு பக்கமாய் பச்சை ஓலையை முடைந்து கொண்டிருந்தான். ஆச்சியை வெளியே நாற்காலியில் அமர்த்தி சுத்தி சீலையை வைத்து சுவர் கட்டினார்கள். குளிப்பாட்டி புது சீலை உடுத்தி மரப்பெஞ்சில் கிடத்தினார்கள்.

ஆளாளுக்கு ஒரு ஒப்பாரிப் பாட்டாய் தனக்குத் தெரிந்தவற்றை எல்லாம் பாடி அழுதார்கள் வயதான பெண்கள்.

செவ்வந்தி அக்காளின் மாமியார் கிழவி சடைத்துக் கொண்டாள்.

“யே யப்பா என்னா அழுகை அழுவுதாலே உன் பொண்டாட்டி. அவ அம்ம என்ன இளங் கொமரியா? நல்லா ஆண்டு அனுபவிச்சி எல்லாத்தையும் பாத்துப்புட்டுதானே போறா செரி மவன் வயித்துப் பிள்ளை கல்யாணத்ததான் பாக்கல. உன் மவ கல்யாணம் பாத்தால்லா? அது காணாதா? கல்யாணச்சாவுல வெடிக்கு சொன்னாவளா? என்று கணவனிடம் சொல்லிக்கொண்டிருந்த மாமியாளை முறைத்தாள் செவ்வந்தியின் அக்கா தங்கபுஷ்பம்.

சுதாரித்த மாமியார் “நான் செத்தா வெடி போடனும் கேட்டியா” என்றாள்.

குடிமகன் “கோடி போடுறவிய எல்லாம் வந்து போடுங்க சாமீ” என்றான். மாலைகளும் சேலைகளும் வந்து விழுந்தன. ஒரு வழியாக பாடையில் ஏற்றி பேரனும் ,மருமவனும், பேத்தி புருஷனுமாக சுமக்க சுடுக்காட்டுப் பயணம் ஆரம்பித்தது.

செவ்வந்தியும் ,தங்கபுஷ்பமும் தெரு முனை வரை வந்து கதறினார்கள்.

“எம் மவ இல்லையே கெண்டி தூக்க” என்று அழுதாள் செவ்வந்தி. வராத கண்ணீரை முந்தியால் தொடைத்துக்கொண்டும் மூக்கைச் சிந்திக்கொண்டும் “வாங்க போயி படுக்கைய வீசனும் வூட்டக் கழுவனும் என்று” அழைத்துப் போனாள் மயினி.

அசரியாவும், பாதாள முனியும் செல்லக்குட்டியை சுடுக்காட்டுக்கு வரச்சொன்னார்கள்.

“அவிய எனக்கு ஒட்டா ஒறவால. என்ன ஏம்ல கூப்டுதிய சோலி கெடக்கு” என்றவனை,

“ தங்கராணி இருந்தா அவளுக்காக வருவல்லாடே. சும்மா வா. பெரிய உசிரு போயிருக்கு. வந்துட்டுப் போ. ஆச்சியும் அங்கன தான் நிக்காவ. உன்ன என்னவாச்சி சொல்லி எப்படியாச்சி கூட்டியாரச் சொன்னாவ” என்று கூறியவுடன் சரி என்று செல்லக்குட்டி சைக்கிளை மிதித்தான்.

செல்லக்குட்டி, அசரியா, பாதாளமுனி மூவரும் நேராக சுடுகாட்டுக்கு வந்திருந்தனர்.

விறகு அடுக்கி வெட்டியான் தயாராய் இருந்தான். சரியாக செல்லக்குட்டியைக் கடக்கையில் பால்துரையின் வேட்டி அவிழ அசரியா சட்டென புடில என்று செல்லக்குட்டியை தள்ள சடாரென்று பாடையைத் தோளில் ஏந்தினான் செல்லக்குட்டி.

"எலே என்னலே வெளயாட்டு பண்ணுதிய யார் வீட்டு சாவுக்கு யாருல பாடை தூக்கறது" என்றார் ஊர்ப் பெரியவர் ஒருவர்.

"ஒரு தராதரம் வேண்டாம். உசக்கப் பறந்தாலும் ஊர்க்குருவி பருந்தாவுமா? என்றார் மற்றொருவர். திரும்பிப் பார்த்த செவ்வந்தியின் அண்ணன் அதிவீரன் எதுவும் பேசாமல் நடந்தார்.. தங்கவேலும் அமைதியாய் நகர்ந்தான். பால்துரை வேட்டியை இறுக்க கட்டிக்கொண்டு கை மாற்றிக் கொண்டான்.

செல்லக்குட்டிக்கு அவமானமாய்ப் போனது. "மன்னிச்சிக்கல இப்படி நடக்குமுன்னு எதிர்பார்க்கல" என்றான் அசரியா.

"மயரு. நீ புடிக்கெண்டிதானல என்னை என்ன மயித்துக்குத் தள்ளுனே" என்றான் செல்லக்குட்டி.

"சரி விடுல" என்றான் பாதாள முனி.

"என்னல விடு. என் கல்யாணத்துல தொடங்கி எழவு வரை சாதில போட்டு என்ன மிதிப்பானுவ நான் பொத்திக்கிட்டு இருக்கனும். நல்லா இருக்கு. இதுக்கால வரச் சொன்னிய. உங்க ரெண்டு பேரு நடவடிக்கை ரொம்ப மாறிட்டு நான் தேரிக்கு போனப்பொறவு" சலிப்புடன் பேசினான் செல்லக்குட்டி.

அனைத்து சடங்குகளும் நடந்துக் கொண்டிருக்கையில் பால்துரை செல்லக்குட்டியிடம் வந்து மன்னிப்புக் கேட்டான். என்னால தானே என்றான்.

"சே சே உன் பேர்ல என்ன தப்பு. எனக்கு தான் சேர்க்கை சரியில்ல" என்றான் அசரியாவைப் பார்த்துக்கொண்டே. அசரியா வேறுபக்கம் பார்வையைத் திருப்பிக்கொண்டான்.

"பேராண்டி எங்க" என்றான் வெட்டியான்.

"அந்தா நிக்காம்லா" என்று பால்துரை நிற்கும் திசையைக் காட்டினார் ஒருவர். தங்கவேலை காட்டினார் இன்னொருவர்.

"ஏ மவன் வயித்து பேரன் இருக்காம்லாவே" என்றார் முதலில் கை காட்டியவர்.

"ஆஞ் சரி சரி" என்றார் மற்றவர்.

கையில் சூடம் வெற்றிலை என வந்த வெட்டியான் "வாடே உங்க ஆச்சிக்கு கையால தொட்டுக் குடு" என்று செல்லக்குட்டியின் கையில் கொடுத்தான். தன்னிச்சையாக வாங்கி விட்ட செல்லக்குட்டி திகைத்தான். யாரும் எதிர்ப்பார்க்காததால் ஒரு கணம் அங்கே அமைதி நிலவியது.

சட்டென செல்லக்குட்டி பால்துரை கையில் கொடுத்தான்.

"மன்னிச்சிகோங்க மொதலாளி புகையில கண்ணுத் தெரியல" என்று சமாளித்தான் வெட்டியான்.

முன்னோக்கி நகர்ந்தான் பால்துரை.

27: உறவுமுறை

விறகை மூட்டி கருப்பட்டி காபி போட்டுக் கொண்டிருந்தாள் ஆச்சி.

திண்ணையில் அமர்ந்தவாறு இரைந்தான் செல்லக்குட்டி.

"இங்க வந்து இவனுவ வாய்ல விழத்தான் வரச்சொன்னியளா? எனக்குத் தேவையா இது? சோலியும், பொழப்பையும் போட்டுட்டு சுடுகாட்ல வந்து காத்துகெடக்க?"

"வெட்சி எப்படில இருக்கா? அந்தப் பிள்ளையக் கூட்டியாந்து இருக்கலாம்லா" என்றாள்.

"ஆமா நீ பேச்ச மாத்தாத. அவளும் வந்து லோல் படனுமாக்கும். நீயே அவிய வீட்டு வாசல்ல கெதியா கெடந்திருக்கே வெட்சி இங்க வந்து தனியா நிக்கெதுக்கு அங்கேயே இருக்கட்டும்"

"அதுக்கில்லப்பு தேரில தனியா இருக்கனும்லா அதாங் கேட்டேன்"

"அதெல்லாம் இருந்துகிடுவா.. நான் டவுனுக்குப் போனாலும் ஏரலுக்குப் போனாலும் ஒத்தைல தானே இருக்கா. நல்ல ராஜபாளையம் நாய்க ரெண்டுல்லா நிக்கி காவலுக்கு தங்கத்தக்

கெட்டகூடாதுன்னு நெலையா நின்ன. இப்போ அவிய ஆச்சி சாவுக்குக் கட்டாயப்படுத்தி வர வச்சுப்புட்ட" என்றான்.

"யோல அதான் வந்துட்டல்லா சும்மா அதையே நூத்துக்கிட்டுக் கிடக்காதே. விடுவியா" என்றான் அசரியா.

"ஒம்மேல கொலவெறில இருக்கேன் செத்த நேரம் சத்தம் காட்டாம இரி" செல்லக்குட்டியின் குரல் உயர்ந்தது.

"அவன் என்னல அப்படிப் பண்ணிட்டான் சின்ன விஷயத்தப் பெருசாக்காத" என்றான் பாதளமுனி.

"எதுல சின்ன விஷயம்? நான் அசிங்கப்படறது உங்களுக்குச் சின்ன விஷயமா?"

ஆச்சி அசரியாவைப் பார்த்தாள். அவன் நடத்தவற்றை எல்லாம் கூறினான்.

"எந்தாயி எசக்கி எல்லாம் உன் அருள் தான் தாயி" என்று கோவில் இருக்கும் திசை நோக்கிக் கும்பிட்டாள்.

"என்னாச்சி சொல்லுதே?" என்றான் செல்லக்குட்டி.

"ஒன்னும் இல்லலே" என்றான் முனி.

"யோல நீங்க ஒன்னும் இல்லனு சொன்னா தாம் என்னமோ இருக்கி. வெரசா சொல்லுல"

"மொத காப்பிய குடி. நாங்களும் தேரி வர வாரோம்" என்றான் அசரியா.

"தேரிக்கு எல்லாம் நான் போய்க்கிடுதேன் காப்பியும் வேண்டாம், ஒன்னியும் வேண்டாம்" என்று கிளம்ப எத்தனித்தான்.

அங்கு வந்த செவ்வந்தியின் அண்ணன் அதிவீரன் ஆச்சியைப் பார்த்துக் கைகூப்பி நின்றார்.

"மானத்தக் காத்துட்டிய ஆச்சி. எங்க ஐயா போனப்பவும் இப்பவும் என்னத்தையோ சொல்லிக் கொடுத்து அனுப்பிட்டியளோன்னுட்டு

ஒரு நிமிசம் பதறிப்புட்டேன் செல்லக்குட்டியக் கண்டதும். ஆனா விதி அம்புட்டு அழகா வெளாடிட்டுல்லா இன்னைக்கு" என்றார்.

"தீக்காளோட எங்கயும் போப்டாதுய்யா நீங்க ஊட்டுக்கு போங்க" என்றாள் ஆச்சி.

எதுவும் புரியாமல் முழித்தான் செல்லக்குட்டி. அசரியாவும் பாதாளமுனியும் எல்லாம் புரிந்த தோரணையில் நின்றார்கள்.

"யய்யா செல்லக்குட்டி நாளைக்கு காலைல தீயாத்த வந்துரு" சொல்லிவிட்டு நகர்ந்தார்.

செல்லக்குட்டிக்குத் தலை சுற்றிக் கீழே விழுந்து விடுவது போல் இருந்தது.

"என்னல நடக்கு. கோட்டியா அந்தாளுக்கு.. யாச்சி கல்யாணம் முடிக்க உடாமக் கெடுத்தேன்னு நன்றி சொல்லுதாரா ஒங்கிட்ட. எனக்கு ஒன்னும் வெளங்கல" என்றான்.

" நான் என்னத்தன்னு சொல்லுவேன் செல்லக்குட்டி" என்று அழுதாள் ஆச்சி.

அசரியா சட்டெடென அருகில் வந்து,

"என்க்கினாலும் ஒனக்கு உண்மை தெரியனுமுல்லா..அதுக்கான நேரம் வந்தாச்சி. முன்னாடியே ஆச்சி ஒங்கிட்ட சொல்லிருக்கனும் சொல்லியிருந்தா தங்கம் இங்கனேயே எங்கயாது நல்லா இருந்து இருப்பா" என்றான்.

"என்னல சொல்லுத..என்ன உண்மை? எனக்குத் தெரியாத உண்மை உனக்குத் தெரியுமா?"

"ஒங்க அய்யா சந்தோசம்..உங்க அம்மை யாருன்னு தெரிமால?"

"எங்க அம்மையத்தான் நான் கண்டதே இல்லையே!"

"ஒங்க அம்மையக் கண்டுக்கிட்டுதான்ல இருக்க" என்றான் அசரியா

செல்லக்குட்டி ஆச்சியைத் திரும்பிப் பார்த்தான். அவனுக்கு அம்மை

அப்பா எல்லாமே அவள் தானே.

“தங்கராணிக்க அம்மை தான்ல ஒங்க அம்மை. அவ உனக்குத் தங்கச்சி முறைல. அதுக்குத் தான் ஆச்சி வேணாம்னு சொல்லிருக்காவ. இது தெரியாம தங்கராணி தொலைஞ்சப்போ அவிய வீட்டு வாசல்ல போய் என்னா பேச்சுப் பேசின நீ. எல்லாரையும் வெரட்டறவிய வாயே தொறக்கலலா.. இத எப்படி சொல்வாவ?”

“சீ வாய மூடுல.. என்ன பேசுதனு தெரியுதா உனக்கு? யாருக்கு யாரு அம்மால. என்னல கத பேசுத.. சாதியக் காட்டாம இப்படி ஒரு கதையா எனக்குக் கட்டிக் கொடுக்காம இருக்க? தங்கராணிக்க அம்ம சொன்னாவளா இல்லாட்டி அவ மாமன் சொன்னான இப்படி ஒரு கதய? என் தங்கத்துகிட்டயும் இப்படி சொல்லி தான் காணாம ஆக்கிட்டாவ போல” என உடைந்து அழத் துவங்கினான். மனதில் உள்ள பாரம் போகட்டும் என்பது போல மூவரும் அவனைப் பார்த்து கொண்டே நின்றனர்.

அசரியா மெதுவாகச் சொன்னான்.

“அவிய யாரும் சொல்லல. நம்ம ஆச்சி தான் சொன்னாவ. அதான் உன்னக் கட்டாயப்படுத்தி கூப்புட்டேன்”

அதிர்ச்சியில் கண்ணீரோடு ஆச்சியைப் பார்த்தான் செல்லக்குட்டி.

சொந்தங்கள் வருவதும் போவதுமாய் இருந்தனர். கடுங்காப்பி போட்டு எல்லோருக்கும்.கொடுத்தாகிக் கொண்டிருந்தது. தங்கவேலு யாரோடும் ஒட்டாமல் திண்ணையில் அமர்ந்திருந்தான். பால்துரையும், தங்கபுஷ்பத்தின் மருமகனும் எடுபிடி வேலை பார்த்துக்கொண்டு அதிவீரனோடு இருந்தார்கள்.

செவ்வந்தி ஒரு மூலையில் அமர்ந்து கண்ணீர் வடித்துக்கொண்டு இருந்தாள். அவளுக்குத் தான் என்ன பிறவி எடுத்தோம் என கழி-விரக்கமாய் இருந்தது.

“பேச்சி, சந்தோசம், செல்லக்குட்டி, அப்பா, புருஷன், தங்கராணி, அம்மா என இழந்து கொண்டே இருக்கிறேனே! தங்கவேலு பயலும் ஒருத்தரிடம் ஒட்டாமல் பேயடிச்ச மாரியே இருக்கான். யேசப்பா உனக்குக் கருணை இல்லையா” என்று கண்ணீர் வடித்தாள்.

தங்கபுஷ்பம் அருகில் வந்து அமர்ந்தாள். அவளை மீறிக் கண்ணீர் பெருகியது.

“என்னால முடியல செவ்வந்தி எனக்குப் பைத்தியமே புடிச்சிரும் போல” என்றாள்.

“என்னக்கா செய்ய அம்மைக்கு ஆயுசு அம்புட்டுதான். இன்னும் கொஞ்ச காலம் இருந்திருக்கலாம்”

“அதில்லளா” என்று கூறும் போதே, “யத்தே” என வந்தான் பால்துரை.

“அந்தி அழுகைக்கு என்ன பண்டம் வாங்கியாரனும்ன்னுட்டு ஐயா கேட்காவ” என்றான்.

“பூந்தி சொல்லுப்பு” என்றாள் செவ்வந்தி.

அங்கு காபியோடு வந்த மைனி,

“நாளைக்கு சாப்பாடு வெளில சொல்லுதாவளாம். நாளன்னைக்கு எங்க அம்ம பலகாரம் கொண்டுவருவாவ” என்றாள்.

தன் பக்கத்து வீட்டுக்காரி வந்திருப்பதைப் பார்த்து விட்டு தங்கபுஷ்பம் எழுந்து சென்றாள்.

அன்று மாலை, அந்தி அழுகைப் பாடல், ஒப்பாரி என எழவு வீட்டின் வழக்கங்கள் நடந்தன. வயதான பாட்டிகள் எல்லாம் ஆஜராகி இருந்தனர். ஒப்பாரி முடிந்து வீட்டிற்குள் வந்த தங்கபுஷ்பம்,

"யம்மெ இப்படிப் பண்ணிட்டியேமே" என்று மீண்டும் கதறி அழுதாள்.

வீட்டிற்குள் வந்த செவ்வந்தி, "எக்கா கொஞ்சம் சாமி கும்பிட்ட பண்டம் சாப்புடு. என்ன நீ இப்படிக் கெடந்து அழுவுத.. எனக்குத் தாங்க முடில.. பொறவு என்ன செய்யளா. எல்லாரும் ஒரு நா போகத்தானே போறம்" என்றாள்.

"ஒனக்கு என்னத்தச் சொல்லுவேன் நான். அம்ம செஞ்ச காரியம் தெரியுமா? காலைல இருந்து யாருகிட்டயும் சொல்ல முடியாம மருகிட்டு கெடக்கேன். அம்ம பண்ண தப்ப நான் பண்ணக்கூடாது. உண்மைய சொல்லாம இருக்கறது எவ்ளோ பெரிய தப்பு தெரியுமா" என்றாள்.

"என்னக்கா சொல்லுத? என்ன உண்மை?' குழப்பத்துடன் கேட்டாள் செவ்வந்தி.

சுற்று முற்றும் பார்த்த தங்கபுஷ்பம், பின் கட்டுக்கு வா என்று செவ்வந்தியை இழுத்துக் கொண்டு போனாள்.

"அம்மைக்கு நேத்துல இருந்து இழுத்துகிட்டுதானே கெடந்தாவ.. நீ வந்து தொலைஞ்ச இல்லையே. எம்புட்டு பெரிய பாரத்த என் நெஞ்சுல எறக்கிட்டுப் போய்ட்டாவ. நான் என்னனு சொல்லுவேன்" என்று அரற்றினாள்.

"யக்கா, இப்ப சொல்லப் போறியா இல்லையா?" செவ்வந்திக்கு இதயத்துடிப்பு அதிகமானது.

செவ்வந்தியின் அக்கா தங்கபுஷ்பம் சாவுப்படுக்கையில் கிடந்த அம்மாவிடம் தான் பேசியதை செவ்வந்தியிடம் சொல்ல ஆரம்பித்தாள்.

"தங்கராணி சம்மதிச்சிருந்தா பால்துரை கூட கலியாணம் முடிச்சிருக்கலாமே. பார்த்து இருப்பியே.எம்மவ வயசுல மூத்தவா

இல்லனா கெட்டி கொடுத்திருப்பேன்மே"

"அந்தப் பாவத்தப் பண்ணிராதேளா"

"என்னம்மே சொல்லுத. உனக்கு சம்மதமில்லையா.."

"நான் என்னைக்குமே உன் தங்கச்சி மக்கள மவனுக்கு கெட்டுனு சொல்லலையேத்தா.."

"ஏன் மா இப்படி சொல்லுத? சொந்தம் விட்டுப்போகாம இருக்க கெட்டி வைக்க நினைச்சு முடியாமப் போச்சு"

"நல்ல வேளை தங்கராணி சம்மதிக்கல" என்று பெருமூச்சி விட்ட அம்மா தொடர்ந்தாள்,

"ஒங்க மைனி பெத்தப்போ பொறந்த புள்ளைக்குக் காமாலை கண்டுட்டு. மருத்துவம் பார்த்த மகராசி புள்ள பொழைக்காது மனச தேத்திக்கங்கனு சொல்லிப்புட்டா..

எனக்கு உயிரே போச்சு போ. இதுல செவ்வந்திக்கு வலி வந்து அவ ஒருபக்கம் இவ ஒரு பக்கம்ன்னுட்டு அழுதுகிட்டே அல்லாடுனேன். ஒங்க அண்ணன் பிள்ளயப் பாக்க ஆசையா வருவானே என்னத்த சொல்வேன்னு மனசே தாங்கல.

செவ்வந்திக்கும் ஆம்பிளப் புள்ள பொறந்திருச்சு. அங்கன வேலை பாத்த பொம்பளக்கி மட்டுந்தேன் தெரியும் இந்த ரகசியம்" சொல்லிவிட்டு ஒரு கணம் நிறுத்தினாள் அம்மா.

"என்னம்மா பண்ணித் தொலைச்சே?" பதற்றத்துடன் கேட்டாள் தங்கபுஷ்பம்.

"புள்ளய மாத்திட்டேண்டி" சொல்லும்போது அம்மாவின் குரல் உடைந்திருந்தது.

தலையில் இடி இறங்கியது போலிருந்தது தங்கபுஷ்பத்துக்கு.

"யம்மா என்ன காரியம் பண்ணிருக்கே. இம்புட்டு நாளா மறைச்சே வைச்சிட்டியே. அப்போ நம்ம அண்ணன் மவந்தான் செல்லக்குட்டியா?"

“ஆமா தாயி. இது உங்க ஐயாவுக்குக் கூத்ட தெரியாது. பேரன் பேரன்னு அவர் தூக்கிக் கொஞ்சினது எல்லாம் செவ்வந்தி அந்த சந்தோசத்துகூட பெத்த பிள்ள.

உண்மையான இந்த வீட்டுப் புள்ள கழுத மேய்க்கிளா. விதி இருந்திருக்கு பொழைச்சிக் கெடக்க” என்று கண்ணீரோடு திக்கித் திணறி சொல்லி முடித்தாள்.

“இதான் செவ்வந்தி நடந்தது” என்றாள் தங்கபுஷ்பம்.

அவள் சொல்லி முடித்ததும் செவ்வந்தி நெஞ்சிலும் தலையிலும் அடித்துக் கொண்டு அழுதாள்.

“யம்மா எவ்ளோ பெரிய பாவத்தப் பண்ண இருந்தேன் இம்புட்டு நாளா சத்தம் காட்டாம இருந்துட்டியே. முன்னாடியே சொல்லிருந்தா எம்மவள இழந்திருக்க மாட்டேனே” என்று கதறினாள்.

பின்வாசல் பக்கமாய் நின்ற மைனி வேக வேகமாய் வந்தாள்.

“ஒன்னால இந்த வீட்ல என்னாளும் துன்பம் தான். என் குடியக் கெடுத்துட்டியே. ஒத்தப் புள்ள பெத்து ஊருக்கு வெளுக்கப் போட்ருக்கேனே என்ன பாவம் பண்ணினேனோ” என்று தலையில் அடித்து அழுதாள்.

சத்தம் கேட்டு அதிவீரன், பால்துரை, தங்கராசு பின் கட்டுக்கு வந்தார்கள்.

“என்னளா பின்னாடி வந்து ஒப்பாரி வைச்சிட்டு இருக்கிய?” என்றார் அதிவீரன்.

“யண்ணே மோசம் போய்ட்டோம்னே. அம்மா நம்ம எல்லாத்தையும் முட்டாளாக்கிப்புட்டாவ” என்று அழுத செவ்வந்தி ஓடிச் சென்று பால்துரை கையைப் பிடித்து கொண்டு,

“என்ன மன்னிச்சிரு ராசா அம்மைய இத்தன நாளா அத்தன்னு கூப்பிட்டு இருக்கியே” என்றாள்.

“என்னளா உளருத கோட்டி கீட்டி புடிச்சிட்டா ஒனக்கு” என்றார்

அதிவீரன்.

“நம்ம மவன் ரோட்ல கெடக்கான் நான் இங்க சொவுசா இருக்கேனே” என்றாள் அதிவீரனின் மனைவி.

“என்ன பேசுதா?” என்று இரைந்தான் அதிவீரன். பின்னந்தெருவில் யாரோ போவது கண்டு தங்கபுஷ்பம் உள்ளார வாங்க என்று அழைத்துச் சென்றாள். எல்லோரிடமும் எல்லாம் கூறிய பின் நிம்மதியாய் உணர்ந்தாள். செவ்வந்தி உடைந்து அழுது கொண்டிருந்தாள்.

“இப்பவே வாங்க போயி நம்ம புள்ளயக் கூட்டியாருவோம்” என்றாள் மைனி.

அதிவீரன் தலையில் கைவைத்துக் கொண்டு வாயைப் பொத்தி அழுதார்.

“இன்னைக்கிக் கூட தங்கச்சி மவன்ங்கற உரிமையில் போய்ப் பார்த்தோமே அய்யோ என் புள்ளல்லா இப்படிக் கெடந்து சீரழிச்சிருக்கு எங்க அம்மை பண்ண தப்புக்கு” என்று மருகினான்.

அம்மாவாகிப் போன அத்தையையும் , அத்தையாய் மாறிவிட்ட அன்னையையும் கண்ணீர் நிரம்பப் பார்த்துக்கொண்டு நின்றிருந்தான் பால்துரை. தான் எந்த வீட்டைச் சேர்ந்தவன். இனி தான் எங்கிருக்க வேண்டும். அம்மா வெறுத்துவிட்டாளா? ஏறெடுத்தும் தன்னைப் பார்க்கவில்லையே என்று தவித்தான். உண்மையில் அத்தையின் பிள்ளையா தான் என்று அவனுக்கு மனது வலித்தது. பழைய கதை அறியாததால் குழம்பினான். தங்கவேலு எல்லாம் புரிந்து அய்யோ தங்கம் உனக்குப் பாவம் பண்ணிட்டேனே என்று அழுதான்.

28: தீயாத்துதல்

மறுநாள் வரமறுத்த செல்லக்குட்டியை வா செல்லம் எங்களுக்காக வா ஆச்சிக்காக வா என்று இழுத்தார்கள் அசரியாவும், பாதாளமுனியும்.

"ஒரு நாள்ல என் வாழ்க்கையையே பொறட்டிப் போட்டாப்ல இருக்குல. என்னால மனசால ஏத்துக்கவே முடிலல. என் தங்கத்தக் கொன்னவ எனக்கு அம்மைன்னு"

"லூசு மாதி பேசாதல. நல்ல வேள அவிய உன்னத் தங்கத்தக் கெட்டிக்க உடல நெனைச்சிப் பாரு அவ உனக்குத் தங்கச்சி முறல. ஒரு வேள ஓடிப் போயிக் கெட்டிக்கிட்டு இது தெரிஞ்சிருந்தா எப்படில மனசு ஒட்டி வாழ முடியும்?

இங்கெரு இந்த ஜென்மத்துல ஒனக்கு வெட்சிதான் பொண்டாட்டி. ஆச்சி தான் அம்ம. நாங்க தான் ஒன் சேக்காளிக. இதத் தாண்டி நீ ஒரு மயித்தையும் யோசிக்க வேண்டாம், புரியுதா?" என்றான் அசரியா.

"என்ன எழவுக்குல நான் அங்க தீயாத்த வரனும்?"

"யலேய் விதண்டவாதம் பண்ணாம எங்க கூட வா. சும்மா வந்து நின்னுட்டு வந்துருவோம் வா" என்று இழுத்துக் கொண்டு

போனார்கள்.

செல்லக்குட்டி முழு மனதில்லாமல் வந்தான்.

"அந்த சேகர் அண்ணன் கடைல நிப்பாட்டு ஒரு டீயக் குடிச்சிட்டு போவோம். ஆச்சி தடுமாடிக்கிட்டு காப்பிய போடுவா பாவம்" என்றான்.

"எங்க வீட்டுக்குப் போய் காப்பி குடிப்போம்ல" என்றான் அசரியா.

"வேணாம்ல. சாவுத்தீட்டு எனக்கும் தானே. நிறுத்து நிறுத்து" என்று சைக்கிளில் இருந்து குதித்து இறங்கினான். பக்கவாட்டில் நிப்பாட்டி விட்டு மூணு டீ என்ற அசரியா சிவப்புச் சட்டை அண்ணாச்சியைக் கண்டதும் அஞ்சு டீ போடுங்கண்ணே" என்றான்.

"இருக்கட்டும் பா" என்றார் கூட வந்த மூக்காண்டி அண்ணாச்சி.

"வாங்கண்ணே டீ குடிச்சிட்டுப் போங்க" என்றான் பாதாளமுனி.

"தீயாத்த சுடுகாட்டுக்குத்தான் போறோம். வாரீயளா டே" என்றார் சிவப்பு சட்டைக்காரர்.

"எப்படி வருவானுவ அண்ணாச்சி நேத்து தெக்குத் தெருக்காரர் செல்லக்குட்டிய எப்படி பேசிப்புட்டாரு பாத்தியள்ளா" என்றார் மற்றவர்.

"நேத்து அந்த நேரத்துல ஒன்னும் சொல்லக்கூடாதுன்னுட்டுதான் நான் பேசல. இன்னைக்கு அதிவீரனக் கூப்பிட்டு சத்தம் போடத்தான் போறேன். காலம் மாறிப் போச்சு நாமளும் மாறனுமில்லா. பிள்ளயத்தான் கெட்டிக்கொடுக்காம ஒளிச்சி வைச்சிக்கிட்டாவ இப்படி அசிங்கப்படுத்தலாமானு கேட்கேன் இன்னைக்கு" என்றார்.

அவர் கூறியதில் பிள்ளய ஒளிச்சி வைச்சிக்கிட்டாவ என்ற வார்த்தை மட்டும் மீண்டும் மீண்டும் செவிகளில் ஒலித்தது செல்லக்குட்டிக்கு.

யோசனையிலிருக்கும் செல்லக்குட்டியைப் பார்த்து, "இந்தால டீ..யோல உன்னத்தாம்ல" என்றான் பாதாளமுனி.

"ஆங்..கொண்டா என்று டீயை வாங்கி உறிஞ்சியவன் கடவுளே

இவர் சொன்னது போல தங்கம் எங்கயாது உசிரோட இருக்கக் கூடாதா? காதலிச்சித் தொலைச்சேன்.. தங்கச்சியா மனசு ஏற்காது.. என் தாயா என் பிள்ளையா பாத்துகிடுவேனே" என்று மனதிற்குள் மருகினான்.

"அப்ப சேரி நாங்க கெளம்புதோம். நேரமா வாங்கலே" என்று கிளம்பினார்கள் சிவப்புச் சட்டை அண்ணாச்சியும் மூக்காண்டி அண்ணாச்சியும்.

அவர் தங்கம் உயிரோடு இருக்கக் கூடும் என்ற நம்பிக்கை கொடுத்ததாலோ என்னமோ தெம்பாய் எழுந்தான் செல்லக்குட்டி.

"வாங்கலே போவோம்" என்றான். "ஆச்சியப் பாத்துட்டுப் போவோம்" என்றான் அசரியா.

"வேணாம்ல வந்து பாக்கேன் ஆச்சிய" என்று சைக்கிளில் தாவி ஏறினான் செல்லக்குட்டி.

அங்கு கணிசமான எண்ணிக்கையில் ஆட்கள் நின்றிருந்தார்கள். செல்லக்குட்டியைக் கண்டதும் கண்கள் பனித்தது அதிவீரனுக்கு.

சிவப்புச் சட்டை அண்ணாச்சியும் குரலை உயர்த்தி,

"நேத்து அந்தப் பயல அப்படிப் பேசுனது தப்புப்பா. தங்கராணியக் கெட்டியிருந்தா பேரன் முறை ஆவுதுல்லா. உங்க கிட்டக் கேட்காம ஓடிப் போய் முடிச்சிருந்தா இன்னைக்கு முறையா அவனும் கட்டு செய்யற பாத்தியதை உண்டும்லா" என்றார்.

"இது வீண் பேச்சுவே" என்றார் தெக்குத் தெருக்காரர்.

கண்களைத் துடைத்துக் கொண்டு "தப்புதான் அண்ணாச்சி" என்றார் அதிவீரன்.

"இங்க வாப்பு" என்று செல்லக்குட்டியை அழைத்தான்.

தயங்கியவாறே அருகே வந்தான் செல்லக்குட்டி. பால்துரைக்கு எதுவோ அறுந்து விழுவதாய்த் தோன்றியது. அந்தச் சாம்பலில் கிடந்து உருண்டு அழ வேண்டும் போல் இருந்தது. நான் என்ன

தப்பு செய்தேன் யாச்சி. என்னையும் நீ கூட்டிக்கிட்டுப் போயிருக்கக் கூடாதா? என்ன அனாதையா உட்டுட்டு போய்டியே என்று மனம் குமுறியது.

“மனசுல எதுவும் வைச்சிக்காதேயா. நீயும் எனக்குப் புள்ள மாரிதான். அந்த சாம்பல எடுத்துக் கலயத்துல போடு” என்றார்.

“ஏ அதிவீரா என்ன பேசுத. உங்க அம்ம போனதுல மூள கொழம்பிட்டா?

ரோசிச்சு தான் பேசுதியா?” என்றார் தெக்குத் தெருக்காரர்.

“அண்ணே விடுங்க. எங்க ஐயாவ மாதிரி இல்ல நான். அன்னைக்கே சம்மதிச்சிக் கெட்டி வைச்சிருந்தா எங்க வீட்டு மகராசி தங்கராணி இன்னைக்கு எங்க கூட இருந்து இருப்பா. போச்சு. எல்லாம் போச்சு. இனிமே என்ன சாதி மதம்ன்னு தூக்கிப் புடிச்சிட்டு எங்க போவப் போறோம்”

பாதாளமுனி, அசரியா காதைக் கடித்தான்.

“எல நெசமாவே செல்லக்குட்டி மாமனுக்கு மர கழண்டு போச்சில. லூசுக்கூ மாதில்லா பேசுதான்”

“சும்ம இரில அவனக் கட்டு செய்ய வைக்க சும்மா என்னத்தையாது சொல்லுதாரு விடு” என்றான் அசரியா.

செல்லக்குட்டியும் என்ன நினைத்தானோ சட்டென பாலை வாங்கி சாம்பலில் தெளித்து அள்ளி எடுத்துக் கலயத்தில் இட்டான். தங்கவேலு பால்துரையைக் கூட்டிக் கொண்டு முன்னேறி வந்தான்.

கலயத்தை அவர்களிடம் கொடுத்துவிட்டு நகர்ந்து நின்றான் செல்லக்குட்டி.

சிவப்புச் சட்டை அண்ணாச்சிக்குத் தன் பேச்சைக் கேட்டு ஒருவன் இவ்வளவு மாறி விட்டானே என்று சந்தோஷம் பொங்கியது. “பெரிய மனுசன் பெரிய மனுசந்தான்” என்றார்.

ஓரமாய் செல்லக்குட்டியை இழுத்த தங்கவேலு,

“ஒங்கிட்ட கொஞ்சம் பேசனும், சாயந்திரம் வீட்டுக்கு வாரேன் யாருகிட்டயும் ஒன்னும் சொல்லாதே”என்றான்.

“தங்கராணி உசிரோட இருக்காளா அத மட்டும் சொல்லுல” என்றான் செல்லக்குட்டி.

சரியாக அதிவீரனும் அங்கு வந்தார். என்ன என்பது போல தங்கவேலை பார்த்தார். ஒன்னுமில்லையே என்று நகன்று சென்றான்.

“செல்லக்குட்டி எப்படி இருக்கேய்யா” என்றார்.

செல்லக்குட்டிக்குத் தன் காதுகளையே நம்ப முடியவில்லை. இத்தனை ஆண்டுகள் கழித்து இந்த மனிதனுக்கு என்ன திடீர்ப் பாசம். அவர் அப்பாவோடு சேர்ந்து தன்னைத் தன் தாயிடம் இருந்து பிரித்தவர் இல்லையா.. தாயா அவள் என்று மனது முண்டியது. என்றாவது பாசமாய்ப் பார்த்திருப்பாளா.. தனக்குதான் ஒன்றும் தெரியாது. அவள் தன்பிள்ளை என்று அறிந்தும் முகத்தைக்கூடப் பார்க்காமல் கடந்திருக்கிறாள். எவ்வளவு அழுத்தம்.

“செல்லம்” என்று மீண்டும் அழைத்தார். அவனை யாருமே அப்படி அழைத்தது இல்லை. ஒரு நொடியில் பனிக்கட்டி நெஞ்சில் உருகி வழிந்தது போல இருந்தது.

“இருக்கேன்” என்றான் மொட்டையாக.

“தேரில இருக்கேன்னு கேள்விப்பட்டேன். எல்லாம் அங்க சரியா இருக்காப்பா?”

“ம்ம் ஏதோ இருக்கு” சலிப்புடன் பதிலிட்டான்.

“சேரி சாயந்திரமா வீட்டுக்கு வாரேன் பா அம்மையோட” என்றார்.

செல்லக்குட்டிக்கு என்ன சொல்வதென்றே தெரியவில்லை.

என்னடா சோதனை தங்கவேலு வருகிறேன் என்றான். இவரும் வருகிறேன் என்கிறார். ரெண்டு பேரும் தெரிந்து கூறுகிறார்களா இல்லை தெரியாமலா?

ஒன்றும் பேசாமல் நகர்ந்தான் செல்லக்குட்டி. ஆனால அவர்

செல்லம் என அழைத்தது மனதெங்கும் புதுவித உணர்வைத் தந்து கொண்டே இருந்தது.

ஆச்சி வீட்டுத் திண்ணையில் அமர்ந்து புலம்பிக்கொண்டே இருந்தான் செல்லக்குட்டி. "இன்னைக்கு ஒரு நாள் வா ஆச்சி தேரிக்கு. நாளைக்குக் கொண்டு திரும்ப விடுதேன்" என்றான்.

"கழுதயப் போட்டுட்டுப் போவ முடியுமா ராசா. எவனாது அவுத்துட்டுப் போயிட்டா என்ன செய்ய" என்றாள் ஆச்சி.

"நான் வேனா கழுதயப் பத்திட்டு வாரேன். முன்னாடி எப்பவும் பத்திட்டுப் போறது தானே தேரிக்கு. அது ஒன்னும் புதுசு இல்லயே" என்றான் செல்லக்குட்டி.

"அவனுவ வந்து சண்டயாயிரும்ன்னுட்டு யோசிக்கியா ராசா?"

"இல்ல ஆச்சி எனக்கென்ன பயம்.அவரு என்னா பாசமா பேசுனாருங்க இன்னக்கு. எல்லாருக்கும் வாய் வரல போ. என்ன சாம்பல் அள்ள சொன்னாருலா. மனசு மாறி இப்படி நடத்துவார்னு நினைக்கல" என்றவன் தொடர்ந்து,

"அந்த தங்கவேலுப் பய பயந்திட்டுல்லா பேசுனான். அவனே எந்திக்க ஆவி இல்லாம இருக்கான். அவனுக்கு என்ன கேடோ தெரில. அவனும் இந்த உண்மையத் தான் சொல்ல கூப்டுவான்னு நெனைக்கேன்" என்றான்.

"உன்னத் திரும்ப சேத்துக்கிட்டாவல்லா அதுதான் எனக்கு நிம்மதிப்பு.. உன் குடும்பத்தோட இனி இரி. நான் நிம்மதியாக் கண்ண மூடுவேன்"

"என்ன பேச்சி பேசுத ஆச்சி? யாரு என் குடும்பம்? நீ தான் என் சாமி, அம்மை, ஐயா எல்லாம்"

ஆச்சி கண் கலங்கினாள். என் ராசா என்றபடி அவன் நெற்றியில்

முத்தினாள்.

“அவிய வந்தாலும் அவிய யாரும் எனக்கு வேண்டாம். எனக்கு எங்க அம்மைய நினைச்சா கோவமா வருது. பாசமே தோணல ஆச்சி” என்றான்.

“அப்படி பேசாதய்யா. அன்னைக்கு அவ நெலம அப்புடி. உங்க அப்பன் உசிரு ,உன் உசிரு ,என் உசிரு இத காப்பாத்துனது அவ வைராக்கியம் தாம். இல்லன்னா அன்னைக்கே அவ ஐயா ஒந்தலயத் திருவிப் போட்டிருப்பான். ஒன்னக் காப்பாத்தத் தான் அவ உன்னத் துப்புரவாப் பாக்காம வாழுதா! இந்த ஊருக்கு வந்தப்போ உன்னப் பாத்து அப்படி அழுதா. என் நிழல் பட்டாலே என் பிள்ள வாழ்க்கைக்கு ஆபத்து, பத்திரமா வளத்திருங்கன்னு என் கையப் புடிச்சி சொல்லிட்டு போனா. இந்நாள் வரைக்கும் இந்தக் குடிச வாசலக் கூட மிதிக்கல அவ” என்றாள் ஆச்சி.

“நீ என்னத்தவேணுமின்னாலும் சொல்லு அவ பாசங்கெட்டவா” என்றான் செல்லக்குட்டி.

“இல்லைய்யா... உனக்குப் போகப் போகப் புரியும்” என்றாள் ஆச்சி.

சரி வா கிளம்புவோம் என்று கழுதைகளை ஓட்டினான் செல்லக்குட்டி.

ஒரு மாத்து சீலையை மட்டும் மடக்கி எடுத்துக் கொண்டு கிளம்பினாள் ஆச்சி.

தெருவில் இறங்கியதும் எதிரில் பால்துரை வந்தான்.

“செல்லக்குட்டி இன்னைக்கு நீ கட்டு செஞ்சது எனக்கு சந்தோசம் தான்” என்றவன்,

“யாச்சி நல்லா இருக்கியளா?” என்றான்.

ஆச்சிக்கோ அவன் அப்படிக் கூப்பிட்டதே பெரிய விஷயமாய்த் தோன்றியது. “நல்லா இருக்கேன் யா. என் பேரன் இருக்கைல எனக்கு என்னையா கொற” என்றாள்.

“தேரிக்கா போறிய” எனக் கேட்டான்.

“ஆமா மனசே சரியில்ல அதான் ஆச்சிய கூட கூட்டு போறேன்” என்றான்.

“ஆமா அது இருக்கும்லா. சாயந்திரம் நானும் அம்மையும் வாரோம் உன்ன பாக்க. அம்ம சொல்லிட்டு வரச் சொன்னாவ. எங்கயும் போய்ராத” என்று கூறி விட்டுச் சென்றான்.

செல்லக்குட்டிக்கோ தூக்கி வாரிப் போட்டது. என்ன இது மொத்தக் குடும்பமும் நம்மைப் பார்க்க ஏன் துடிக்கிறார்கள். செத்துப்போன கிழவி நமக்கு ஏதும் சொத்து கித்து எழுதி வைத்து விட்டதோ. எல்லாரும் கூடிக் கையெழுத்துக் கேட்பார்காளோ என்று எண்ணினான். அதையே ஆச்சியிடம் கூறினான்.

“அப்படிக் கண்டு எழுதி வைச்சா வேண்டாம்னா இருக்கு.. அப்படியாது அந்த சாமி உன் வாழ்க்கைய மாத்தட்டும்”

“என்ன ஆச்சி பேசுத. அவியளே வேண்டாம்ங்கேன் அவிய சொத்து என்னதுக்கு எனக்கு?”

இருவரும் பேசிக்கொண்டே தேரிக்கு வந்தார்கள்.

ஆச்சியைப்பார்த்ததும் துள்ளிக் குதித்தாள் வெட்சி. ஆளே இல்லாமல் இருப்பவளுக்கு ஆச்சியைக் கண்டதும் தலைகால் புரியவில்லை. இங்க எங்க கூடயே இருங்க ஆச்சி என்றாள் மோரைக் கொண்டு வந்து கையில் கொடுத்துக்கொண்டே. இப்படியா வெயிலோட கூட்டியாருவிய என்றாள்.

“இருக்கேன் அப்பு. ஒரு கொள்ளுப் பேரனோ பேத்தியோ பெத்து கைல குடு பாத்துகிட்டு இருக்கேன். இப்ப வந்து இருந்து என்ன செய்ய இங்கன. எனக்கு ஏலாது தாயீ” என்றாள்.

“பால் இருக்கா வெட்சி.. சாயந்திரம் ஆட்கள் வருவாவ வீட்டுக்கு. காபி போட்டு கொடு” என்றான்.

“என்ன மாமா இதெல்லாமா எனக்கு சொல்லனும்” என்று சிணுங்கி விட்டு உள்ளே சென்றாள் வெட்சி. அவனுக்கு

அப்படியே ஜிவ்வென்று இருந்தது. பின்னோடு ஓடிப்போய்க் கட்டிக்கொள்ளலாம் போல் இருந்தது. ஆச்சி இருப்பதால் ஒரு புன்னகையோடு நிறுத்திக்கொண்டான்.

பின்னர் தன்னையே சபித்தான். "சே என்ன பாழாப் போன வெக்கங்கெட்ட மனசு. தங்கராணியை நினைச்சு வருந்தும் போதே வெட்சியை அணைக்க ஆசை வருதே" என்று தன்னையே நொந்தவன் "தோட்டத்தப் பார்த்துட்டு வாரேன் புள்ள. யாச்சி கொஞ்ச நேரம் படு" என்று சொல்லி விட்டுக் கிளம்பினான்.

29: சூர் கனா

பால்துரையைப் பார்க்கப் பார்க்க கண்ணீர் முட்டியது செவ்வந்திக்கு. நான் பெத்த பிள்ளையவே கட்டிக்கன்னு என் தங்கத்தப் படுத்திபுட்டேனே. கடவுளே அம்ம முன்னாடியே சொல்லிருக்கப்புடாதா? தானும் தாயிடம் அமர்ந்து தங்கராணி ஆசையைக் கூறாதது தன் தப்பென தன்னையே நொந்து கொண்டாள். என்னம்மா மேலுக்கு எப்புடி இருக்கு சாப்புட்டியளா எனக் கேட்பதோடு சரி. தங்கத்தின் கல்யாணத்தைப் பற்றிக் கூட ஒரு நாளும் அம்மையிடம் பேசியதில்லை. உடனே அவள் உன்ன மாதியே பெத்து வைச்சிருக்கே என்று பழசைக் குத்துவாள் என்ற எண்ணமும் ஒரு காரணம்.

இப்படியாக நினைத்துக் கொண்டிருக்கையில் திடுக்கென தங்கவேலை எங்கே எனத் தேடினாள்.

“மைனி தங்கவேலு கடைக்குக் கண்டு போய்ருக்கானா?”

“இல்லையே நான் அனுப்புலயே..”

முன்பக்கமாய்ப் போய்ப் பார்த்தாள் அங்கேயும் இல்லை. அண்ணனைக் கேட்டாள் “கவனிக்கலையேத்தா இங்கதான் இருப்பான்” என்றவர் “ஆங் அவன கீழத்தெருப் பக்கமாப்

பார்த்தேனே" என இழுத்தார்.

ஏதோ புரிந்தவளாக "நான் வீட்டுக்கு ஒரு எட்டு போய் பாத்துட்டு வாரேன்ணே" எனக் கிளம்பினாள்.

தங்கபுஷ்பம் வெளியே வந்து "ஏய் செவ்வந்தி இப்ப போக்கூடாதுல்லா" என்றாள்.

"இருக்கா எம்புள்ளய காணோம், மேலுக்கு சொகம் இல்லாத புள்ள, போய் பார்த்தாறேன்" எனக் கிளம்பினாள்.

"நானும் வாரேன்" என உடன் நடந்தான் பால்துரை. திரும்பியவன் செல்வியிடம் "யம்மா இப்பொ வந்துருதேன்" என கூறவும் செவ்வந்திக்கும் , செல்விக்கும் கண்ணில் நீர் அரும்பியது.

"தங்கவேலுக்கு என்னதான் அத்தே ஆச்சு" எனக் கேட்டான்.

"யய்யா அம்மானு கூப்டா என்னையா?"

"பழகிட்டு" என்றான் மொட்டையாக.

"தங்கவேலுவுக்கு திடீர்னு உடம்பு சரியில்லாமல் போச்சி. ராத்திரி பூரா தூங்காம என்னத்தையாது சொல்லிகிட்டு பினாத்திட்டு இருப்பான்"

"அந்தப் புள்ள காங்காமப் போனதுல இருந்துதானே இப்படி ஆயிட்டான்.." திடுக்கென்று திரும்பி பார்த்தாள் செவ்வந்தி. பால்துரை வந்திருந்தான்.

"எந்தப் புள்ளய சொல்லுத?"

"சும்மா தெரியாத மாரி நடிக்காதிய அத்த. ஒங்களுக்கு மறைக்கறது ஒன்னும் புதுசில்லையே" என்று சொல்லிவிட்டு அவள் முகம் மாறியதைக் கண்டு " இல்ல அப்படிச் சொல்லல" என இழுத்தான்.

"நீ எப்படிச் சொன்னாலும் உண்மைதானேப்பா" என கண்ணைத் துடைத்துக் கொண்டாள்.

"வைத்தியர் வந்து பார்த்தாரு. உடம்புல எந்தச் சீக்கும் இல்லன்னுட்டுப்

போயிட்டாரு. மனசுதாம்ப்பு பிரச்சனை. நீ சொன்னாப்ல அந்தப் புள்ள போனதுல இருந்துதான்.." என இழுத்தாள்.

"நீங்க என்ன மறைச்சாலும் ஊர் பூரா தங்கவேலு தான் அந்த புள்ளய என்னமோ பண்ணிட்டான்னு பேசிக்கிடுதாவ தெரியுமா.. நீங்க கேட்டியளா அவங்கிட்ட?"

"ஊருக்கார ஊத்த வாயிவ ஆயிரஞ் சொல்லும். இல்லாத பழிய எம்புள்ள மேல ஏத்தி விடுதாவ" என்றாள்.

"நானே ஒருவாட்டி தேரில இவன் அந்தப் புள்ளைட்ட தாவணியப் புடிச்சி இழுத்து விளையாடினதப் பார்த்தேன் அத்த. எனக்கும் தங்கவேலு மேலத்தான் சந்தேகமா இருக்கு"

"உன் தம்பிய நீயே சந்தேகப்படலாமாயா? அவன் கொலை பண்ற அளவுக்கு எல்லாம் போவமாட்டான்யா..'

"என்னது கொலையா அப்போ அந்தப் புள்ள உசிரோட இல்லையா?" திடுக்கிட்டுக் கேட்டான் பால்துரை.

அவசரப்பட்டு உளறுகிறோம் என உணர்ந்தாள் செவ்வந்தி.

"எல்லாம் சொல்றேன் நீ வெரசா நட" என வேகமாய் நடந்தாள்.

இப்படித் தன் பிள்ளை ஊர் வாயில் விழுந்து விட்டானே என வேதனையாக இருந்தது செவ்வந்திக்கு. தன் மகனை இப்படியா பார்க்க வேண்டும். ஓட்டமும் பாட்டமுமாய்த் துள்ளித் திரிந்தவன் எந்திரிக்கவே விருப்பமின்றி மாறிவிட்டான்.

மைக்கேல் வந்து அழைத்தும் போகவில்லை. எப்படியோ கொள்ளி வைச்சு காடேத்த வந்தானே என எண்ணியவளுக்கு,

"அந்த மூதி செந்தூர்கனி விட்ட சாபமோ இல்ல அந்தச் சிறுக்கி சித்திரப்பூ போன நேரமோ தெரியல... இப்படி ஆகிட்டானே" எனவும் தோன்றியது.

"துடுதுடுன்னு பேசிக்கிட்டுத் திரிஞ்சமவன் இப்ப நா எழாமக் கெடக்கான்... இப்படி ஒரு வாழ்க்க வாழத்தான் வேணுமா

யேசப்பா" தனக்குள் பேசிக்கொண்டே வீடு வந்தாள். கதவைத் திறந்தவள் அதிர்ந்து போனாள். தரையில் படுத்துக் கிடந்தான் தங்கவேலு.

ஒத்தைப் பனைமரமொன்றின் அடியில் ஒரு பெண் உட்கார்ந்திருக்கிறாள், அவளது முகத்தில் கண்கள் மூக்கு இதழ்கள் எதுவுமில்லை. முகம் தட்டையாக இருந்தது. கண்கள் இருக்கவேண்டிய இடத்திலிருந்து கண்ணீர் மட்டும் வழிந்துகொண்டே இருந்தது. அவள் நீல நிறத்திலிருந்தாள். இரு கைகளையும் வானை நோக்கி ஏந்தியபடி உட்கார்ந்திருக்கிறாள். வானத்தில் மிதந்து சென்ற இரு மேகங்கள் அவளது தலைக்கு மேலே அசைவற்று நின்றுகொண்டன.

இந்த துர் கனவு தங்கவேலுவுக்கும் திரும்பத் திரும்ப வந்தபோதுதான் அவன் உடல் சுகமில்லாமல் போனான் என்பது அவன் மட்டுமே அறிந்த ரகசியம். அது சித்திரப்பூதான் என்பதை நம்ப ஆரம்பித்தான். அந்த நினைப்பு வந்த நாளிலிருந்து அவனால் தோட்டத்திற்கும் போக முடியவில்லை. தொம்மை அண்ணாச்சி முதலில் ஆட்கள் அனுப்பி அவனை அழைத்துவரச் சொன்னார். யார் வந்து கூப்பிட்டாலும் அவனது வீட்டை விட்டு இறங்கவில்லை எனத் தெரிந்ததும் அவரே ஒரு நாள் வந்து பார்த்தார்.

"ஏல தங்கவேலு என்னடே நெதமும் இப்படிப் படுத்துக்கெடந்தா ஒடம்புக்காகுமா? ஒன் வயசுல வல்லநாடு மலை முழுக்க அலஞ்சு திரிஞ்சவன்டே நானு... எழுந்துரிச்சு நாலு இடத்துக்கு போனாதான் இந்தச் சீக்கு போவும்டே... செரியா?" அவர் பேச்சை அமைதியாகக் கேட்டவன் அவர் பேசி முடித்தவுடன் சுவர்ப் பக்கமாய்த் திரும்பிப் படுத்துக்கொண்டான்.

"என்ன செவ்வந்தி எதையும் பாத்து பயந்துட்டானா... மறு வார்த்த பேச மாட்டிக்கான்..."

"அதான் அண்ணாச்சி வெளங்க மாட்டிக்கி... நானும் நாடி பிடிச்சுப் பார்த்தேன். பார்வை பாக்குறரவரையும் கூட்டிட்டு வந்து பாத்தாச்சு.

ஒண்ணும் தட்டுப்படல"

"சரி பத்திரமாப் பாத்துக்க... செரியானதும் தோட்டத்துக்கு அனுப்பிவுடு. நா வாரேன்" சொல்லிவிட்டுக் கிளம்பினார் அண்ணாச்சி.

அவர் வந்து போன நாளின் நள்ளிரவில் உறங்கிக்கொண்டிருந்த செவ்வந்தியை எழுப்பினான் தங்கவேலு.

"யய்யா என்னய்யா நடுச்சாமத்துல உசுப்புற... தண்ணீ கிண்ணீ வேணுமாய்யா" பதற்றத்துடன் எழுந்தாளவள்.

"யம்மே செல்லக்குட்டிக்கிட்ட கூட்டிப்போறியாம்மே இப்ப..."

"அவங்கிட்ட எதுக்குய்யா போவணும் அதுவும் இந்த நடு ராத்திரில?"

ஒன்றும் புரியாதவளாய்க் கேட்டாள் செவ்வந்தி.

"போவணும் மே" என்றவன் சுவரில் சாய்ந்து உட்கார்ந்தான்.

"பேசாத ராசா பேசியிருக்க... எதுக்குன்னு சொன்னாதானய்யா எனக்கு வெளங்கும். அவங்கூட சண்ட கிண்ட போட்டியா?"

"போவணும் மே... போவணும் மே"

கிளிப்பிள்ளையாய்த் திரும்பத் திரும்ப சொல்லிக்கொண்டிருந்தான். கண்களிலிருந்து நீர் வழியத் துவங்கியது.

கண்ணீரைக் கண்டதும் செய்வதறியாது கலங்கிவிட்டாள் செவ்வந்தி.

"யப்பு அழுவாதப்பு... அம்மை இருக்கேன்லா. நான் கூட்டிட்டுப்போறேன். இப்ப ராச்சாமம் ஆகிருச்சு. விடிஞ்சதும் போவலாம் செரியா... நீ படுத்துக்க ராசா" அவனைக் கட்டிலில் படுக்க வைத்தாள். அவன் முனகியபடியே புரண்டு புரண்டு படுத்தான். சிறிது நேரத்தில் உறங்கிப்போனான். அவன் உறங்கும் வரை அருகிலிருந்து பார்த்துக்கொண்டவள் அவன் உறங்கியதும் பேச்சியின் சித்திரத்தை எடுத்து மடியில் வைத்துக்கொண்டு அதனிடம் பேசத்துவங்கினாள்.

"பேச்சி... எம்புள்ளைக்கி மேலுக்கு சரியில்லாம கெடக்கான், நீதான் அவன சீக்கிரமா குணப்படுத்தணும்" அந்த சித்திரத்தை மார்போடு அணைத்துக்கொண்டு உறங்கிப் போனாள் செவ்வந்தி.

"ஒங்களப் பாக்க யாரோ ரெண்டு பேரு வந்திருக்காவ... எனக்கு யாருன்னு பிடிபடல. அதான் வாசல்லயே நிக்க வச்சிட்டு ஓடியாந்தேன்" தோட்டத்தின் உட்புறம் மரங்களுக்கு உரம் வைத்துக்கொண்டிருந்த செல்லக்குட்டியிடம் மூச்சிரைக்க சொன்னாள் வெட்சி.

"இரு வாரேன்" சொல்லிவிட்டு மண்வெட்டியை எடுத்துத் தோளில் போட்டுக்கொண்டு தோட்டத்தின் முகப்பை நோக்கி நடந்தான் செல்லக்குட்டி.

வாசலில் செவ்வந்தியையும் தங்கவேலுவையும் பார்த்ததும் குரைத்தது தோட்டத்து நாய்.

"வராத சனமெல்லாம் வந்திருக்கு. இன்னிக்கு அடமழ பொழியும் போல..."

"ஒன்னியப் பாக்கணும்னுட்டுக் கெடந்து புலம்புதான். அதான் கூட்டியாந்தேன்" செல்லக்குட்டியின் முகம் பார்த்து பதிலிடாமல் தோட்டத்தைப் பார்த்தபடியே சொன்னாள் செவ்வந்தி.அவளுக்குக் கண்ணீர் பொங்கியது. தான் செய்த தவறுக்கு தன் அண்ணன் மகன் தண்டனை அனுபவித்திருக்கிறானே என்று குமைந்தாள்.

"துர ஒன்னு எஞ்சட்டையப் புடிப்பாரு... இல்லன்னா எந்தங்கம் கழுத்த அறுப்பேன்னு துடிப்பாரு நேத்து சுடுகாட்டுலயே சொன்னாரு இன்னிக்கு வாரேன்னுட்டு என்னத்துக்கு என்னையப் பாக்கணும்?" செல்லக்குட்டிக்கு பழைய நிகழ்வுகள் எதுவும் மறக்கவில்லை.

எப்படி மறக்கும்... அவன் தங்கத்தைக் காணாமல் ஆக்கியது ஆத்தாளும் மகனும்தானே. அவர்களுக்கு மட்டும்தானே தெரியும் தங்கம் எங்கே போனாள் என்ன ஆனாளென்று. ஆனால் வாயைத்

திறந்தார்களா? அந்தக் கோபம் அவனது வார்த்தைகளில் தெறித்தது.

"யோல தங்கவேலு... என்னத்தத் தொலைச்சுட்டமுன்னு இப்படிக் கெடந்து முழிக்க... நீ என்னத்துக்குல என்னையப் பாக்கணும்ன" வேண்டாவெறுப்புடன் கேட்டான் செல்லக்குட்டி.

தன்னை அண்ணன் எனக்கூறி அதனால்தான் தங்கத்தைக் கட்டித்தரவில்லை என சொல்லப்போகிறான் என்று நினைத்தான்.

மருட்சியுடன் நின்றிருந்த தங்கவேலு குத்தவைத்து உட்கார்ந்தான்.

"செல்லக்குட்டி... நெதமும் எனக்கு ஒரு சொப்பனம் வருது. அதுல ஒரு பொட்டப்புள்ள ஒத்தப்பனைக்கு அடியில முடிய விரிச்சுப் போட்டுக்கிட்டு நிக்கி. என்னால ஒறங்கவும் முடியல... தெம்பா லாந்தவும் முடியல... நேத்து ராத்திரி இன்னுமொரு கனவு வந்துச்சு. அதுல வந்த அந்தப் புள்ள பேய் மாதிரி சிரிச்சுகிட்டே போயி செல்லக்குட்டியப் பாருன்னா... அதான் ஒன்னியப் பாக்க வந்தம்" தங்கவேலு பேசியதை செல்லக்குட்டியை விட செவ்வந்திதான் அதிக ஆச்சர்யத்துடனும் கலக்கத்துடனும் கேட்டுக்கொண்டிருந்தாள். இத்தனை நாள் ஊமைக்கோட்டான் மாதிரிக் கிடந்தவன் பொலபொலவென்று இப்படிப் பேசுகிறானே என்கிற சந்தோஷம் ஒரு பக்கம்... அவன் சொன்ன கனவு தந்த பயம் மறுபக்கமாக குழம்பிப்போய் கையைப் பிசைந்தபடி நின்றிருந்தாள்.

செல்லக்குட்டிக்கு தான் கண்ட கனவை இவனும் கண்டிருக்கிறானே எனத் தெரிந்ததும் வியர்த்துக் கொட்டியது. அந்தக் கனவை இவன் ஞாபகப்படுத்தியதும் தன்னுடல் சன்னமாய் நடுங்குவதை உணர்ந்தான்.

அப்போது அங்கே அதிவீரன், செல்வி, பால்துரை மூவரும் வந்தார்கள். தோட்டத்து நாய் புதியவர்களைக் கண்டதும் விடாமல் குரைத்தது. வெட்சி அதை அடக்கினாள்.

"வந்தவியள வாசல்லயே நிக்க வெச்சுப் பேசுதிய... உள்ளார கூட்டிக்கிட்டு வாங்க" வெட்சியின் சத்தம் கேட்டு நினைவுக்குத் திரும்பினான் செல்லக்குட்டி.

அவர்கள் அனைவரையும் தோட்டத்திற்குள்ளே கூட்டிச்சென்று

குடிசைக்கு முன்னால் ஒரு பாயை விரித்து உட்காரச் சொன்னான். செவ்வந்தி தயங்கியபடியே உட்கார்ந்தாள். தங்கவேலு தோட்டத்தை சுற்றுமுற்றும் பார்த்தபடி உட்கார்ந்தான். அதிவீரன் அமர்வதற்கு ஒரு நாற்காலியைத் தூக்கி வந்து போட்டாள் வெட்சி.

செல்வியும், பால்துரையும் அருகருகே உட்கார்ந்திருந்தார்கள். செவ்வந்தி பால்துரையையே பார்த்துக்கொண்டு அமர்ந்திருந்தாள்.

அனைவருக்கும் குடிக்க நீர் மொண்டு கொடுத்தாள் வெட்சி. குடிசைக்குள் படுத்திருந்த ஆச்சி மெல்ல எழுந்து வந்து பாயில் உட்கார்ந்தாள்.

"வேற ஏதாவது சொப்பனங்கண்டியா..." தங்கவேலுவைப் பார்த்துக் கேட்டான் செல்லக்குட்டி.

"என்ன சொப்பனம்?" என்று கேட்ட அதிவீரனிடம் தான் கண்ட சொப்பனத்தை மீண்டும் விவரித்தான் தங்கவேலு. செல்வியும் பால்துரையும் இதென்ன புதுக்கதை என்று வியப்புடன் கேட்டுக்கொண்டிருந்தார்கள். தங்கவேலு, செல்லக்குட்டியிடம்,

"வேற ஏதும் காங்கல... ஆனா தொம்மை அண்ணாச்சியப் பத்தி ஒரு சேதி ஒங்கிட்ட சொல்லணும்..." என்றான்.

"என்ன சேதி?"

"அவரு தோட்டம் எத்தன ஏக்கருன்னு தெரியுமா?"

"அதாந் தெரியுமே... மொத்தத் தேரியிலயும் பெரிய தோட்டம் ஒங்க தொம்மையார் தோட்டம்தான... நூறு நூத்தம்பது ஏக்கருன்னு கேள்விபட்டிருக்கேன்.."

"அப்பபடிதான் நானும் மொத நெனச்சேன். பொறவுதான் தெரிஞ்சது அது பொய்யின்னு. அவருக்க நெலம் மொத்தமே இருவது ஏக்கருதான்"

"ஏது இருவது ஏக்கரா... பொறவு மிச்சமிருக்கற நூத்தி சொச்சம் யாருது?"

ஆச்சர்யத்துடன் கேட்டான் செல்லக்குட்டி. செவ்வந்தியும் இதென்ன புதுக்கதை என்று கேட்டுக்கொண்டிருந்தாள்.

“அது பொறம்போக்கு நிலம். ஆனா தாசில்தாரக் கணக்குப் பண்ணி துட்ட குடுக்கற இடத்துல எல்லாம் குடுத்து வேலி போட்டுக்கிட்டாரு அண்ணாச்சி...”

“ஆத்தீ இது பெரிய குத்தமாச்சே...”

“இதுக்கே வாயப்பொளக்க நீ... அந்தப் பொறம்போக்கு நெலத்துல இருந்துதான் லோடு லோடா மண்ணை அள்ளிட்டுப் போவுதுவ லாரிக... ஏதோ தாது மண்ணாம்... ஒவ்வொரு லோடுக்கும் ஆயிரக்கணக்குல சல்லி கெடைக்குமாம். அதான் தேரில தோட்டம் போடுற மாரி ஒரு இடத்த வாங்கிப்போட்டு அதுக்கு பொறத்தால நூத்துக்கணக்கான ஏக்கரையும் வளைச்சிப் போட்டுருக்காரு விவரக்கார அண்ணாச்சி...”

“அதான பாத்தேன்... என்னத்துக்கு இம்புட்டு லாரிக வந்துபோவுது நடுச்சாமத்துலன்னு... சர்காரு மண்ணைத் திருடி வவுரு வளக்காரா அண்ணாச்சி... சீ இதெல்லாம் ஒரு பொழப்பு மயிரா... திங்கற சோறுதான் ஒடம்புல ஒட்டுமா...”

“இதயெல்லாம் ஒங்கிட்ட ஏன் சொல்லுதேன்னு எனக்கே பிடிபடல... சொப்பனத்துல வந்த அந்தப் புள்ள இதத்தான் ஒங்கிட்ட சொல்லச் சொல்லுச்சோ என்னவோ...” மூச்சு வாங்கியது தங்கவேலுவுக்கு. இன்னும் கொஞ்சம் தண்ணீர் வாங்கிக் குடித்தான்.

“சரி உனக்கெப்படி இதெல்லாம் தெரியும்?” ஆர்வம் தாளாமல் கேட்டான் செல்லக்குட்டி.

“நடக்காத விசயத்த நடந்ததா ஊருக்குள்ள கொளுத்திப்போடச் சொன்னாவ அண்ணாச்சி. நானும் செம்மறி ஆடு மாரி அவரு சொன்னத செஞ்சுப்புட்டேன். அதனால ஒருநாள் அவரு வீட்டு மொட்டைமாடிக்கு வரச்சொன்னாரு. அங்க போனா அவரும் புவியரசும் அதான் அந்த மண்ணு அள்ள வருவாம்லா அவனும் பாட்டிலும் பக்கோடாவுமா ஒக்காந்திருந்தாவ. இந்தா குடின்னு சரக்க நீட்டுனாவ... ஆனா அன்னிக்கு என்னால குடிக்க முடியல.

ஏதோ தப்பு செஞ்சுட்டோமுன்னு உள்ளுக்க அடிச்சுகிச்சு... அவிய ரெண்டுபேருக்கும் சரக்கு உள்ள இறங்க இறங்க ஒவ்வொண்ணா வெளிய வந்துச்சு..."

"அதுசெரி... அதென்ன நடக்காத விசயம்"

தங்கவேலு சித்திரப்பூவின் கதையைச் சொல்லி முடித்தான். முடிக்கும்போது அவன் கண்களோரம் துளிர் விட்டிருந்தது கண்ணீர்.

ஒரு ஆழ்ந்த அமைதி அனைவரிடமும் நிலவியது.

பால்துரை தன்னைப் பார்த்த பார்வையை எதிர்கொள்ள முடியாமல் தலை கவிழ்ந்தாள் செவ்வந்தி.

அதிவீரன் நாற்காலியிலிருந்து எழுந்து வந்து செல்லக்குட்டியின் அருகில் பாயில் உட்கார்ந்து கொண்டார். அவனது கைகளை எடுத்து தன் கைகளுக்குள் பொதிந்து கொண்டு அவனது கண்களை உற்றுப் பார்த்தார். அவனுக்கு என்னவோ போலிருந்தது. பால்துரை குனிந்து கொண்டான். அவனது கண்களிலிருந்து சொட்டிய நீர் தேரி மண்ணில் விழுந்து மறைந்தது.

செல்வி பால்துரையின் விரல்களைப் பற்றிக்கொண்டாள்.

அதிவீரன் நடந்த விஷயங்கள் அனைத்தையும் சொல்லி முடித்தார். செல்லக்குட்டி செவ்வந்தியின் மகன் இல்லை என்பதையும் தன் மகன்தான் செல்லக்குட்டி என்றும் அவர் சொன்ன போது அவரது குரல் தளுதளுத்தது.

"இனிமே இந்த வெக்கைகுள்ள கெடந்து அவதிப்பட வேணாம்ப்பு எங்ககூடயே வந்திரு பாளையங்கோட்டைல நம்ம கடையக் கூட வந்து பாத்துக்க. எனக்கு பிறக்கலன்னாலும் பால்துரையும் எம்புள்ளதான். ரெண்டு பேருமா யாவாரத்தப் பார்த்துக்கிடுங்க. செவ்வந்தியையும் தங்கவேலுவையும் கூட பாளையங்கோட்டைக்குக் கூட்டிட்டுப் போயிரலாம். என்னப்பு சொல்லுத?"

அவன் என்ன பதில் சொல்லப்போகிறான் என்பதைக் கேட்க அனைவரும் ஆவலாயிருந்தனர். ஆனால் அவனால் இத்தனை நிகழ்வுகளைத் தாங்கிக்கொள்ள முடியவில்லை. மனம் குழம்பித் தவித்தது. இது எல்லாம் நிசம்தானா அல்லது நான் கனவு காண்கிறேனா என்று குழம்பினான். அவனது குழப்பத்தைப் புரிந்து கொண்ட ஆச்சி பேச ஆரம்பித்தாள்

“யப்பு என்னப்பு யோசிக்க? இத்தன வருசமா அப்பனாத்தா இல்லாம இந்தக் கிழவிகூடக் கெடந்த. இப்ப அந்த எசக்கிதான் ஒங்க இவியள இங்க அனுப்பியிருக்கா. நீயும் வெட்சியும் போ-யிருங்கப்பு. இனியாவது நீ நல்லா இருக்கணும்”

“ஆச்சியும் ஐயாவும் சொல்லுரதக் கேட்டுக்க செல்லக்குட்டி. நீதான் எம்மவன்னு தெரிஞ்சப்பொறவும் ஒன்னை இங்க எப்படி உட்டுட்டுப் போவமிடியும் சொல்லு?” முந்தானையால் கண்ணீரைத் துடைத்துக்கொண்டே கேட்டாள் செல்வி.

சற்று நேர அமைதிக்குப் பின் பேச ஆரம்பித்தான் செல்லக்குட்டி.

“நீங்க சொல்றதெல்லாம் நனவா கனவான்னுகூட எனக்குத் தெரியல. திடுதிடுப்புன்னு வந்து நாங்கதான் ஒன்னைப் பெத்தோம்ங்கிய. முந்தாநேத்து எங்க ஆத்தா யாருனே தெரியாம இருந்துச்சு. செத்துட்டான்னு இருந்தேன்.நேத்து தங்கவேலுக்க அம்மைதான் எங்க அம்மைனு ஆச்சி சொன்னாவ. இன்னைக்கு இவங்க என் அம்மான்னு சொல்லுதிய. நான் எத நம்ப. தங்கராணிய வெளுக்கற வூட்டுக்குக் குடுக்கக் கூடாதுன்னுட்டு அப்போ பொய் சொன்னாவளா? இப்ப தங்கம் இல்லன்னு மாத்தி பேசுதியளா?”

அவன் பிறந்த போது நடந்தவற்றையும் அவர்கள் அம்மா மறைத்ததையும் கூறினார் அதிவீரன்.

ஆச்சிக்கும் அதிர்ச்சியாக இருந்தது.

“எனக்கு அப்பனாத்தா, சாமி எல்லாமே என் ஆச்சிதான். இப்ப எனக்கு எல்லாமுமா இருக்கறது வெட்சி. இதுதான் என் வாழ்க்கை. இத உட்டுப்புட்டு கடையில வந்து நில்லுன்னா அது எனக்குச் சரியாப்படல. நான் இப்படியே இருந்துட்டுப் போறேன். நீங்க

கௌம்புங்க" சொல்லிவிட்டு யாருடைய பதிலையும் எதிர்பாராமல் வேகமாகத் தோட்டத்திற்குள் நடக்க ஆரம்பித்தான்.

அதிவீரன் என்ன செய்வதென்று தெரியாமல் கையைப் பிசைந்துகொண்டிருந்தார். செல்வியும் செவ்வந்தியும் ஆச்சியிடம் நீங்க பேசிப்பாருங்க என்றனர். பால்துரையும் தங்கவேலும் எங்கோ பார்த்தபடி உட்கார்ந்திருந்தார்கள்.

தேரித் தோட்டத்திலிருந்த பனைமரங்கள் சரசரத்துக்கொண்டிருக்கும் ஒலி மட்டுமே எல்லோருடைய செவிகளிலும் விழுந்தது.

அனைவரும் சென்ற பின்பே குடிசைக்குத் திரும்பினான் செல்லக்குட்டி. தங்கவேலு சொன்ன கனவைப் பற்றி ஆச்சியிடம் கேட்டான்.

தன் சிறிய வயதில் ஏதேனும் கனவு கண்டு நடுச்சாமத்தில் விழித்தால் உடனே ஆச்சியைத்தான் எழுப்புவான் செல்லக்குட்டி.

அவள் அந்தக் கனவுகளின் அர்த்தங்களை ஒரு கதையைப் போல அவனுக்குச் சொல்லுவாள்.

ஆச்சி கொஞ்ச நேரம் கண்கள் மூடியபடி அமர்ந்திருந்தாள். பின் எழுந்து சென்று கொஞ்சம் திருநீறு எடுத்து வந்து அவனுக்குப் பூசி விட்டாள்.

"போன உசிருதான் அல்லாடுதுப்பு. இளஞ்சாவு அப்படித்தான் அல்லாடிட்டு அலையும். நீ போயி அந்த ஒத்தப்பனைக்கு அடியில காரியம் பண்ணிட்டு வா. பொறவு கொஞ்சம் மண்ணை எடுத்துட்டுப் போயி சமுத்துரத்துல தூவி விட்டுரு. அப்பத்தான் அவ அடங்குவா..."

"யாச்சி அவன்னு சொல்லுதியளே யாரு அவ..?"

"அந்தப் புள்ளயோட ஆவியாத்தான் இருக்கும்ப்பு... பாவம் சீக்கிரம்

போயி சேந்துட்டா மவராசி...”

செல்லக்குட்டிக்கு அது சித்திரப்பூதான் என்பது புரிந்துவிட்டது.

மறுநாள் அதிகாலை தங்கவேலுவைக் கூட்டிக்கொண்டு ஒத்தப்பனைக்குச் சென்று ஆச்சி சொன்ன காரியங்களைச் செய்து முடித்து ஒரு துணி முடிப்பில் கொஞ்சம் மண்ணை எடுத்துக் கட்டினான்.

“இந்தா தங்கவேலு... நேரா புன்னக்காயலுக்குப் போ. அங்க ரெண்டு சமுத்துரமும் கலக்குற இடத்துல இந்த மண்ணைத் தூவிட்டு மூணு தடவ உள்ளங்கையில கடற்தண்ணி எடுத்து உச்சிமண்டைல தெளிச்சுட்டுத் திரும்பிப் பாக்காம வந்துரு... அப்பத்தான் நமக்கு சொப்பனம் வாரது நிக்கும். செரியா...”

“ம் செரி...”

செல்லக்குட்டி குடுத்த துணி முடிப்பை வாங்கி பத்திரப்படுத்திக் கொண்டான். இருவரும் தொம்மையாரின் தோட்டத்தை விட்டு வெளியே வந்தார்கள்.

30: தங்கம்

செவ்வந்திக்கு தங்கத்தின் ஞாபகம் அதிகமாய் அலைக்கழிக்க ஆரம்பித்தது.

இப்பொழுது செல்லக்குட்டி தன் பிள்ளை இல்லை அண்ணன் மகன் என்று அறிந்து துடியாய்த் துடித்தது மனது. பெற்ற வயிறு பற்றிக்கொண்டு எரிந்தது. “வம்பா என் மவள தொலைச்சிப்புட்டேனே” என்று வாய்விட்டு அரற்றினாள்.

செல்லக்குட்டி தன் மகன் என தங்கத்திடமும், தங்கவேலுவிடமும் தான் கூறிய நாளை நினைத்துப்பார்த்தாள்.

வேறு சாதிப் பையனாக இருந்தாலும் பரவாயில்லை... ஒரே வயிற்றுப் பிள்ளையை எப்படிக் கட்டிவைப்பது அதற்குப் பதிலா செத்துத் தொலை சனியனே இல்லனா நானே திரும்பக் கெணத்துல தள்ளிக் கொன்னு புடுவேன் என்று தங்கத்தை ஏசியது எல்லாம் மனதுள் படம் போல ஓடியது செவ்வந்திக்கு. அன்றிரவு தன்னருகே வந்து தங்கம் பேசிய வார்த்தைகளும் நெருஞ்சியாய் நெஞ்சில் குத்தின.

“யம்மே நீதாஞ் சொன்னியா... இல்ல ஒன் ஒடம்புள்ள காட்டேரி ஏதும் பூந்துகிட்டு சொல்லிச்சா...” கண்களில் நீர் சிந்த நின்றிருந்தாள் தங்கம்.

"ஆமா நாந்தான் சொன்னேன்.. அண்ணங்காரன தங்கச்சி கட்டுனா ஆகுமா... ச்சீன்னு துப்பும் ஊரு."

கண்ணீரைத் துடைத்துவிட்டு செவ்வந்தியின் அருகில் வந்தாள் தங்கம்.

இப்பொழுது அவளது குரலில் கோபம் கனன்றது.

"ஓடம்பொறந்தவன்னு தெரிஞ்சா அவனக் காதலிச்சேன்? ஊரு வாயி ஈரப் பேனாக்கி பேன நூறாக்கும். அதுக்காக என்ன கொல்லப் பாப்பியா... ஆத்தான்னு கூடப் பாக்க மாட்டேன். இனி ஒன் சம்மதம் தேவ இல்லை. நாளைக்கே நா செல்லக்குட்டிய தாலி கட்ட சொல்லுதேன்... ஒன்னால என்னத்த கிழிக்க முடியும்னு பாக்குதேன்"

"அவனக் கட்டிப்புடிச்சிக்கிட்டு நின்னியே இப்போ சத்தம் கொடுத்ததும் ஓடியே போய்ட்டான். அவனா உனக்குத் தாலி கட்டப் போறான்? பாப்போம்ளா அதையும்"

அப்பொழுது வீட்டிற்குள் வந்த தங்கவேலு தங்கத்திடம், "ஏ கிறுக்கு மூதி... என்னா தகிரியம் இருந்தா அம்மைய ஏசுவ... செத்தொழி சிறுக்கி" என்றவன் கையை ஓங்கிக்கொண்டு அவளை அடிக்க வந்தான். அவனைத் தடுப்பதற்காக நகர்ந்த தங்கம் நிலை தடுமாறி விழுந்ததில் படிக்கட்டின் முனை பின்னந்தலையில் அடிபட்டு மயக்கமடைந்தாள்.

"யம்மே உசிரு இருக்கான்னு பாரும்மே... இல்லன்னா இந்தக் கழுதய இப்படியே கொண்டு போயி எரிச்சுப்புட்டு வாரேன்" அவள் தரையில் விழுந்து அடிபட்டதைப் பற்றிய எவ்வித அக்கறையுமின்றி வீட்டுத் தூணில் சாய்ந்துகொண்டே செவ்வந்தியிடம் கேட்டான்.

விழுந்து கிடந்த தங்கத்தின் அருகில் சென்று நாடிபிடித்துப் பார்த்தாள் செவ்வந்தி.

"உசிரெல்லாம் இருக்கத்தான் செய்யுது... உடனே போற உசிரா இது. அப்படிப் போறதா இருந்தா அன்னிக்குக் கெணத்துல நீ தள்ளுனப்பவேல்லா போயிருக்கணும்..." கோபத்தில் என்ன பேசுகிறோம் என்பதே தெரியாமல் பேசினாள் செவ்வந்தி.

"அதுச்செரி... இப்ப என்னத்தச் செய்ய அதச் சொல்லும்மே..."

"அதாம்ல நானும் யோசிக்கேன். நீ போயி ஒரு மினி வேனக் கொண்டுவா. நான் ஒரு யோசன சொல்லுதேன்..."

அவனும் சரியென்று தலையாட்டிவிட்டு பக்கத்தூரிலிருக்கும் அவனது நண்பன் பாபுராஜின் மினி வேன் ஒன்றை ஓட்டிக்கொண்டு வந்து சேர்ந்தான்.

இருவரும் சேர்ந்து மயங்கிக்கிடக்கும் தங்கத்தை அந்த மினி வேனில் ஏற்றினார்கள். இரவோடு இரவாக யாரும் அறியாதவண்ணம் அந்த மினி வேன் குற்றாலத்தை நோக்கி விரைந்தது.

குற்றாலத்திலிருக்கும் அகத்தியர் மடத்தின் வாசலில் தங்கத்தைப் போட்டுவிட்டு ஊர் திரும்பினார்கள்.

"யம்மே என்னத்துக்கு இந்தச் சிறுக்கிய மடத்துல கொண்டு போயி போடச்சொன்ன... கொன்னாத்தான் எனக்கு ஆத்திரம் தீரும்மே..."

"வேணாம்லே அந்தப் பாவத்த நீ செய்யண்டாம்.. கொன்னா எங்க கொண்டு போயிப் பொணத்த மறைப்ப? அது என்னிக்குனாலும் வெளிய தெரிஞ்சு நம்ம குதவளையக் கடிக்கத்தாம்ல செய்யும்... அதான் யோசிச்சுப் பாத்தேன்... இதாஞ்சரின்னு பட்டுச்சு..."

"அதுக்காக மடத்து வாசல்ல போட்டா நாளைக்கு முழிச்சதுக்கப்புறம் பஸ்ஸ புடிச்சி ஊருக்கு வந்துர மாட்டாளா?"

"எப்படி வருவா... அதான் அவளுக்கு மண்ட கலங்கிப் போச்சே..."

"என்னம்மே சொல்லுத" ஆச்சர்யத்துடன் கேட்டான் தங்கவேலு.

"நெசமாத்தான் சொல்லுதேன்... அவ மயங்கிச் சரிஞ்சால்லா...நீ வண்டிய எடுக்கப் போனேல்லா அப்போ தண்ணியத் தெளிச்சிக் கூப்புட்டுப் பார்த்தேன். எந்திச்சவா மலங்க மலங்க முழிக்கா. ஆருன்னு கேக்கா.. என்னளா என்ன தெரிலயான்னு கையப் பிடிச்சுத் தூக்கினேன். எந்திச்சவா மறுபடியும் தலை சுத்தி விழுந்து மயங்கிட்டா. அதனால அவளுக்கு ஒன்னும் ஞாபகம் இல்ல. மண்டைல அடிபட்டதுல மூள கலங்கிட்டு"

“சரி நீ சொல்லுத மாரி அவளுக்கு மண்ட கொழம்பித்தான் போச்சுன்னு வைப்பம்... அதுக்கு ஏம்மே மடத்து வாசல்ல போடணும்...”

“மடத்துல இந்த மாரி நூறு பேரு இருக்காவ... சோத்தையும் போட்டு இருக்க இடமும் கொடுத்து கவனிச்சுக்கிடுவாவ... ஏதோ சித்தர் வாழ்ந்த மண்ணாம் புண்ணியச்செயலாம்... அதான் அங்க போடச் சொன்னேன்...”

செவ்வந்திக்கு அன்று தான் செய்தது மிகப்பெரிய தவறு என்று வலிக்கத் துவங்கியது. தன் மாரில் பால் குடித்து வளர்ந்த பிள்ளைக்கு தான் செய்தது மிகப்பெரும் துரோகம் என நினைத்துருகினாள். அன்று ஏன் நான் அவ்வளவு ஆத்திரப்பட்டேன் என்று தனக்குத்தானே கேட்டுக்கொண்டாள்.

“ஆத்திரக்கார மூதியாயிட்டேனே... எம் புள்ள வாழ்க்கையத் தொலைச்சிப்புட்டேனே...” புலம்பியபடியே முடங்கிக் கிடந்தாள்.

“நா போனதால உனக்குப் புத்தி சொல்ல ஆளு இல்லாமப் போச்சுல்லா செவ்வந்தி...” என்று பேச்சியின் குரல் அவளது செவிகளில் ஒலித்துக்கொண்டே இருந்தது.

வாழ்க்கை ஏன் தன்னை இப்படிப் புரட்டிப்போட்டது? ஏன் சந்தோசராஜ் எனக்குக் கிடைக்காமல் போனான்? ஏன் பேச்சி என் பதின்ம வயதிலேயே மரித்துப்போனாள்? ஏன் தங்கம் செல்லக்குட்டி விசயத்தில் நான் ஒரு ரத்தக்காட்டேரியாக மாறினேன்? அம்மா ஏன் அத்தனை உண்மையையும் மறைத்தாள்? ஏன் இப்பொழுது எல்லாம் தெரிய வேண்டும்? முறைப்பையனைக் கட்டி வைக்காமல் மோசம் செய்தேனே. பாவி நான் பாவி என்று தலையில் அடித்து அழுதாள்.

கேள்விகள் ஒன்றொன்றும் பெரும் உருவமெடுத்து அவளது குரல்வளையை இரவெல்லாம் கடித்துத் தின்றன.

நெஞ்சு வேகமாக அடித்துக்கொண்டது. அந்த இரவு கொடும் பாலையாகத் தகித்தது. உறங்க முடியாமல் புரண்டபடியே கிடந்தாள் செவ்வந்தி.

வெட்சி கையில் ஒரு அணில் குட்டியைக் கொண்டுவந்து செல்லக்குட்டியிடம் காண்பித்தாள்.

“இங்க பாத்தியளா எத்தனூண்டு அணிப்புள்ளய... கண்ணுகூட இன்னும் முழிக்கல” அவளது உள்ளங்கையில் கண்கள் மூடியபடி தவழ்ந்து கொண்டிருந்தது ரோமங்களற்ற சிறு அணில்குட்டி.

“இத்தனூண்டு குட்டியா இருக்கே... எங்க கெடந்துச்சு” அந்த அழகிய குட்டியைப் பார்த்தபடியே கேட்டான்.

“இதக் குட்டின்னு சொல்லாதீய புள்ளன்னு சொல்லுங்க அணிப்புள்ள. நம்ம அன்னிக்கு பாத்தோமுல்லா ஒரு அணில்கூடு அந்த மரத்தடிலதான் கெடந்துச்சு...”

“ஓ செரி செரி... அணிப்புள்ளயோட ஐயா அம்மை பாவமில்லையா... போயி அங்கேயே விட்டுருளா...”

“நா மட்டும் பாக்கலன்னா ஒரே கொத்தா கொத்திக் கொண்டு போயிருக்கும் காக்காக்கூட்டம். நல்ல வேள நா பாத்து கொண்டாந்தேன். இப்பத் திரும்பப் போயி எப்படிக் கூட்டுக்குள்ளாற விடுறது...”

“சரி வா பாப்பம்...”

இருவரும் அணில் கூடு இருந்த மரத்திற்குப் போய்ப் பார்த்தார்கள்.

“இதுக்குள்ளாற எப்படி அணிப்புள்ளயப் போடுறதுன்னு

தெரியலையே... கூடு இருக்கற கொப்பு சின்னதால்லா இருக்கு. நா ஏறினா முறிஞ்சிரும் வெட்சி...”

“அப்ப நானே இந்தப் புள்ளய வெச்சிக்கிடவா...”

“ஓ அதாஞ் சேதியா... கூட்டுக்குள்ள இருந்து கீச்சு மூச்சுன்னு சத்தம் வருது கேட்டியா... கூட்டுக்குள்ள இன்னும் ரெண்டு குட்டிக

கெடக்குன்னு நெனைக்கேன்.”

“ஆமா எனக்கும் சத்தங் கேட்டிச்சி. அதான் இந்தப் புள்ளய மாரியாத்தா கொடுத்ததா நெனச்சுக்கிறேன். நானும் எத்தன நாளைக்குத்தான் ஒத்தயாக் கெடக்குறது” பட்டென்று கேட்டவள் அவசரப்பட்டு வார்த்தையை விட்டுவிட்டோமே என்றுணர்ந்து உதட்டைக் கடித்துக்கொண்டாள்.

செல்லக்குட்டி நடக்க ஆரம்பித்தான். அவன் அப்படி மௌனமாய் நடப்பது அவளுக்குப் பிடிக்கவில்லை. ஓடிச்சென்று வழிமறித்து நின்றாள்.

“நா எதுவும் தப்பாக் கேட்டிருந்தா மன்னிச்சுக்கிடுங்க...”

“இல்ல வெட்சி... இன்னிக்கு ராவுக்கு ஒங்கிட்ட ஒரு சேதி சொல்லுதேன். இப்பக் கொஞ்சம் காலார நடந்துட்டு வாரேன். நீ அந்தக் குட்டிக்குப் பாலை ஊத்து. அது விழுந்த பயத்துல மொடங்கிக் கெடக்கு. பாலு குடிச்சா சரியாப் போயிரும்...” சொல்லிவிட்டுத் தோட்டத்தை விட்டு வெளியே வந்து தார்ச்சாலையில் நடக்க ஆரம்பித்தான். அவள் அந்தக் குட்டியைக் குடிசைக்குள் எடுத்துச்சென்று ஒரு கூடையில் கொஞ்சம் நைந்த துணிகளைப் போட்டு அதில் போட்டாள். அது துணிக்குள் நுழைந்துகொண்டு சன்னமாய்க் கத்தியது.

குடிசையின் முன்வாசலருகே செல்லக்குட்டியும் வெட்சியும் உட்கார்ந்திருந்தார்கள்.

“என்னமோ சொல்லணும்னு சொன்னிய...”

“வெட்சி... நமக்குக் கலியாணம் ஆகி இந்த ஒரு வருசத்துல ஒங்கிட்ட வேற எதயும் நா மறச்சதில்ல... ஒரு விசயத்தத் தவிர...”

அவள் ஆச்சர்யத்துடன் அவனைப் பார்த்தாள். அதென்ன விஷயமாக இருக்கும் என அவள் மனம் எண்ணத்துவங்கியது.

“நீ ரோசன பண்ணுறது எனக்குத் தெரியுது வெட்சி. அது என்ன விசயமுன்னா ஒன்னையக் கட்டிக்கிடுததுக்கு முன்னாடி ஒரு புள்ளய நா காதலிச்சேன். பேரு தங்கம். அன்னிக்கு வந்தாமுல்லா தங்கவேலு... அவந்தங்கச்சி” நடந்தவை அனைத்தையும் ஒன்றுவிடாமல் அவளிடம் தழுதழுத்த குரலில் சொன்னான். சொல்லி முடித்தவுடன் நிம்மதியாய்ப் பெருமூச்சு விட்டான்.

அவளுக்கு என்ன பதில் சொல்ல வேண்டும் எனத் தெரியவில்லை. “தங்கம் நெனப்பு அடிக்கடி வந்துபோகும் வெட்சி. பொறவு எப்படி நா ஒங்கூடக் கூட முடியும்... அதான் இத்தன மாசமா நமக்குள்ள ஒண்ணும் நடக்கல. இன்னிக்கு நீ அணிக்குட்டிய அணிப்புள்ளன்னு சொன்னதுமே எனக்குப் புரிஞ்சு போச்சு. எந்தப்புதான் வெட்சி. இனி தங்கம் நெனப்பு வராம பாத்துக்கிடுதேன் செரியா...”

“மாமா... எனக்குத் தெரியும் மாமா எல்லாமே. ஆச்சி எல்லாக் கதையும் கல்யாணத்துக்கு முன்னாடியே சொல்லிட்டாவ. உங்க மனசப் புரிஞ்சி தான் நான் கெட்டிக்கிட்டேன் உங்கள”

“என்ன சொல்லுத புள்ள”

“நீங்க காதலிச்ச புள்ளைக்காகப் பைத்தியம் புடிச்சாப்ல அலைஞ் சிருக்கீங்க. அந்தக் காதல்ல பாதியாது எனக்கு ஒருநாள் கிடைக்கும்ங்கற நம்பிக்கைல தான் மாமா கழுத்த நீட்டுனேன்”

நீர் வழியும் கண்களுடன் அவளைக் கட்டிக்கொண்டான். முத்தங்களால் நிறைந்து தளும்பியது அந்த இரவு.

31: வெட்சி

சித்திரப்பூவின் இறப்பிற்கு ஆச்சி சொன்னபடி காரியம் செய்வதற்காகப் போன செல்லக்குட்டி அந்தி சாயும் நேரமாகியும் தோட்டத்திற்குத் திரும்பாததால் கவலையுடன் வாசலைப் பார்த்தபடியே அமர்ந்திருந்தாள் வெட்சி. அவளது மடியில் விளையாடிக் கொண்டிருந்தது அணிற்பிள்ளை. இப்போது அதற்கு ரோமங்கள் வளர்ந்து மிருதுவாகியிருந்தது. குடிசைக்குள் வெட்சி சமைக்கும் போதெல்லாம் அவள் தோளில் ஏறி உட்கார்ந்து கொள்ளும். அவளும் அதனுடன் பேசிக்கொண்டே காய் நறுக்குவதும் குழம்பு வைப்பதுமாக இருப்பாள்.

"ஏ குட்டி மீன் குழம்புக்குள்ள பாஞ்சுறாத... பொறவு மத்திக்கு பதிலா ஒன்னையத்தான் திங்கணும்" எனச் சொல்லிவிட்டுச் சிரிப்பாள்.

அணிற்பிள்ளையும் புரிந்ததுபோல அவள் தோளிலிருந்து முதுகு வழியாக அவள் சேலையில் சறுக்கிக்கொண்டு தரையில் குதித்து ஓடும். தினமும் அதற்குப் பேனாவில் மை ஊற்றும் இங்க் ஃபில்லரில் பாலை ஊற்றி அதன் வாயருகே வைத்து ஊட்டிவிடுவாள். அதுவும் நல்ல பிள்ளையாகப் பாலைக்குடிக்கும். அவளது மடியில் அங்குமிங்கும் ஓடிக்கொண்டிருந்தது.

"மாமன இன்னுங் காங்கலயே, என்னாச்சுன்னு தெரியலயே

ஒனக்கேதும் தெரியுமா" அதன் முதுகை வருடிக்கொண்டே கேட்டாள். அது அந்த வருடலின் சுகத்தை உணர்ந்துகொண்டு சுகமாய் மடியில் கிடந்தது.

"ஏ குட்டி, ஒன்னையத்தான கேக்கேன்" என்று அதன் முதுகில் பெருவிரலால் தட்டினாள். அது 'கீச் கீச்' என்றது. அதை உள்ளங்கையில் அள்ளிக்கொண்டு அதன் நெற்றியில் முத்தமிட்டாள். மனது லேசானது போலிருந்தது. நானும் இந்த அணிலைப்போல பிறந்திருக்கலாமே என மனம் ஏங்கியது. தன் வயிற்றைத் தடவிப்பார்த்துக்கொண்டாள். தனக்குக் குழந்தை பிறந்தால் என்ன பெயர் வைக்கலாம் என்கிற யோசனையும் மனதில் ஓடியது. ஏதாவது புதுப்பெயர்தான் தன் பிள்ளைக்கு வைக்க வேண்டும் என அடிக்கடி நினைப்பதுண்டு. இதைப் பற்றி சமீபமாக செல்லக்குட்டியுடன் பேசியது ஞாபகத்திற்கு வந்தது.

"நமக்குப் புள்ள பொறந்தா என்ன பேரு வைக்கலாம்னு நெனைக்கிய" கயிற்றுக் கட்டிலில் வானம் பார்த்துக் கிடக்கும் செல்லக்குட்டி-யிடம் கேட்டாள் வெட்சி.

"அந்தா இருக்குல்லா நிலா... அதையே வெச்சிப்புடுவோமா?"

"அப்படீன்னா பொட்டப்புள்ளதான் பொறக்குமுன்னு நெனைக்கியளாக்கும்..."

"ஏன் பொட்டப்புள்ள பொறந்தா வேண்டாமுன்னா சொல்லுவ நீ..."

"எந்தப் புள்ளயா இருந்தா என்ன எல்லாம் நம்ம ரத்தம்தான... சரி பொட்டப்புள்ளயாப் பொறந்தா ஒரு பேரு வைக்கலாமுன்னு யோசிச்சி வெச்சிருக்கேன். சொல்லட்டுமா..."

"எங்க சொல்லு கேப்பம்..."

"இறும்பூவை."

"ஏடி என்ன இது பேரு புதுசா இருக்கி. நா இப்படி ஒரு பேரக் கேள்விப்பட்டதேயில்லயே..."

“நான் பத்தாவது படிக்கும்போது எங்க தமிழ் டீச்சர் மவ பேரு இது. என்ன டீச்சர் வித்தியாசமா இருக்கேன்னு கேட்டேன். ஏதோ புராணக்கதைல வார பெயராம்... அன்னிக்கிலிருந்து அந்தப் பேரு மனசோட ஒட்டிக்கிச்சு மாமா...”

“நல்லாத்தான் இருக்கு. ஏளா இறும்பு இங்க வா ஆத்தான்னு கூப்பிடலாம்... இல்லாட்டி பூவுன்னுட்டு தூக்கி வெச்சிக்கிட்டு கொஞ்சவும் செய்யலாம்...”

“ஆமா நீங்க எப்படிக் கூப்பிட்டாலும் நல்லாத்தானிருக்கும்.”

“அடிச்சக்கைனனா...”

“சரி காளக்கன்னு பொறந்தா என்ன பேரு வெக்க?”

“எங்க அதயும் நீயே சொல்லு கேப்பம்...”

“செல்லத்தம்பின்னு பேரு வெப்பமா” குறும்புடன் கேட்டாள்.

“ஏல செல்லச் சனியனேன்னு திட்ற மாரி என்னையும் திட்டிப்புடலாமுன்னா...” அவளைச் சீண்டினான்.

“இல்ல இல்ல செல்லமுன்னு தூக்கி ஒக்கல்ல வெச்சிக் கொஞ்சிக்கிட்டே கெடக்கலாமுல்லா அதுக்குதான்...”

“ஏன் இப்ப என்னைய தூக்கி ஒக்கல்ல வெச்சி கொஞ்ச வேண்டியதான...”

“சீ ஆசதான்... பொறவு எங் குறுக்கு ஒடிஞ்சா கஞ்சி யாரு ஊத்துவா?”

அவர்களுக்குள் நடந்த அந்தப் பேச்சை அசை போட்டபடி செல்லக்குட்டிக்காகக் காத்திருந்தவள் வாசலில் அசைவு தெரிந்ததும் ஓடிப்போய் தோட்டத்தின் வாசற்கதவைத் திறந்துவிட்டாள். செல்லக்குட்டியின் முகம் வாடியிருந்ததைக் கண்டு கொண்டவள் ஏதோ நடந்திருக்கிறது என்பதைப் புரிந்துகொண்டு, “செத்த இருங்க வென்னி வெச்சுத்தாரேன்... குளிச்சுப்புட்டு சாப்புடலாம்.”

விறகடுப்பில் பெரியதொரு பாத்திரத்தில் நீர் பிடித்து வெந்நீர் காயவைத்தாள். செல்லக்குட்டி வேட்டியை மாற்றிவிட்டு

சாரத்துடன் வந்து அவள் அருகே நின்றான். ஊதாங்குழலில் அடுப்புக்குத் தீயை மூட்டிக்கொண்டிருந்தவள் அவனை ஏறிட்டுப் பார்த்தாள். அவன் அவளது தோளைத் தொட்டு எழுப்பினான். எழுந்தவளை இறுக்கமாகக் கட்டிக்கொண்டு விம்மினான். அவள் அப்போதும் அவனிடம் எதுவும் கேட்கவில்லை.

அவளை முன்னகர்த்தி அவள் கண்களுக்குள் பார்த்தபடியே, "ஏன் நெஞ்சு விம்முதுன்னு கேட்க மாட்டியா வெட்சி?"

"சொல்ல முடியாத வலி வந்தா நெஞ்சு விம்முமுல்லா மாமா... சொல்லிப்புடுற வலியா இருந்தா உள்ள நுழைஞ்சதும் சொல்லி-யிருப்பிகளே..." அவன் கன்னத்தில் வழிகின்ற நீரைத் தன் முந்தானையால் துடைத்துக்கொண்டே சொன்னாள்.

"எந்தாயி புள்ள நீ" என்றபடி அவளை அணைத்துக் கொண்டான்.

அவன் மட்டுமே கேட்கும்படி தாழ்ந்த குரலில், "எஞ்சாமி மாமா நீங்க" என்றாள் வெட்சி. அவர்களைச் சுற்றித் துள்ளி ஓடியாடியது அணிற்பிள்ளை.

இரண்டு நாட்கள் எதையோ யோசித்தபடியே இருந்தான் செல்லக்குட்டி. வெட்சிக்குக் கேட்டுவிடலாம் எனத் தோன்றும். ஆனால் அவனே சொல்லட்டும் என்றிருந்தாள். அன்று மழை கொட்டிக்கொண்டிருந்தது. வெக்கை நிறைந்த செம்மண் பூமி மழை நீரைக் கண்டவுடன் கன்றுக்குட்டி தாய்ப்பசுவின் மடுவிலிருக்கும் பாலை உறிஞ்சுவது போல உறிஞ்சிக்கொண்டிருந்து. மேகத்திலிருந்து விழுகின்ற மழைத் துளிகள் அனைத்தும் உடனே செம்மண்ணில் மழைத்துளிகள் இறங்கிக் கொண்டிருந்தது. சற்று நேரத்தில் மழை வலுத்தது. செடிகளுக்கென வெட்டப்பட்டிருந்த பாத்திகளில் செந்நீரோடையாய் பாயத்துவங்கியது. காற்றும் பலமாக வீசியதில் தோட்டத்திலிருந்த பனைமரங்கள் பேயாட்டம் ஆடின.

வெட்சிக்கு மொட்டைப் பனையிலிருக்கும் கிளிக்குஞ்சுகளும் மாமரத்திலிருக்கும் அணில் கூடும் என்னாகுமோ என்கிற கவலை.

புலம்பிக்கொண்டே இருந்தாள்.

"இப்படி பேயா மழையடிச்சா வாயில்லா சீவனெல்லாம் எப்படித்தான் தாங்கும்... பாவமுல்லா..."

மழை நின்றபாடில்லை. அவளது அணிற்பிள்ளை குளிருக்கு இதமாக அடுப்பின் அருகே இருக்கும் திண்டில் படுத்துக் கொண்டு வெட்சியின் புலம்பலைக் கேட்டுக்கொண்டிருந்தது. செல்லக்குட்டிக்கு மழை பிடிக்கும். ஆனால் அன்று அவனது ஞாபகமெல்லாம் தங்கத்தைப் பற்றியே இருந்தது.

"நீ வாயில்லா சீவனப் பத்திக் கவலப்படுத... ஆனா அங்கொருத்தி பெத்த மவளையே கொண்டுபோயி மடத்துல போட்டுட்டு வந்திருக்கா. மனுசியா இல்ல அரக்கியான்னுதான் தெரியல..."

வெட்சிக்கு ஒன்றும் புரியவில்லை.

"யாத்தீ... மடத்துல கொண்டுபோயிப் போட்டிருக்காவளா... யாரச் சொல்லுதிய?" புரியாமல் கேட்டாள்.

தங்கத்தைப் பற்றிச் சொல்ல ஆரம்பித்தான் செல்லக்குட்டி. அன்று ஒத்தப்பனைக்குச் சென்று சித்திரப்பூவுக்கான காரியங்களைச் செய்துமுடித்ததும் தங்கத்தைப் பற்றி முதல் முறையாக வாயைத் திறந்த தங்கவேலு, அவளிடம் சண்டையிட்டதும் அதில் அவள் கீழே விழுந்து அடிபட்டதையும் சொன்னவன், அவளைக் குற்றாலத்-திலிருக்கும் மடத்தில் கொண்டுபோய் விட்டதையும் சொல்லி- யிருந்தான். அதுவே தன் முக வாட்டத்திற்குக் காரணம் எனச் சொல்லி முடித்தான் செல்லக்குட்டி.

வெட்சி இப்படியொரு கதையை சற்றும் எதிர்பார்க்கவில்லை. அவள் ஒரு பலகையை இழுத்துப்போட்டு அவனருகே உட்கார்ந்தாள்.

"மனசக் குடைஞ்சதெல்லாத்தையும் கொட்டிப்புட்டேன் வெட்சி..."

"நா ஒரு யோசனை சொன்னா கேப்பியளா?"

"ம் சொல்லு."

"நீங்க போயி ஒரு எட்டு தங்கத்தைப் பாத்துட்டு வாறியளா... ஒருவேள அவியளுக்கு மேலுக்கு சரியாகி இருந்தா மனசு நெறஞ்சிருமுல்லா..."

தான் நேசித்த பெண்ணை, அவள் நிலை கேட்டுணர்ந்து வெட்சி பேசியது அவனுக்கு ஆறுதலாய் இருந்தது. தங்கத்தைப் பார்க்க வேண்டும் போலிருந்தது.

"செரி நா போயிப் பாத்துட்டு வாரேன். இன்னிக்கு அடிக்கிற மழையப் பாத்தா இப்போதைக்கு உடாதுன்னு நெனைக்கேன்... நாளைக்கு விடிஞ்சதும் கிளம்பறேன்."

அவனுக்கு மனதின் பாரங்கள் எல்லாம் இறங்கியிருந்தது போலிருந்தது. அன்றிரவு நிம்மதியான உறக்கம் அவனைத் தழுவியது.

தொம்மை அண்ணாச்சிக்குத் தோட்டத்தைப் பார்த்துக்கொள்ள நல்லதொரு ஆள் தேவைப்பட்டது. புவியரசுக்குத் தகவலனுப்பி தோட்டத்துக்கு வரச்சொன்னார்.

புல்லட்டுக்கு சைடு ஸ்டாண்ட் போட்டுவிட்டு, "அண்ணாச்சி நல்லாயிருக்கியளா" என்றபடி அவரிடம் வந்தான் புவியரசு.

"ஏதோ இருக்கம்டே..."

"என்ன அண்ணாச்சி குரலு தள்ளாடுது... மண்ணுக்கு ஒண்ணும் பிரச்சின இல்லயே..."

"நீ எப்பவும் மண்ணைப் பத்தி மட்டும் யோசிச்சுட்டு கெட... பிரச்சின மண்ணுல இல்ல. தோட்டத்த பாக்கதாம்ல ஆளு இல்ல..."

"ஏன் தங்கவேலுப் பய என்ன ஆனான் அண்ணாச்சி?"

"அவனொரு கோட்டிக்கார மூதி. அடக்கோழி கணக்கா அடைஞ் சே கெடக்கான். தோட்டத்துக்கு வாங்கேன் மொகரையத் திருப்பிக்கிட்டான்னா பாத்துக்க... குண்டியிலயா மிதிச்சிருப்பேன்.

ஆத்தாக்காரி இருந்ததால உட்டுப்புட்டேன்..."

"அடக்கருமமே... அவனுக்கென்ன முனி கினி அடிச்சிருச்சா?"

"அதாம்ல எனக்குந் தெரியல... என்ன யழவோ... பேயடிச்ச மாரிதான் முழிச்சிகிட்டுக் கெடந்தான். இனி அவஞ்சரிப்பட்டு வரமாட்டான்டே... வேற நல்ல ஆளாப் பாக்கணும். ஒனக்கெதுவும் ஆளுக தெரியுமான்னு கேக்கத்தான் ஒன்னிய வரச்சொன்னேன்."

"தெரியும் அண்ணாச்சி. ஒரு வாரத்துல ஏற்பாடு பண்ணிடுதேன்..."

"நல்லது முருகா நல்லது. சீக்கிரம் ஒருத்தனைப் புடி."

"சரி அண்ணாச்சி. பொறவு கேக்கணும்னு நெனச்சேன்... மண்ணை அள்ளுறது பத்தி ஆளுவ யாருக்கும் தெரியாதுல்லா... ஏன்னா விசயம் வெளிய போச்சுன்னு வெய்யிங்க... நம்ம சோலி முடிஞ் சிரும்."

"விசயம் தெரிஞ்சது ஒனக்கும் எனக்கும் அந்தக் கோட்டிக்காரபயலுக்குந்தான். அவனுக்கு இனி குஞ்சைப் புடிச்சு

மோளத் தெரியுமான்னே தெரியல. அவனால விசயம் இனி வெளிய போவாது பாத்துக்க. உன் லாரி டிரைவருக எல்லாம் உருப்படியான ஆளுவதான?"

"ஆமா அண்ணாச்சி... லாரி ட்ரைவருக எல்லாம் நம்ம பயலுவதான். சாதிகூட நம்ம சாதிப் பயலுவளாத்தான் வேலைக்கு எடுத்திருக்கேன். ஒரு வருசமா மண்ணை எடுக்கோம்... எவனாவது வாயத் தொறந்தானுவளா? தொறந்தா அந்தப் புள்ளயப் பொதச்ச இடத்துல இவனுவளுக்கும் குழி தோண்டிர மாட்டேன்?"

"அந்தப் புள்ளய ஏம்ல இப்ப ஞாபகப்படுத்துத... அவ அம்மைய அன்னிக்கு சந்தைல வச்சிப் பாத்தேன். பாவமாத்தான் இருக்கி என்னத்தச் செய்ய... முருகந்தான் அவளுக்கு ஆறுதல் சொல்லணும்."

"செரி அண்ணாச்சி நா கௌம்புதேன்" சொல்லிவிட்டு புல்லட்டில் ஏறிப் போய்விட்டான் புவியரசு. தொம்மை அண்ணாச்சி சித்திரப்பூ புதைந்த இடத்தின் அருகே சென்றார். அங்கே நிற்கும்

ஒத்தப்பனையை ஏறிட்டுப் பார்த்தார். காற்றில் அதன் காய்ந்த ஓலைகள் சரசரத்துக் கொண்டிருந்தன. அது இவரிடம் ஏதோ சொல்வது போலிருந்தது. விறுவிறுவென்று அங்கிருந்து கிளம்பி ஊருக்குப் போய்விட்டார்.

அதிகாலையிலேயே குற்றாலத்துக்குக் கிளம்பிவிட்டான் செல்லக்குட்டி.

சைக்கிளில் கூட்டாம்புளிக்குச் சென்று அங்கிருந்து பஸ் பிடித்து திருநெல்வேலிக்குப் போய் அங்கிருந்து பஸ்ஸில் குற்றாலம் நோக்கிப் போய்க்கொண்டிருந்தான். பஸ்ஸில் பழைய பாடல்கள் ஒலித்துக்கொண்டிருந்தன.

"கண்டக்டர் அண்ணே எப்பப் பாத்தாலும் பழைய பாட்டா போடுதியளே... புதுப்பட கேசட் இருந்தா போடுங்களேன் கேப்பம்" செல்லக்குட்டியின் அருகிலிருந்தவன் கண்டக்டரிடம் கேட்டான்.

"ஒரு கேசட்டு நேத்துதான் வந்துச்சி... இருங்க போடுதேன்" என்றபடி அவர் கேசட் கவரிலிருந்து ஒரு கேசட்டை எடுத்துப் போட்டார்.

'நிலா காயும் நேரம் சரணம், உலா போக நீயும் வரணும்' 'செம்பருத்தி' படத்திலிருந்து பாடல் ஒலித்தது.

"நேத்துதான் இந்தப் படத்தப் பாத்தேன் பாத்துக்கிடுங்க... பாட்டெல்லாம் இளையராஜா அசத்திப்புட்டாருல்லா" யாரோ ஒரு பயணி மற்றொருவரிடம் சத்தமாகப் பேசிக்கொண்டிருந்தார்.

செல்லக்குட்டிக்குப் பாடலில் மனம் லயிக்கவில்லை. தங்கத்தின் முகம் மீண்டும் மீண்டும் அவனுக்கு ஞாபகத்தில் வந்தபடியே இருந்தது.

தங்கத்துக்கு தன்னை அடையாளம் தெரியுமா? என்னிடம் என்ன பேசுவாள்? நான் அவளிடம் என்ன பேசப் போகிறேன்? மனம் கேள்விகளால் தளும்பியபடி இருந்தது.

குற்றாலத்தில் இறங்கியவுடன் அகத்தியர் மடத்திற்கு வழி விசாரித்துப் போய் சேர்ந்தான். பச்சைப் பசேலென்றிருந்தது அந்த இடம். ஆபீஸ் ரூமிற்குச் சென்று விஷயத்தைச் சொன்னான். பெயரை வைத்து அப்படி யாரும் இல்லை எனக் கை விரித்தார்கள். என்ன செய்வதென்று தெரியாமல் அந்த அறையை விட்டு வெளியே வந்தவன் வரிசையாக நிறைய ஆசிரமங்கள் இருப்பதைப் பார்த்தான். அங்கொன்றும் இங்கொன்றுமாக ஆட்கள் தென்பட்டார்கள். மனநிலை குன்றிய அந்த மனிதர்களைக் கண்டதும் பெரும் துயரம் அவனைச் சூழ்ந்துகொண்டது.

தன் தங்கமும் இப்படி ஆகியிருப்பாளோ என நினைத்தபடியே வாசலை நோக்கி நடந்துகொண்டிருந்தவன் ஏதோ சத்தம் கேட்டவனாய் இடப்பக்கம் திரும்பிப் பார்த்தான். அங்கே அவன் கண்ட காட்சி அவனது உயிரின் வேரையே அசைத்துப் பார்த்தது.

32: புயல்

திருட்டு மணலில் சம்பாதித்த பணத்தை எல்லாம் ஊரைச் சுற்றி-யிருந்த தன் வாழைத்தோப்புகளில்தான் முதலீடு செய்திருந்தார் தொம்மை அண்ணாச்சி. ஆயிரக்கணக்கில் வாழைமரங்கள் இருந்தன. இன்னும் சில வாரங்களில் வாழை குலை தள்ளிவிடும். அதன் மூலம் வரும் வருவாய் பல லட்சங்களைச் சம்பாதித்துவிடும் எனக் கணக்குப் போட்டிருந்தார் தொம்மையார்.

ஆனால் விதி வேறோர் விளையாட்டைப் புயல் வடிவில் காண்பித்தது. தொம்மை அண்ணாச்சியின் தோட்டம் பலத்த அடி வாங்கியது. புயற்காற்றில் வாழை மரங்கள் அடியோடு சாய்ந்தன. போர்க்களத்தில் பாணம் பாய்ந்து சரிந்த வீரர்களைப் போல் சரிந்து கிடந்தன வாழை மரங்கள்.

ஊரில் வாழைத்தோட்டம் போட்டிருந்த பலருக்கும் பெருத்த அடிதான். எனினும் தொம்மையாருக்குத் தோட்டமும் அதிகம் சேதமும் அதிகம்.

ஊரே தொம்மையார் தோட்டத்தைப் பற்றித்தான் பேசிக்கொண்டிருந்தது.

"பண்ணையாரு மாரி வலம் வந்த மனுசன்... எப்படித்தான் இதுல

இருந்து எழுந்திரிக்கப் போறாரோ பாவம்...”

“முருகா முருகான்னு மூச்சுக்கு முன்னூறு தடவ சொல்லுவாவ... இப்ப முருகன் கோவணத்தோடல்லா நிக்க வெச்சிப்புட்டான்...”

“அதாம்ல சொல்லுவாவ... ஆத்துல போட்டாலும் அளந்து போடணும்னு... சல்லி இருக்குங்கறதுக்காக ஏக்கர் கணக்குல வாழையா போட்டா... இப்பப் பாரு மொத்தத்தையும் பொயலு ஒரே நாளுல ராவிட்டுப் போயிருச்சுல்லா...”

“பென்சு காருல வெள்ளக்கார துரை மாரி வருவாரு, பொயலு மொத்தத்தையும்லா கொண்டு போயிருச்சு”

தொம்மையார் வீடு இழவு விழுந்த வீடு போலிருந்தது.

அடுப்பங்கரையில் வீட்டுப்பெண்கள் சன்னமாக அழுதார்கள். கூடத்தில் உட்கார்ந்திருந்தார் தொம்மை.

“இன்னும் ஒரு மாசங்கழிச்சு பொயலு அடிச்சிருந்தா தாருங்க தப்பிச்சிருக்குமே... மொத்தமும் போச்சே... முருகா எனக்கு ஏன் இந்தச் சோதன?” புலம்பியவர் அடுப்பங்கரை நோக்கிக் கத்தினார்.

“ஏளா செத்த நேரம் அழுவாம இருக்கியளா... மண்டைக்குள்ள சுர்ருசுர்ருங்குது...”

அப்போது அவர் வீட்டிற்கு ஒரு தபால் வந்தது. பிரித்துப் படித்தவர் தலைசுற்றிக் கீழே விழுந்துவிட்டார்.

அதிகாலையில் முத்துசாமி அண்ணாச்சியைப் பார்த்தவுடன் செல்லக்குட்டிக்கு ஒன்றும் புரியவில்லை.

“என்ன அண்ணாச்சி காலங்காத்தாலே வந்திருக்கிய என்ன விசயம்..?”

“விசயம் இல்லாமலா வருவேன்... நம்ம பொழப்புல மண்ணு விழுந்திருச்சி செல்லக்குட்டி...”

"என்ன அண்ணாச்சி பெரிய வார்த்தையெல்லாம் சொல்லுதிய... எனக்கு வெளங்கலயே..."

"எனக்குப் பழையகாயல்ல உப்பளம் இருக்குல்லா... அதுல ஏகப்பட்ட நஷ்டம் இந்த வருசம். அதுல போட்ட சல்லி கையக் கடிச்சிடுச்சு பாத்துக்க... அத வித்துப்புடலாமுன்னு பாத்தேன். வூட்டுக்காரிக்கு அது புடிக்கல... எப்படிப் புடிக்கும் அது எம்மாமனாரு எனக்குக் கொடுத்த அளம். அப்பன் வீட்டு சொத்த எந்த மவ வித்துப்புட வுடுவா சொல்லு... அதான் இந்தத் தேரி தோட்டத்த விக்கலாமுன்னு முடிவு பண்ணியிருக்கேன்..."

"என்ன அண்ணாச்சி சொல்லுதிய... தங்கம் வெளயர பூமின்னு சொல்லுவிய... இந்த ஒரு வருசத்துல ஏலக்கடைக்கு போன காய்கனி மூட்டைக அதிகமாப் போனது நம்ம தோட்டத்துல இருந்துதான போவுச்சு... இதப்போயி விக்கணுமுன்னு சொல்லுதியளே..."

"எடே எனக்குத் தெரியாமலா இருக்கி... இது நெசமாவே தங்கம் வெளையற பூமி தாம்டே... ஆனா இப்ப கைல சுத்தமா துட்டு இல்ல. உப்பளத்துல துட்டு பாக்க நெறய செலவு செய்ய வேண்டியதால்லா இருக்கி... இத வித்தாத்தான் அதக் காப்பாத்த முடியும். ரெட்டக் கண்ணுல ஒத்தக் கண்ணயாவது காப்பாத்திப்புடணுமுன்னு நாந்துடிக்கேன்... ஒனக்கு வெளங்குதா..."

"ஒங்க அனுபவம் பெருசு. நீங்க சொன்னா சரிதான் அண்ணாச்சி. ஆனா தோட்டத்த வித்துப்புட்டா எங்குடும்பம் தெருவுக்கு வந்துருமுன்னு நெனச்சாத்தான் நெஞ்சு அடைக்கி..."

"நீ இல்லன்னா பொட்டக்காடா கெடந்த இடம் பசுந்தோட்டம் ஆயிருக்குமாடே... அதான் ஒனக்கும் எனக்கும் பாதகமில்லாம ஒண்ணு யோசிச்சுக்கிட்டு வந்தேன்..."

"சொல்லுங்க அண்ணாச்சி."

"வெளி ஆளுவகிட்ட விக்க எனக்கு மனசில்லடே... எல்லா மரத்தையும் வெட்டிப்புட்டு கோழிப்பண்ணை இல்லன்னா மொசலுப் பண்ணைன்னு வெச்சிட்டா மனசு நோவும். நாம பாத்துப் பாத்து வளத்த மரக் கன்னுவளாச்சே... அதான் நீயே தோட்டத்த

வாங்கிக்கிடுதியான்னு கேக்க வந்தேன்...”

“என்ன சொல்லுதிய அண்ணாச்சி... நா எப்படி வாங்க... அவ்வளவு சல்லிக்கு நா எங்க போவ?” அதிர்ச்சியுடன் கேட்டான் செல்லக்குட்டி. அவன் இதைச் சற்றும் எதிர்பார்க்கவில்லை.

“எல்லாத்துக்கும் நானே வழி சொல்ல முடியுமாடே... ஒரு வாரத்துக்குள்ள எனக்கு துட்டு தேவப்படுது. முடியும்ன்னா வாங்கிக்க... இல்லன்னா விதியேன்னுட்டு வெளி ஆளுவளத் தேட வேண்டியதுதான்...”

“இங்கயே கெடந்து இந்த மண்ணுமேல ஒரு பிடிப்பு வந்துருச்சு. எம் பொஞ்சாதிகூட ஒவ்வொரு மரத்துக்கும் ஒரு பேரு வச்சுகிட்டு புள்ளையக் கூப்பிடுற மாரி கூப்பிட்டுக்கிட்டு லாந்துதா... எனக்கும் இப்படி ஒரு தோட்டம் வாங்கணும்னு ஆசதான். எதுக்கும் அவகிட்டக் கேட்டுட்டு ஒங்ககிட்ட ஒரு முடிவச் சொல்லுதேன்...”

“பொறவு என்னடே... கடன உடன வாங்கி தோட்டத்த வாங்கிப்புட்டா நாளைக்கு இந்த பூமிய நீயும் ஓம் பொஞ் சாதியுந்தான் ஆளப்போறிய...

செரி ஒரு நல்ல முடிவா சீக்கிரம் சொல்லு. நா இன்னும் நாலு நாள்ள வாரேன்” என்றவர் தோட்டத்தின் விலையையும் அவனிடம் சொன்னார். அவனுக்கு அவ்வளவு பணத்திற்கு எங்கே போவது என யோசனை ஓடியது.

“செத்த இருங்க அண்ணாச்சி இந்தா வாரேன்” சொல்லிவிட்டு ஓடிச்சென்று தோட்டத்தில் விளைந்த நெல்லிக்காய்களையும், மாங்காய்களையும் கொண்டு வந்து கொடுத்தான்.

“கனிகாய் தார பூமி இன்னும் எத்தன நாளுக்கோ தெரியல...” காய்களை வாங்கிக்கொண்டு புலம்பியபடியே அங்கிருந்து கிளம்பிச் சென்றார்.

மோட்டார் பம்பில் குளித்துவிட்டு ஏற்றிக் கட்டிய பாவாடையுடன் தோய்த்த துணிகளைத் தோளில் போட்டபடி ஈரம் சொட்ட வந்துகொண்டிருந்தாள் வெட்சி.

“யாரு அண்ணாச்சியா வந்துட்டுப் போறாவ?”

“ம்.”

“என்ன மொகம் வாடிக்கெடக்கு?”

அவர் வந்துபோனதன் காரணத்தை அவளிடம் விவரித்தான்.

“இது நல்ல விசயந்தான... இதுக்கேன் கவலைப்படுதிய...”

“தோட்டத்தை வாங்குனா நல்ல விசயந்தான். ஆனா நம்மகிட்ட அவ்வளவு பணம் இல்லயே வெட்சி...” என்றவன் அவர் கேட்ட தொகையை அவளிடம் சொன்னான்.

“நாம சேத்து வெச்சது, என் நகை நட்டு எல்லாஞ் சேத்தா இதுல பாதி வந்திரும். மிச்சத்துக்கு என்ன செய்யன்னு யோசிப்பம். நா இருக்கேன் மாமா நீங்க ஏன் கவலப்படுதிய... இன்னிக்கு கேப்பைக்கூழு செஞ்சி வச்சிருக்கேன். வாங்க மொத வயித்த கவனிப்பம்” அவனுக்கு தைரியம் சொல்லிவிட்டுக் குடிசைக்குள் போனவளைப் பார்த்தபடியே நின்றிருந்தான் செல்லக்குட்டி. எப்படியாவது தோட்டத்தை வாங்கி விட வேண்டும் என்கிற எண்ணம் அவனுள் வேர்விட ஆரம்பித்தது.

அசரியாவும் பாதாள முனியும் தோட்டத்திற்கு வந்திருந்தார்கள்.

அவர்களிடம் தோட்டம் விலைக்கு வரும் விஷயத்தைச் சொன்னான் செல்லக்குட்டி. பாதாள முனி அங்கிருந்த கறிவேப்பிலை மரத்திலிருந்து கறிவேப்பிலையை ஒடித்துக்கொண்டே, “அப்படிப் போடு அருவாள... மாப்புள இனி நீ தோட்டக்காரன் இல்ல. மொதலாளி” என்றான்.

“மிச்ச துட்டுக்கு வழியச் சொல்லுன்னு சொன்னா நீ மொதலாளிங்க...”

அசரியாவுக்கும் பாதாள முனிக்கும் குடிப்பதற்குக் கருப்பட்டிக் காப்பியை ஊற்றிக்கொண்டே பேசினான் செல்லக்குட்டி.

“தொகை பெருசா இருக்கு குட்டி... இவ்வளவு பெரிய தொகையக் கடனாத் தர ஊருக்குள்ள ஆளில்லை. அதான் யோசிக்கேன்” என்றான் அசரியா.

“அதாம்ல எனக்கும் ரோசனையாக இருக்கி. எனக்குன்னு சொத்துன்னு பார்த்தா ஆச்சி இருக்கற குடிசை மட்டுந்தான். அத வித்தா எதுவும் தேறுமான்னு தெரியல...”

“ஊருக்குள்ள இருக்கறதால நல்ல தொகைக்கு விக்கலாம். ஆனா யாரு உடனே வாங்குவாவ... ஒரு வாரத்துக்குள்ள நடக்கற காரியமா? யோல பாதாளம்... ஒங்க சித்தப்பா புரோக்கருதான அவருகிட்ட கேட்டுப்பாக்கியா...” கருவேப்பிலையை மென்று கொண்டிருந்த பாதாள முனியைப் பார்த்துக் கேட்டான் அசரியா.

“யாரு பண்டாரம் சித்தப்பாவா... கேட்டுட்டா போச்சு. இப்ப போனா ஆள புடுச்சுப்புடலாம் நேரம் ஆச்சின்னு வெய்யி... சீட்டு லாட போயிடுவாவ. பொறவு நடுச்சாமத்துக்குதான் ஆளு வீடு திரும்பும்...”

“குட்டி நீ ஒண்ணுங் கலங்காத... நாங்க போயி சித்தப்பாவப் பாத்துட்டு என்ன ஏதுன்னு கேட்டுட்டு வாரோம். பூமி ஒனக்குன்னு நெத்தியில எழுதியிருந்தா யாரால மாத்த மிடியும் சொல்லு?” என்றவாறு சைக்கிளை எடுத்து பாதாள முனியை ஏற்றிக்கொண்டு சித்தப்பாவைப் பார்ப்பதற்காகச் சென்றான் அசரியா.

அவரைச் சந்தித்து விஷயத்தைச் சொன்னார்கள். அவர் செல்லக்குட்டியின் ஆச்சி இருக்கும் குடிசையை வந்து பார்த்தார். பார்வையால் இடத்தின் அளவை அளந்தவர் பாதாள முனியிடம் வந்தார்.

“பாதாளம்... இடம் நல்லாத்தான்யா இருக்கி. நாங்கூட ரெண்டு செண்டு தேருமான்னு யோசிச்சிக்கிட்டுத்தான் வந்தேன். ஏ நாலு செண்டு இருக்கும் போலயே...”

“நல்ல விசயந்தான சித்தப்பா. வாங்க ஆளுவ இருக்காவளா?”

“எஞ்சட்டையில பாக்கெட்டு இருக்கோ இல்லியோ எம் பாக்கெட்டுல ஆளுவ எப்பவும்

இருப்பாவல்லா... பண்டாரங்கிட்ட வந்தா பத்திரம் முடிஞ்ச மாதிரில்லாடே..."

"ஒடனே முடிக்கணும் சித்தப்பா அப்படி ஆளாப் புடிங்க"

"எடே இன்னைக்கு பத்திரம் போட்டு ரெடியாக் காச கைல கொடுக்க பார்ட்டி இருக்கு நம்ம கைல. நீ ஒன்னியும் கவலப் படாத"

பண்டாரம் நாசரேத்திலிருந்து ஆளைப் பிடித்து வந்தார். இரண்டே நாட்களில் செல்லக்குட்டியின் வீட்டை முடித்துக் கொடுத்தார்.

செல்லக்குட்டி எதிர்பார்த்திருந்த தொகை அவனிடம் வந்து சேர்ந்தது. வெட்சியின் நகையும் கைகொடுத்தது. பாதாள முனியைக் கட்டிப்பிடித்து முத்தமிட்டார்கள் செல்லக்குட்டியும் அசரியாவும்.

முத்துசாமி அண்ணாச்சியின் தோட்டம் செல்லக்குட்டியின் வசமானது.

வெட்சி ஒரு மான்குட்டியைப் போலத் துள்ளித் துள்ளி தோட்டமெங்கும் ஓடினாள். அந்தத் தோட்டம் முழுவதும் தங்களது என நினைக்க நினைக்க நெஞ்சம் ஆனந்தக் கூத்தாடியது. சகதி என்றும் பாராமல் மண்ணில் புரண்டான் செல்லக்குட்டி.

ஆச்சிக்குதான் குடிசையையும் நிலத்தையும் விற்றதில் உடன்பாடில்லை. ஆனாலும் செல்லக்குட்டிக்காக ஒத்துக்கொண்டாள். ஆச்சியும் கழுதைகளும் தேரி தோட்டத்திற்கு இடம் மாறினார்கள்.

வாழ்வு ஒன்றைத் தரும்பொழுது மற்றொன்றை எடுத்துக்கொள்ளும்.

தோட்டம் வாங்கிய சந்தோஷமோ , ஆச்சி ஒன்றாக வந்துவிட்ட சந்தோஷமோ பெரிதாக இல்லாமல் செல்லக்குட்டி முகம் வாடியே கிடந்ததன் காரணம் வெட்சிக்கு புரியாமல் இல்லை. கேட்போமா வேண்டாமா என்று மனதுக்குள்ளே மருகிக்கொண்டிருந்தாள்.

அன்று வெட்சிக்கு எரிக்களித்துக் கொண்டே இருந்தது. ஆச்சி கடைக்குப் போய் சுக்கு, பனங்கல்கண்டு வாங்கி வருவதாய் சென்றாள்.தோட்ட வேலைகளை முடித்துவிட்டு குடிசைக்குள் நுழைந்தான் செல்லக்குட்டி. "காப்பித்தண்ணி தரவா மாமா" எனக் கேட்டாள் வெட்சி.

"ஆச்சிய காங்கலியே எங்க போனாவ?" என்றான் செல்லக்குட்டி.

"சுக்குத்தண்ணி போட சுக்கும், பனங்கல்கண்டும் வாங்கியாரேன்னுட்டுப் போறாவ"

"ஆச்சிய ஏன் அனுப்பின. நான் சைக்கிள்ள ஒரு அழுத்துல போய்ட்டு வந்திருப்பேன்லா?"

"ஓங்கரிக்கின்னு சொன்னேன் உடனே போய்ட்டாவ ஆச்சி..வேணாமுன்னு சொன்னாக் கேட்டா தான"

"ஆச்சி நம்ம எல்லாருக்கும் ஆத்தா வெட்சி. என்ன, உன்ன அணிற்பிள்ளைய இந்த கழுதைகள எல்லாத்தையும் புள்ளயா பார்ப்பாவ. ஆனா ஆச்சி வாழுற இந்த மண்ணுலதான் அந்த ராட்சசியும் வாழுறா.." என்று இழுத்தான் செல்லக்குட்டி.

"யாரு மாமா?"

"அதான் தங்கத்தோட அம்மை. எனக்கு அத்தையா வாய்ச்சும் வாய்க்காம போனவ"

சரியான சந்தர்ப்பம் கிடைத்தது என சட்டென்று கேட்டாள்.

"அவிய எப்படி இருக்காவனு சொல்லலியே மாமா"

"நீ கேட்கலன்னுட்டு நானும் விட்டுட்டேன் வெட்சி"

"என்ன மாமா நீங்க..உங்க மனசு நோவக்கூடாதுனு தான் நான் கேட்கல.சொல்லுங்க.."

செல்லக்குட்டி தங்கத்தைப் பார்த்துவிட்டு வந்த கதையை வெட்சி-யிடம் சொல்லி முடித்தபோது தாங்க முடியாமல் வெகு நேரம் அழுதான். அவன் அழுது முடிக்கட்டும் எனக் காத்திருந்தவள்

அழுகை அடங்கியதும் அவனிடம் பேச்சுக் கொடுத்தாள்.

“எனக்கு ஒரு யோசன தோணுது மாமா சொல்லட்டுமா...”

“சொல்லு வெட்சி.”

“பேசாம நாம போயி அவியள இங்க கூட்டிக்கிட்டு வந்து நம்மகூடயே வெச்சிக்கிருவமா...”

அவன் இதைச் சற்றும் எதிர்பார்க்கவில்லை.

“நம்ம கூட எப்படி?”

“ஏன் நம்மகூட அணிற்பிள்ள இல்லயா... இல்ல ஆட்டுக்குட்டிகதான் இல்லயா... இப்ப தங்கமும் ஒரு வாயில்லா ஜீவன் தானே மாமா. நாமளே கூட்டிகிட்டு வந்து பாத்துக்கிருவமே... நீங்க சொன்னாப்ல நம்ம ஆச்சியே தங்கத்த தங்கமா பாத்துகிடுவாவ.”

அவன் கண்களிலிருந்து நிற்காமல் வழிந்தது கண்ணீர். இது மகிழ்வின் கண்ணீர் என்பதை வெட்சியும் உணர்ந்துகொண்டாள்.

“வெட்சி எனக்கு ஆத்தா அப்பன் சாமி எல்லாமே நீதான் புள்ள. நாளைக்கே போயி தங்கத்தக் கூட்டி வந்துருவம்...” என்றபடி அவள் கரங்களைப் பற்றிக்கொண்டான் நாளை அவர்களுக்காய் எப்படி விடியப்போகிறது என்று அறியாமல்.

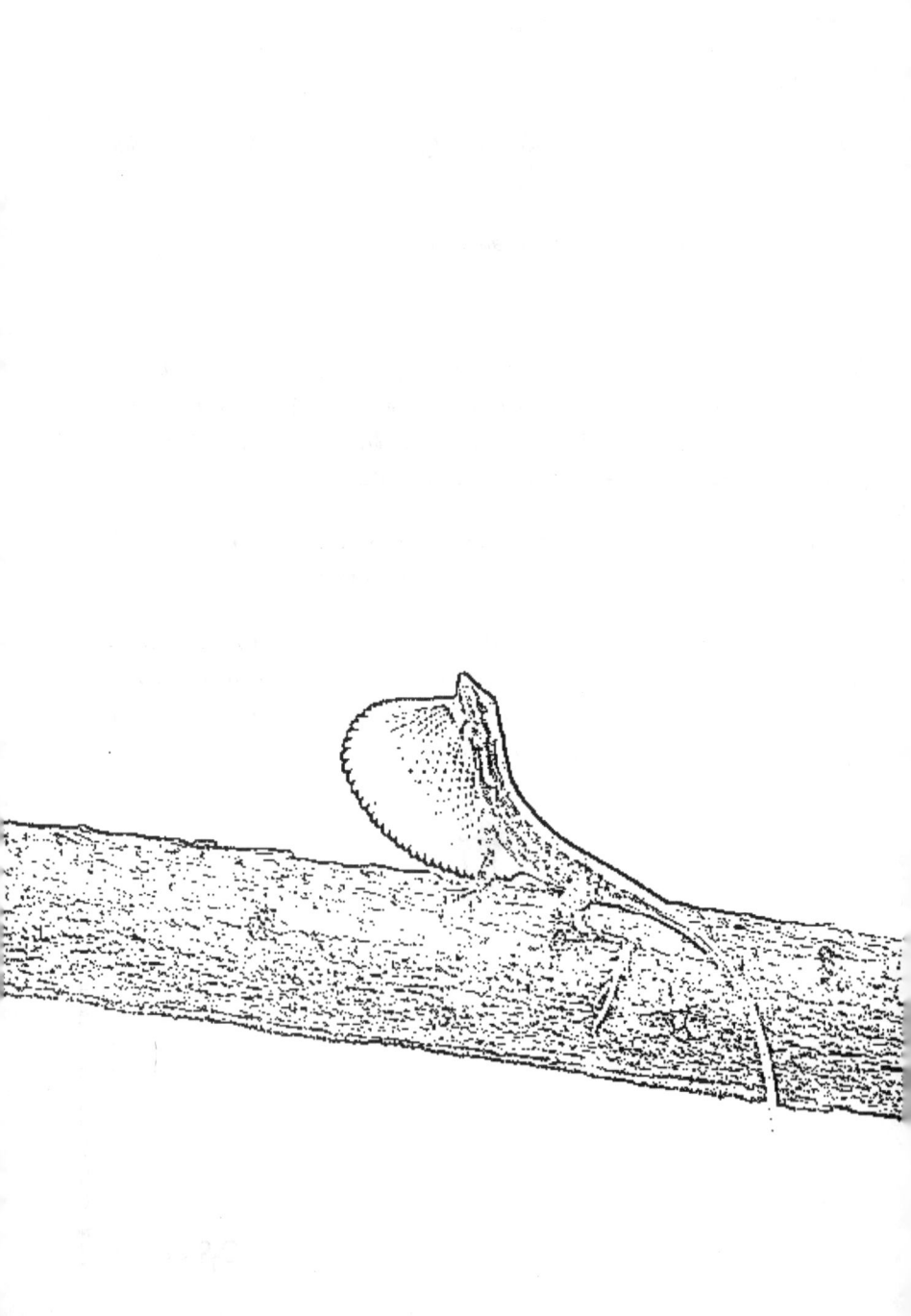

33: ஆட்டம்

வாழ்க்கையில் சந்தோஷம் வரும்போது மொத்தமாய் வரும். அப்படியொரு சந்தோஷமான நாளாக செல்லக்குட்டிக்கு அந்த நாள் அமைந்தது.

வெட்சி அவனது காதில் அந்த விஷயத்தைச் சொல்லிவிட்டுத் தோட்டத்திற்குள் ஓடிப்போனாள். அவன் அடைந்த சந்தோஷத்திற்கு அளவே இல்லை.

தங்கத்தின் மீது அவள் காட்டிய பரிவு, அவளைத் தங்களுடன் வைத்துக்கொள்ள அவள் அறிவுறுத்தியது எல்லாம் அவள் மேலான காதலை அதிகப்படுத்தியிருந்த வேளையில் இப்படி ஒரு சந்தோஷமான செய்தியைக் கூறி செல்லக்குட்டியை சந்தோஷ வானில் பறக்க வைத்தாள் வெட்சி. அவன் தன் மகிழ்ச்சியை உடனே யாரிடம் சொல்வது எனத் தவித்தான். பாடலாய் வாய் விட்டுப் பாடினான். இங்கும் அங்கும் துள்ளினான்.

மாமரத்து அணிலுகளா
கூவித்திரியும் குயிலுகளா
காடைகளா கவுதாரிகளா
ஒரு சேதி கேட்க வாரியளா
வெட்சி வெக்கத்தப் பாத்தியளா

அவ சொன்ன சேதி கேட்டியளா
ஒலகத்துல ரொம்ப அழகானது
மலையும் இல்ல
கடலும் இல்ல
நிலவும் இல்ல
மழையும் இல்ல
புள்ளய தாங்கும்
என் வெட்சி முகந்தான்..
தங்கமும் வைரமும்
காணாத ஜொலிப்பு
என் கண்மணி கிட்ட..
தங்க மகனோ
மயிலு மகளோ
பெக்கப் போறா என் வெட்சி
வரப்போற உசிரு எனக்கு
ரெண்டாம்பிள்ளைதான்
என்ன முழிக்கிய?
எப்பவும் என் மூத்தப் புள்ள
என் வெட்சிதான்

மந்திரம் செய்து மனசக் கவரும் மாயக்காரி
பாசத்தால பூவக் கூட பூக்க வைப்பா
அணில கூட மடில போட்டு பிள்ளையா பார்ப்பா
என் வெட்சி ஒரு வரம்
என் வெட்சி ஒரு தவம்
என் வெட்சி என் வெட்சி தான்

எங்க ஆச்சி போனிய?

கொள்ளு பெயர்த்தி வரப்போறா
கொள்ளு பெயரன் வரப்போறான்
மூஞ்சி மேல
மூத்திரம் அடிச்சு
பாயி தலகாணி பேண்டு வைக்க
கொள்ளுப் பெயர்த்தி வரப்போறா
கொள்ளுப் பெயரன் வரப்போறான்

ஓடியாங்க சீக்கிரமா

என் வெட்சிக்குப் புடிச்சது எல்லாம் செய்யணும்
வவுறும் மனசும் நெறையணும்
வாய்க்கு ருசியா சமைக்கணும்
வயிறு தள்ளி எழுந்தவ கூட
கைத்தாங்கலா நான் நடக்கணும்
புள்ள வளக்கும் கதை பேசணும்

மனசு ஆச்சு காத்தாடி
நான் ஆடுறேன் யாத்தாடி
ஊரெல்லாம் ஒண்ணு
கூட்டி
வெள்ளச்சோறு நா போடுவேன்
புள்ள பொறந்த நாளுல
நூறு மரக்கன்னுகள நட்டி
வெக்க மண்ணு பூமிய
சோலை மண்ணு பூமியா
நா மாத்துவேன்
மனசு ஆச்சு காத்தாடி
நான் ஆடுறேன் யாத்தாடி

செல்லக்குட்டியின் பாடல் நீண்டுகொண்டே போனது. அவனது சந்தோஷத்திற்கு அளவே இல்லை. வெட்சியைத் தோளில் சுமந்துகொண்டு தோட்டமெங்கும் சுற்றி வந்தான். ஆச்சி அவன் சந்தோஷம் கண்டு மகிழ்ந்தாள். வெட்சி முகத்தை வழித்து முத்தினாள். 'என் ராசாத்தி' என உச்சி முகர்ந்தாள்.

"நேத்தே புடிச்சு சொன்னே ஓங்கரிக்குன்னு நான் ஒரு மடச்சி இதுன்னு விளங்கல பாரு" என்று தன்னை நொந்துக்கொண்டாள்.

அன்றே ஊருக்குப் போய் அசரியாவிடமும், பாதாள முனியிடம் விசயத்தைச் சொன்னான் செல்லக்குட்டி.

"செல்லக்குட்டியில்லல நீ, இனி சிங்கக்குட்டிலேய்..." அவனைக் கட்டிக்கொண்டான் அசரியா.

“நல்ல சேதி சொல்ல வாரவன் வெறுங்கைய வீசிக்கிட்டால வருவ?” செல்லமாக கோபித்துக்கொண்டு முகம் திருப்பினான் பாதாள முனி.

“இப்பவே காயல்பட்டிணம் போவோம். பிரியாணியும் மஸ்கோத் அல்வாவும் திம்போம். செரியா” என்றபடி அவன் தோளில் கையைப் போட்டான் செல்லக்குட்டி.

மாதம் ஒரு முறை தங்கத்தைப் போய்ப் பார்த்து வந்தான் செல்லக்குட்டி. பிள்ளை பெற்றப்பின் தங்கத்தை வீட்டுக்குக் கூட்டி வரலாம் என முடிவெடுத்து இருந்தார்கள். நாட்கள் உருண்டோடின.

பிரசவ வலி வந்து தூத்துக்குடி அரசு மருத்துவமனைக்குக் கூட்டிச் சென்றபோது அறுவை சிகிச்சை செய்ய வேண்டிய சூழல் வரலாம் என்றார் மருத்துவர். சுகப்பிரசவம் ஆக வேண்டும் என்று கடவுளை வேண்டிக்கொண்டே நின்றிருந்தான் செல்லக்குட்டி. அவனது வேண்டுதல் நிறைவேறியது. வெட்சிக்குப் பெண்

குழந்தை பிறந்தது. ஆஸ்பத்திரியில் ஒரு வாரம் ஆச்சியும் செல்லக்குட்டியும் மாற்றி மாற்றி இருந்து பார்த்துக் கொண்டார்கள். அசரியாவும், பாதாள முனியும் உன் மவ உன்ன மாதியே இருக்காலே என்று மகிழ்ந்தார்கள். வெட்சி அப்பாவும் தினமும் வந்தார். பேத்தியைக் கொஞ்சி மகிழ்ந்தார். வீட்டிற்கு வந்தார்கள். தேரியே தன் மகள் வரவால் அழகானது போல இருந்தது செல்லக்குட்டிக்கு. வீட்டைச் சுற்றி வெட்சி வைத்திருந்த மலர்ச்செடிகள் அனைத்தும் பூத்துக் குலுங்கின. ஆச்சி ஆரத்தி எடுத்து உள்ளே அழைத்துச் சென்றாள்.

செல்லக்குட்டி “இறும்பூவை”யைக் கொஞ்சிக்கொண்டே இருந்தான். குழந்தையைக் கைகளில் ஏந்தும் போதெல்லாம் ஒருவித பதற்றம் அவனைத் தொற்றிக் கொள்ளும்.

மண்வெட்டி பிடித்துக் காய்த்துப்போன தன் உள்ளங்கையின் சொரசொரப்பு குழந்தையின் மென்னுடலைக் காயப்படுத்துவிடுமோ எனும் நடுக்கத்துடனே வியர்த்துவிடும் செல்லக்குட்டிக்கு.

வெட்சி அவனது பதற்றத்தைக் கண்டவுடன் தைரியமூட்டுவாள்.

"புள்ளைய தூக்க இவ்வளவு நடுங்குதே மாமங்கைய்யி நம்ம புள்ளைக்கு இறும்பு ஒடம்பு மாமா ஒண்ணுஞ் செய்யாது தகிரியமா தூக்குங்க"

"பூவு பெத்த மவ பூவாதான இருக்கும் அதான் பயமா இருக்கி.."

தன் வாழ்வில் இறும்பூவை வந்ததும் இனி எல்லாம் நல்லதே நடக்கும் என நம்ப ஆரம்பித்தான் செல்லக்குட்டி. இரவில் பிள்ளை அழுதால் வெட்சி எழுவதற்கு முன்பே எழுந்து தொட்டிலை ஆட்டிப் பிள்ளையை உறங்க வைக்க பனையோலை விசிறியால் விசிறியவுடன் பிள்ளை உறங்கிவிடும். சற்று நேரத்தில் மீண்டும் அழுகின்ற பிள்ளையால் வெட்சி எழுந்துவிடுவாள்.

"நீ ஒறங்கு வெச்சி நா பாத்துக்கிடுதேன்"

"புள்ள தூக்கம் வராம அழுவல மாமா பசிக்கு அழுவுது" என்றபடியே குழந்தையைத் தொட்டிலிலிருந்து எடுத்து தாய்ப்பாலூட்டுவாள் வெட்சி.

"ஆமால்ல எனக்கு ஏன்ளா இதெல்லாம் மண்டையில ஏறமாட்டிக்கி?"

"புள்ளைக்கு என்ன வேணும் எப்ப வேணும்ங்கறதெல்லாம் ஆத்தாவுக்கு மட்டுந்தான் தெரியும் மாமா"

அவள் அப்படிச் சொன்னதும் அவன் ஏதோ யோசிப்பவன் போலிருந்தான். மனதில் நல்லவேளை செவ்வந்தி தன் தாயில்லை என்று ஒரு ஆறுதல் தோன்றியது. அது தங்கத்தைக் காதலித்த காரணத்தாலா எனத் தெரியவில்லை. ஏனோ அவன் மனம் அதை ஏற்றுக்கொள்ள வில்லை. செல்வி தான் தன் தாய் என அறிந்துவிட்ட நிலையில் பால்துரையின் மீது சின்னதாக ஒரு பொறாமை தோன்றியது.தான் என்ன தவறு செய்தோம் பெற்றவர்களைப் பிரிந்து இப்படி வளர என நினைத்தான். கொஞ்ச நேரம் அவன் யோசிப்பதைக் கண்டவுடன் அவனது மௌனத்தைக் கலைத்துவிட கேள்வியொன்றைக் கேட்டாள் வெட்சி.

"ஆச்சிக்குப் புதுச்சீலை எப்ப வாங்கிக் கொடுத்திய?"

அவளது அந்தக் கேள்வி அவனது மௌனத்தைக் கலைத்து ஒரு நிமிடம் உலுக்கிவிட்டது. ஆச்சி அவனிடம் எதுவுமே கேட்டதில்லை என்றாலும் வருடம் தவறாமல் “யய்யா வருசத்துக்கு ஒரு தடவயாச்சும் கோடித் துணி எடுத்துக்கய்யா” என்று பொங்கலுக்குப் புதுத்துணி எடுக்கச் சொல்வாள்.

அவளுக்கு செல்லக்குட்டியை புதுத்துணியில் பார்க்க வேண்டும். ஆனால் அவனுக்கு ஆச்சிக்கு எப்போது புதுச்சேலை எடுத்தோம் என்பதே நினைவுக்கு வரவில்லை. ஆச்சிதான் அவனுக்கு எல்லாமுமாக இருந்தாள் என்பதால் அம்மாவைப் பற்றியோ அப்பாவைப் பற்றியோ அவன் யோசித்ததே இல்லை. இறும்பூவையை கூட ஆச்சி கட்டிய சீலை தொட்டிலில் தான் போட்டிருந்தார்கள். பகல் முழுவதும் ஆச்சி தொட்டிலை ஆட்டுவதும், கொள்ளுப் பெயர்த்தியைக் கொஞ்சுவதுமாய் பொழுதைக் கழித்தாள். தங்கமும்,வெள்ளியுமாய் கொண்டு வந்து மாட்டினார்கள் அதிவீரனும், செல்வியும். என் ராசாத்தி எனக் கொஞ்சினாள் செல்வி. ஆச்சியப் பாருலே எனத் தாங்கினாள். செல்லக்குட்டி பெரிதாய் ஒட்டாமலே இருந்தான். ஆனாலும் அம்மா எனும் சொல் ஒரு நிமிடம் தன்னைப் பெற்றவளை நினைக்க வைத்துவிட்டதே எனக் கலங்கினான். அந்த நினைவோடையை ஒரு கேள்வியால் மடைமாற்றி ஆச்சியை நினைக்க வைத்த வெட்சியைப் பார்த்துப் புன்னகைத்தான். வெட்சியின் முகத்திலிருந்து வடிந்துகொண்டிருந்த இளம்தாய்மையின் பொலிவு அந்தக் குடிசையைப் பரிபூரணத்தின் வாசனையால் நிரப்பிக்கொண்டிருந்தது.

அன்று அதிகமான மயில் நடமாட்டம் இருந்ததால் தோட்டமெங்கும் உதிர்ந்து கிடந்தன மயிலிறகுகள். வெட்சிக்குப் பிடிக்குமென்பதால் ஒரு இறகையும் விடாமல் பொறுக்கி எடுத்துக்கொண்டு குடிசைக்குள் நுழைந்தான் செல்லக்குட்டி. தொட்டிலில் உறங்கிக்கொண்டிருந்த குழந்தை உறக்கத்தில் சிரிப்பதை ரசித்துவிட்டு மயிலிறகுகளைக் கட்டிலுக்கு அடியில் வைத்துவிட்டு அடுப்பாங்கரையில் வெட்சியைத் தேடினான். இங்கனதான இருந்தா எனக் கூறிக்கொண்டே பாத்திரத்தைக் கழுவிக் கொண்டு குடிசைக்கு உள்ளே போனாள்

ஆச்சி. குழந்தையைத் தனியே விட்டுவிட்டு எங்கே போனாள் என்கிற குழப்பத்துடன் குடிசையை விட்டு வெளியே வந்தவனுக்கு எதிரே வந்தாள் வெட்சி. கையிலிருந்த தேங்காய் சிரட்டையில் பால் இருந்தது.

"புள்ளய தனியா உட்டுப்புட்டு எங்களா போன அதென்ன சிரட்டைல பாலு மாதிரி இருக்கு?"

"அது இன்னிக்கு பால்காரரு வரல தெனமும் அணிப்பிள்ளைக்கு பாலூத்துவேன்லா இன்னிக்கி ஊத்த பாலில்ல...அதான்.." என்று இழுத்தாள்.

"பொறவு எப்படி சிரட்டைல பாலு?"

"தெனமும் நம்ம புள்ளைக்கு பாலு கொடுக்கறத பாத்துக்கிட்டே ஒக்காந்திருக்கும் அணிப்பிள்ள இன்னிக்கு அதுக்குக் குடுக்கப் பாலும் வரல அதான் கொஞ்சம் தாய்ப்பால் கொடுக்கலாமின்னுட்டு சிரட்டைல புடிச்சேன் சிரட்டை எடுக்க குடிசைக்குப் பின்னால போயிருந்தேன் அணிப்புள்ளயும் நம்ம புள்ளதான" என்றாள் வெட்சி.

அவனுக்கு என்ன சொல்வதென்று தெரியவில்லை. அருகில் நின்றிருந்த நித்திய கல்யாணி செடியிலிருந்து கொஞ்சம் பூக்களைக் கொய்து வெட்சியின் பாதத்தில் அவற்றைத் தூவினான். அவள் பதறி நகர்ந்தபடியே,

"என்ன மாமா பண்ணுதிய?" என்றவாறு குடிசைக்குள் ஓடினாள்.

அவளைப் பின் தொடர்ந்து போனவனின் சாரத்தில் ஏறி சட்டைக்குத் தாவி தோளில் வந்து நின்று வாலுயர்த்தி சப்தமிட்டது அணில்.

செவ்வந்திக்கு தங்கத்திற்குத் தான் செய்தது தவறு என்கிற எண்ணம் தினம் தினம் அதிகமானதில் அவளது உறக்கம் கெட்டு உடல் நலிந்துபோனது. தங்கவேலு முடிந்தவரை அவளைத்

தேற்றிப்பார்த்தான்.

"யம்மே மனசுக்குள்ளயே புழுங்கிக்கிட்டு கெடந்தா ஒடம்பு நோவதான் செய்யும். அன்னிக்கு செல்லக்குட்டிக்கிட்ட நடந்த விசயத்த எல்லாம் சொன்னப்பொறவுதான் எம் மனசே சரியாச்சு..."

"என்னன்னு சொல்ல யாருகிட்டப் போயி அழுவ? அன்னிக்கிக் கிறுக்கு முத்திப் போயி அவளக் கொண்டுபோயி மடத்துல போட்டேன். அந்தக் கிறுக்கு எனக்கு ஒடனே தெளிஞ்சிருந்தா ஓடிப்போயி கூட்டியாந்திருப்பேன். இப்ப முடியுமா சொல்லு" சொல்லிவிட்டு மாடிப்படிகளில் ஏறிச் சென்று தங்கம் வழக்கமாக சாப்பிடும் இடத்தில் உட்கார்ந்தாள். அருகிலிருந்த வேப்பமரத்தில் ஒரு செம்போத்து உட்கார்ந்திருந்தது. அதன் கண்களையே பார்த்தபடி வெகுநேரம் அமர்ந்திருந்தாள். தங்கத்தைப் பார்த்துவிட்டு செவ்வந்தியிடம் வந்து அன்று செல்லக்குட்டி பேசியது மீண்டும் மீண்டும் நினைவுக்கு வந்தது.

செவ்வந்தியின் வீட்டுக்கு வந்த செல்லக்குட்டி தன் கோபத்தை மொத்தமாய் திரட்டி வீட்டு வாசற்கதவை உதைத்தான். அந்த உதையில் தென்னந்தட்டியாலான படலை பிய்ந்து தூரப்போய் விழுந்தது.

கோழிக்குஞ்சுகளைப் பஞ்சாரத்தில் அடைத்துக்கொண்டிருந்த செவ்வந்தி சத்தம் கேட்டு ஓடிவந்தாள். ஆடுகளுக்கு அண்டி அறுத்துப் போட்டுக்கொண்டிருந்த தங்கவேலு அதை அப்படியே போட்டுவிட்டு வாசலுக்கு ஓடினான்.

"ஏல செல்லக்குட்டி ஏம்ல படலைய இப்படிப் பிரிச்சுப்போட்டிருக்க..."

"ஒன்னையும் ஒங்க அம்மையையும் பிரிச்சுப்போட எனக்கு வக்கில்ல வேலு. அதான் படலையைப் பிரிச்சேன்."

கடும்கோபத்தில் செல்லக்குட்டி இருக்கிறான் என்பது புரிந்துவிட்டது தங்கவேலுக்கு.

"அதான் அன்னிக்கு செவுள்ள அறஞ்சு என்னைப்போட்டு மிதிச்சல்லா இன்னும் கோபம் அடங்கலியாக்கும். அம்மைய ஏன் இழுக்க?"

“நீதான் கோட்டிக்காரன்னா பெத்தவ இவதான இவளுக்கு எங்கவே போச்சு புத்தி. இன்னிக்குக் குத்தாலம் போயிருந்தேன். அங்க தங்கம் எப்படி இருக்கான்னு தெரியுமால உனக்கு...” அதற்குமேல் பேச முடியாமல் அப்படியே தரையில் உட்கார்ந்து உடைந்து அழுதான் செல்லக்குட்டி.

செவ்வந்தி பதிலேதும் பேசாமல் சுவரில் சாய்ந்து நின்றிருந்தாள். தங்கவேலு செல்லக்குட்டியின் அருகில் போய் உட்கார்ந்தான்.

“தங்கத்தப் பாக்க குத்தாலம் போனியா... எப்படி இருக்கா தங்கம்?”

கண்களைத் துடைத்துக்கொண்டு பேச முயன்றான் செல்லக்குட்டி. தொண்டை கரகரவென்றிருந்தது.

“தங்கமுன்னு பேருதாம்ல இருக்கு. அவ அங்க தகரமாத்தான் கெடக்கா... ஒடம்பு வத்தி, நோயாளி கணக்கால்லா இருக்கா எந்தங்கம். அவளுக்கு என்னையும் அடையாளம் தெரியல... எனக்கு வர்ற ஆத்திரத்துக்கு இங்கேயே ஒன்னயும் ஒன் ஆத்தாளயும் குத்திப்போட்டுருவன். சே நீங்க எல்லாம் மனுசப்பெறவிகதானா... அங்க கொண்டு போய் விட்டுட்டு அவ இருக்காளா செத்தாளான்னுட்டு கூடப் பாக்க மனசில்லல ரெண்டுவேருக்கும். தூ” எனத் துப்பிவிட்டு அங்கிருந்து போய்விட்டான் செல்லக்குட்டி.

அவன் சொன்னது மாதிரி அன்றே தன்னைக் குத்திப் போட்டிருக்கலாமே என்று நினைத்தாள் செவ்வந்தி. அவன் வந்துவிட்டுப் போனதும் உடனே குற்றாலம் போகலாம் என்றான் தங்கவேலு. அப்போதும் செவ்வந்தியைப் போக விடாமல் ஏதோ தடுத்தது.

“எதுக்கெடுத்தாலும் ஆத்திரமா வருது... இந்த எழவெடுத்த ஆத்திரத்தால நமக்குதான்மே இழப்பு. கோவத்துல கத்திப்புடுதோம் அல்லாட்டி ஏதாவது செஞ்சிபுடுதோம்... பொறவு அழுது பொலம்பி என்னத்த செய்ய... எங்கிருந்துதான் இவ்வளவு ஆத்திரம் வருதோ தெரியல” புலம்பிவிட்டுப் போனான் தங்கவேலு.

செவ்வந்திக்குத் தெரியும். இந்த ஆத்திரம் எங்கிருந்து வந்ததென்று.

அவள் அப்பா கண்ணாடிக்காரரின் கோபம் அவள் கண்முன் வந்தது.

ஆறாம் வகுப்பு படிக்கும்போது பள்ளிக்கூடம் விட்டவுடன் வீட்டிற்குப் போகாமல் நேராக தேரிக்கு விளையாடப் போய்விட்டாள். விளையாடி முடிக்கும்போது இருட்டியிருந்தது. வீட்டிற்கு வந்தவள் வீட்டுத் திண்ணையில் காத்திருந்த அப்பாவைப் பார்த்து நடுங்கிப்போனாள். 'விளக்கு' வைப்பதற்குள் வீட்டிற்கு வந்துவிட வேண்டும் என்பது அப்பாவின் கட்டளை. அதை அன்று மீறியிருந்தாள்.

"ஏம்புள்ள லேட்டு இன்னிக்கி..?"

கடுமையான குரலில் கேட்டார் அப்பா.

"தேரிக்குலாட போயிருந்தேம்ப்பா..." நடுங்கிய குரலில் சொன்னவளை அலட்சியம் செய்துவிட்டு மாட்டுக்காடிக்கு சென்றார். மாடுகள் வளர்ப்பதை நிறுத்திப் பல வருடங்கள் ஆகிவிட்டதால் அந்த இடத்தில்தான் மற்ற பொருட்களைப் போட்டு வைத்திருந்தார். அது பொங்கல் நாட்கள். கரும்புக் கட்டுகள் இரண்டு அங்கே கிடத்தி வைக்கப்பட்டிருந்தன. அதிலொரு கரும்பை எடுத்து அதன் தோகையை வெட்டி எடுத்தார். அது நன்றாகக் காய்ந்திருந்தது.

அதை ஒரு சாட்டைபோல சுழற்றியபோது, 'விசுக் விசுக்' என சத்தம் வந்தது. அதனுடன் செவ்வந்தியிடம் வந்தவர், அதனால் அவளை விளாறித் தள்ளிவிட்டார்.

வலி பொறுக்க முடியாமல் கெஞ்சிப் பார்த்தாள் செவ்வந்தி. அப்போதும் அடி நிற்கவில்லை.

"இன்னோரு வாட்டி விளக்கு வெச்சதுக்குப் பொறவு வீட்டுக்கு வந்தன்னு வெய்யி... தோல உரிச்சு உப்புகண்டம் போட்டுப்புடுவேன். பொட்டப்புள்ளைக்கு வெளாட்டு என்ன வெளாட்டு..."

அவர் கோபம் ஊரே அறிந்ததுதான். எப்போது கோபப்படுவார் எப்போது சிரிப்பார் என்பது அவருக்கே தெரியாது. எதற்கெடுத்தாலும் ஆத்திரம். எல்லாவற்றிலும் ஆத்திரம்.

'ஆத்திரக்காரனுக்கு புத்தி மட்டு என்பது அப்பாவுக்கு புத்தி மட்டு' என்றுதான் அவளது பள்ளிக்கூட நாட்களில் அவள் மனதில் பதிந்திருந்தது.

அந்தக் கோபத்தில்தானே என் சந்தோசத்தை என்னிடமிருந்து பிரித்து என் சந்தோசத்தை அழித்தார் என அவள் எண்ணாத நாளில்லை. அதே ஆத்திரம் தனக்குள்ளும் ஒளிந்திருந்ததை பொட்டம்மையின் கழுத்தை வெட்டிய போதுதான் உணர்ந்துகொண்டாள்.

அன்றிரவு வாய்க்காலில் ரத்தம் தோய்ந்த வெட்டரிவாளைக் கழுவும்பொழுது அவள் உடலில் எவ்வித நடுக்கமும் இல்லை. ஒரு உயிரை மாய்த்துவிட்டோமே என்கிற குற்றவுணர்ச்சியும் இல்லை. என் பேச்சியைக் கொன்றுவிட்டானே என்கிற ஆத்திரம் மட்டுமே இருந்தது.

அந்த ஆத்திரம் அப்பாவிடமிருந்துதான் தனக்கும் வந்திருக்கிறது என்பதை அப்போதுதான் உணர்ந்தாள். அதுதான் தன் பிள்ளைகளுக்கும் வந்திருக்கிறது. இனி அழுது என்ன பயன்... ஆத்திரத்தாலான தன் வாழ்வு யாரோ ஒருவரின் ஆத்திரத்தால் முடிந்துவிடக் கூடாதா என்று நினைத்துக்கொண்டே மச்சிலிருந்து இறங்கி வீட்டிற்குள் போய் கட்டிலில் விழுந்தாள்.

கூகையொன்றின் அலறல் சத்தம் அந்த இரவைக் கிழித்தெறிந்தது.

தூங்க முடியாமல் தவித்த செவ்வந்தி மறுநாள் காலையில் முதல் பஸ்சைப் பிடித்து தங்கவேலுடன் குற்றாலத்துக்குக் கிளம்பினாள்.

வழியெங்கும் புலம்பிக்கொண்டே வந்தாள். என்னத்தல கொண்டு போ போறோம். என்ன பொழப்பு இது பெத்த புள்ளயோட சந்தோசத்தக் கெடுத்து எங்க அப்பா என்னத்த அள்ளிட்டாவ? எனக்கும் புத்தி கெட்டுப் போச்சே. என்னால என் புள்ள வாழ்க்க போச்சே என்று கூறிக் கொண்டே வந்தாள். தங்கவேலு வார்த்தைகள் அற்று இருந்தான். அவனுக்குத் தான் செய்த பாவத்துக்கான தண்டனை தங்கத்திற்கு கிடைத்து விட்டதோ என குற்றவுணர்ச்சியாய் இருந்தது.

மடத்தில் போய் தங்கத்தைத் தேடினார்கள். அங்கு வந்த மடத்தின் பெண் உள்ளே அழைத்துச் சென்றாள். தங்கத்தைக் காணவேண்டும் எனக் கூறினார்கள்.

நிர்வாகி தங்கத்தின் புகைப்படத்தையும் அவள் சம்பந்தப்பட்ட

கோப்பையும் காண்பித்து அவளை அவள் அத்தை மகன் வந்து அழைத்துக் கொண்டு போய்விட்டதாக கூறினார். தங்கவேலு அவசரமாய் பக்கத்தைத் திருப்பிப் பார்த்தான். ஒப்புதல் பத்திரத்தில் செல்லக்குட்டி என கையொப்பம் இருந்தது.

34: சூழ்ச்சி

தொம்மையார் மயக்கம் தெளிந்தபோது தன் படுக்கையில் இருப்பதை உணர்ந்தார். தலை வலி அதிகமாக இருந்தது.

“மண்ட என்னமா கனக்கு... முருகா ஏன் சோதிக்க” என்றவாறே எழுந்தவர் உடனே போனை எடுத்து புவியரசின் எண்ணை சுழற்றினார்.

“ஆமாடே தொம்மதான் பேசுதேன்... நீ ஒடனே கெளம்பி வா.”

“நேர்ல வாடே சொல்லுதேன்...” என்றவர் போனை வைத்தார்.

சிறிது நேரத்தில் தொம்மை அண்ணாச்சியை சந்தித்தவனிடம் தனக்கு வந்த தபாலை எடுத்துக் காண்பித்தார். அதை வாங்கிப் படித்தவன், “என்ன அண்ணாச்சி இது... புது பூதம் கெளம்பியிருக்கு” ஆச்சர்யத்துடன் கேட்டான் புவியரசு.

“அதாம்டே ஒன்னிய நேர்ல வரச்சொன்னேன். இதெல்லாம் போனுல பேசுனா ஆவுமா... செரி நீ போயி நம்ம வக்கீல பாரு. தூத்துக்குடில சண்முகபுரத்துலதான் அவரு வீடு. இதக் கொண்டு போயி காமி. என்ன சொல்லுதாருன்னு கேட்டுட்டு போனைப் போடு.”

"வானத்த பாத்து துப்பணும் போல இருக்கு அண்ணாச்சி. நம்ம ஊருக்கெல்லாம் இது தேவயா... அவனவன் சோத்துக்கே சிங்கி அடிச்சிகிட்டு கெடக்கானுவாவ... சர்காருக்கு இதெல்லாம் தெரியுமா தெரியாதா?"

"அதாம்டே பாத்ததும் தல கிறுகிறுன்னு சுத்தி விழுந்துட்டேன்லா... ஏ நானே போட்ட வாழ எல்லாம் பொயலுல முறிஞ்சிருச்சேன்னு தவிச்சுக்கிட்டுக் கெடக்கேன். இது என்னடான்னா உள்ளதும் போச்சு நொள்ளக் கண்ணாங்கற மாரில்லா வந்திருக்கு..என்ன செய்யனும்னுட்டே தெரில அதான் உன்னக் கூப்புட்டேன்""

"தோட்டக்காட்டுல விவசாயம் பண்ணுத மொத்த ஆளுவளும் வாயிலயும் வவுத்துலயுமில்லா அடிச்சிக்கிட்டு அழுவுதாவ... சாதாரண பொயலா அது... ஒரு வாழத்தோட்டமும் இல்லாமல்லா ஆக்கிபுட்டு போயிருச்சி. என் சேக்காளி ஒருத்தனுக்கு ஆயிரம் வாழல்லா போயிருச்சு..."

"ஆயிரம் வாழைக்கே நீ வாயப் பொளக்க. நா மண்ணுல வந்து துட்டை எல்லாத்தையும் வாழத்தோட்டத்துலதான போட்டேன். இப்ப ஒத்த சல்லி இல்லாம போச்சே முருகா..." தலையில் கைவைத்து உட்கார்ந்துவிட்டார்.

"கொடுக்கும்போது கூரைய பிச்சுகிட்டு கொடுத்த தெய்வம் எடுக்கும்போது கோமணத்தையும் சேர்த்துல்லா புடுங்கிக்கிடுது..."

"என்னத்த செய்ய... இனி வெறும் தேரித்தோட்டம் மட்டுந்தான். வாழை போட துட்டுக்கு எங்க போவேன்... சரி நீ போயி வக்கீல பாரு. தேரித்தோட்டத்தையாவது காப்பத்தணுமில்லா... அதுவும் போச்சுன்னா பொறவு இடுப்புல இருக்கற வேட்டிய உருவி தொங்கித்தான் சாவணும்டே..."

"என்ன பேச்சு பேசுதிய அண்ணாச்சி. பாத்துகிடலாம் நீங்க கலங்காதிய... நா வக்கீல போயி பாத்து என்ன ஏதுன்னு போனை போடுதேன். நா வாரேன் அண்ணாச்சி"

"நல்ல சேதியா சொல்லுடே"

"கவலப்படாதிய பேசிட்டு போன் போடுதேன் ஏதாது வழி

இருக்கும்...” சொல்லிவிட்டுப் புறப்பட்டவன் நேராக வக்கீல் வீட்டின் முன்பு போய் நின்றான்.

அவரைச் சந்தித்ததும் வந்திருந்த தபாலைப் பிரித்துப் படித்தவர் உதட்டைப் பிதுக்கினார். “இது மத்திய சர்காருடே.... கேட்டா கொடுத்துதான் ஆவணும். மறு பேச்சே இல்ல. கோர்ட்டுக்குப் போனாலும் நிக்காது. அண்ணாச்சிட்ட சொல்லிரு...”

அவரிடம் விடைபெற்ற புவியரசு அண்ணாச்சியிடம் விசயத்தைச் சொன்னான். போனை வைத்தவர் தன் அறைக்குள் போய் கதவைச் சாத்திக்கொண்டார். சற்று நேரத்தில் நாற்காலியொன்று கீழே விழும் சத்தம் கேட்டது. ஓடிச்சென்று அவரது அறைக்கதவைத் தட்டினர் வீட்டுப்பெண்கள்.

தங்கத்தை செல்லக்குட்டி அழைத்து வந்து விட்டதை அறிந்த செவ்வந்தி தேரிக்குத்தான் நேராக வந்தாள். தங்கவேலுக்கு உள்ளே வரவே கூச்சமாய் இருந்தது.

“ எய்யா செல்லக்குட்டி” என கூப்பிட்டுக் கொண்டே நுழைந்தாள் செவ்வந்தி.

தங்கத்திற்கு தலைவாரிக் கொண்டிருந்த வெட்சி திடுக்கென எழுந்தாள். ஓடிச்சென்று தங்கத்தைக் கட்டிக் கொண்டு அழுதாள் செவ்வந்தி.

“என் தங்கமே உன்ன தகரமா ஆக்கிட்டேனே நான்.. இதெல்லாம் நான் பாக்கனுமா எனக்கு ஒரு சாவு வரலியே” என்று அழுதாள்.

உள்ளே வந்த ஆச்சி “என்ன பேச்சி பேசுத லா.. பாவம் அவ முழிக்கா பாரு” என்றாள்.

தங்கம் பயந்து வெட்சியின் பின்னால் ஒடுங்கியிருந்தாள்.

“அவளுக்குத் தான் நான் யாருனே தெரிலயே. நான் ஒரு நீசப்பாவி

அந்தக் கர்த்தர் கூட என்ன மன்னிக்க மாட்டாரு. செல்லக்குட்டியும், தங்கமும் என்ன மன்னிக்கவே மாட்டாவ. நான் பாவி நான் பாவி" என்று அழுதாள் செவ்வந்தி.

அப்பொழுது தான் தோட்டத்தில் இருந்து திரும்பிய செல்லக்குட்டி என்ன நடக்கிறது என வாசலிலேயே ஊகித்தான்.

குழந்தை சிணுங்கியது அதே நேரத்தில்.

"வெட்சி உன் சின்னப் புள்ளயையும் கொஞ்சம் பாரு" என்று விட்டு,செவ்வந்தியை நோக்கி "யாரும் பாவி இல்ல. எங்க அப்பன் உங்களுக்குப் பண்ணின பாவத்துக்கு நான் அனுபவிக்கேன். தங்கத்தப் பத்தி நீங்க இனி கவலைப்பட வேணாம்" என்றான் செல்லக்குட்டி.

"எல்லாமே என் தப்பு தாம்யா.. பாழாப் போன காதலால என் வம்சமே கஷ்டப்படுதே" என்றாள்.

"காதலிக்கறது அவ்ளோ பெரிய குத்தமில்ல. பழியத் தூக்கிக் காதல் மேல போடாதீய. என் மேல உள்ள காதல் தான் இன்னிக்கு வெட்சி நான் ஆசப்பட்ட புள்ளய தாயா இருந்து கவனிக்கா... காதலுக்கு அழிக்கத் தெரியாது.. கொடுக்கத் தான் தெரியும். அந்த நேசம் இல்லனா அது காதலே இல்ல. நீங்க போட்டு குழம்பாதிய. தின்னல்வேலில பாத்த டாக்டர் கொஞ்சம் கொஞ்சமா சரியாவுமுன்னு சொல்லிருக்காரு"

"எம்புள்ளய நான் கூட்டிட்டுப் போறேன் யா"

"வேணாம் நாங்க பாத்துகிடுதோம்"

"ஊர் என்னக் காறித் துப்பும்"

"இன்னும் ஊருக்காகத் தான் வாழறீங்க. எனக்கு ஊரப் பத்திக் கவலை இல்லை. எங்க ஐயா, அதான் உங்க அண்ணன் ஊரப்பத்திக் கவலைப்பட்டிருந்தா இங்க படியேறி வந்திருக்க மாட்டாரு. தங்கம் இனிமே எங்க வீட்டுப் பொண்ணு. நீங்க கிளம்புங்க. எப்போ வேணுமுன்னாலும் இங்க வாங்க" என முற்றுப்புள்ளி வைத்தான் செல்லக்குட்டி

எதிர்பாராத நேரத்தில் வாழ்க்கை எய்யும் அம்புகள் எத்திசையிலிருந்து வரும் என்பது யாருக்கும் தெரிவதில்லை. அப்படித்தான் விடிந்தது அந்தக் காலை.

இரண்டு பேர் தோட்டத்தின் வாசலில் நின்று கூப்பிட்டார்கள்.

புதியவர்களாக இருந்தார்கள். நாய்கள் இரண்டும் விடாமல் குரைத்தன. தோட்டத்தின் வாசற்கதவைத் திறந்துவிட்டவன் யாரென்று விசாரித்தான்.

"யாரு நீங்க என்ன விசயம் யாரைப் பார்க்கணும்?"

"நாங்க இந்த இடத்தை அளவு எடுக்க வந்திருக்கோம் தம்பி" என்றார் வந்திருந்தவரில் மூத்தவர்.

"எதுக்கு அளவு எடுக்கணும்... நா முத்துசாமி அண்ணாச்சிகிட்ட பத்திரமெல்லாம் சரிபார்த்துதான இந்த இடத்தை வாங்கினேன்" ஒன்றும் புரியாதவனாய் கேட்டான்.

"தம்பி நீ யாருகிட்ட இருந்து எடத்த வாங்கினியோ அதெல்லாம் எங்களுக்குத் தெரியாது. வாகைக்குளத்துல விமான நிலையம் அதாம்டே ஏர்போர்ட்டு வருது பாத்துக்க... அதுக்காண்டி சுத்தியிருக்கற நிலத்தை எல்லாம் சர்காரு எடுத்துக்கப் போவுது... ஏ நோட்டீஸ் அனுப்பியிருந்தோம்லா நீ பாக்கலியா?"

"என்ன சொல்லுதிய... என்ன நோட்டீஸு எனக்கு ஒண்ணுந் தெரியாதே..."

"ஆமா எத்தன வருசத்துக்கு முன்னால இந்த இடத்த வாங்குன?"

"நான் வாங்கி ஒரு பத்து மாசம் கூட ஆவலியே..."

"அட வெவரங்கெட்ட பயடே நீ. வாங்குறதுக்கு மின்னாடி விசாரிக்க வேண்டாமா?"

“முத்துசாமி அண்ணாச்சி வாங்கினப்போ நான் தான் வேல பார்த்தேன். போன வருசத்துல இருந்து நாந்தான் இங்கன குடிசை போட்டுக் காவல் இருந்து தோட்டவேல செஞ்சி தோட்டத்தப் பாத்துக்கிடுதேன். அவியளுக்கு ஏதோ பணமுடைன்னாவ... அதான் என்கிட்ட வித்தாவ...”

“ஏ அவரு சரியான குள்ளநரி வேல பாத்துருக்காருடே... சர்க்காரு

ஏர்ப்போட் கெட்ட போவுதுன்னு அவருக்கு முன்னாடியே தெரிஞ்சிருக்கும். நோட்டீஸு அனுப்பி கலெக்டர் ஆபீஸுல வந்து நிலத்துக்கான துட்டை வாங்கிட்டு பத்திரம் முடிக்கச் சொல்லியிருந்தோம். அரசாங்கம் கொடுக்கற துட்டு கொறச்சலாதான் இருக்கும்னுட்டு ஒங்க அண்ணாச்சிக்குத் தெரியும். அதான் ஒங்கிட்ட நேக்கா வித்துட்டுப் போயிட்டாரு...”

“என்னலாமோ சொல்லுதியளே... இனி இந்த நெலம் எனக்குச் சொந்தமில்லயா..?” தடுமாற்றத்துடன் கேட்டான் செல்லக்குட்டி.

“அதான் சொன்னம்லா... இந்த இடம் மட்டும் இல்ல தெக்காம ரெண்டு கிலோமீட்டருக்கு மொத்தமும் சர்கார் எடுத்துகிடுச்சு. போயி கலெக்டர் ஆபிஸுல கொடுக்கற துட்ட வாங்கிட்டுப் பொழப்பப் பாரு, நீ எம்புட்டு கொடுத்து வாங்கினியோ தெரில ஆனா சர்க்காரு நிர்ணயிச்ச தொகையத் தான் கொடுக்கும்” என சொல்லிவிட்டு நிலத்தை அளக்கத் துவங்கினார்கள்.

“எனக்கு சர்க்காருக்கு விக்க இஷ்டம் இல்ல. விட்ருங்க” என்றான் அப்பாவியாய்.

“உன் இஷ்டத்த யாருவே கேட்டா. கேட்டா கொடுத்து தான் ஆகனும். உசிரயா கேட்டாவ. இடந்தானே கொடுக்கற துட்ட வாங்கிட்டு வந்து கையெழுத்து போடுற வழியப்பாரு”

செல்லக்குட்டி உடைந்துபோனான்.

எல்லாவற்றையும் உள்ளிருந்து கேட்டுக் கொண்டிருந்த வெட்சி,

“வருத்தப்படாதிய மாமா எல்லாம் சரியாகும்” என்றாள்.

“வெட்சி ... கேட்டியா எல்லாத்தையும். போச்சே உன் நக போச்சி ,ஆச்சி வீடு போச்சி,நாம கண்ட கனவெல்லாம் போச்சி, நான் என்ன பாவம் பண்ணினேன் எனக்கு மட்டும் ஏன் இப்படி நடக்கு. பொறந்ததுல இருந்து இத்தன துன்பமா சொல்லு.. சாமிக்கு கண்ணே இல்லையா” என்றான்.

“எல்லாத்தையும் புடுங்கிட்டார் சாமின்னு சொல்லுதிய அன்பா வளக்க ஆச்சியக் கொடுத்தாரு. உங்கள தலைல வச்சிக் தாங்க நான் இருக்கேன். நீங்க தாங்க உங்க மவ இருக்கா.. நீங்க ஆசப்பட்ட தங்கம் உங்க கண்பார்வைலயே இருக்கா. அவிய செத்துருப்பாவன்னு நினைச்சி எத்தன நாளா தூங்காம இருந்திருப்பிய. இப்போ அந்த உயிர் உங்க கண்ணு முன்ன இருக்கறது சோதனையா மாமா? கவலப்படாதிய மாமா. அசரியா அண்ணன பாத்து என்ன செய்யலாம்னு கேளுங்க காப்பி போட்டு கொண்டாரேன்” என்று உள்ளே போனாள்.

எப்படி இவளால் இவ்வளவு பெரிய அதிர்ச்சியை சுலபமாகக் கடக்க முடிகிறது என அவள் போவதையே பார்த்துக் கொண்டிருந்தான்.

குடிசையின் வாசலில் கிடந்த பாயில் குழந்தையைக் கிடத்தினாள் வெட்சி. கையிலொரு மயிலிறகை வைத்துக்கொண்டு விளையாடிக்கொண்டிருந்தாள் இறும்பூவை. தங்கம் ஒரு ஆட்டுக்குட்டியின் பின்னால் ஓடிக்கொண்டிருந்தாள். ஆச்சி கழுதைகளிடம் ஏதோ பேசிக்கொண்டே உள்ளே பத்திக்கொண்டு வந்தாள்.

செல்லக்குட்டியின் எதிரே நின்ற பனைமரம் அவனைப் பார்த்து சிரிப்பது போலிருந்தது.

கொஞ்சம் மண்ணை அள்ளி உள்ளங்கையில் வைத்து முகர்ந்து பார்த்தான். மண்ணை முகர்ந்தவனுக்குக் கண்ணீர் பொங்கியது. அந்த மண்ணின் வாசம் பிடித்தபடியே அங்கேயே நின்றிருந்தவனின் அருகே வந்து உரசிக்கொண்டு நின்றது கழுதைக்குட்டி.